AF766244

പടിപ്പുര വർത്തമാനം

Padippura Varthamanam
Essays

U A Khader

CHINTHA PUBLISHERS
Thiruvananthapuram

First Chintha Edition
April 2023

Published & Typesetting
Chintha Publishers, Thiruvananthapuram

Printed at
Akshara Offset, Thiruvananthapuram

Cover Design
Vinod Mangoes

ISBN : 978-93-94753-33-4

CO - 3254 / 6422

Email: chinthapublishers@gmail.com
Website: www.chinthapublishers.com

A version is available at National Libraries
Kolkata, Mumbai, Chennai and Delhi

Distribution
DESHABHIMANI BOOKHOUSE
H O Thiruvananthapuram 695035

Branch
Head Office Kunnukuzhi • Statue Thiruvananthapuram
KSRTC Bus Terminal Thampanoor • Saphalyam Complex Thiruvananthapuram
KSRTC Bus Station Alappuzha • KSRTC Bus Station Ernakulam
Machingal Lane Thrissur • IG Road Kozhikode
Mavoor Road Kozhikode • NGO Union Building Kannur
Central Bus Terminal Complex Thavakkara Kannur

പടിപ്പുര വർത്തമാനം

യു എ ഖാദർ

ചിന്ത പബ്ലിഷേഴ്സ്
തിരുവനന്തപുരം-695 035

യു എ ഖാദർ

1935 ൽ ബർമ്മയിൽ ജനിച്ചു. കേരളസാഹിത്യ അക്കാദമി, കേരള ലളിതകലാ അക്കാദമി എന്നിവയിൽ അംഗവും സാഹിത്യ പ്രവർത്തക സഹകരണസംഘം വൈസ് പ്രസിഡന്റുമായിരുന്നു. മുൻ പുരോഗമനകലാസാഹിത്യ സംഘം സംസ്ഥാന പ്രസിഡന്റുമായിരുന്നു

അഘോരശിവം, ഒരുപിടി വറ്റ്, ചങ്ങല, അടിയാധാരം, തൃക്കോട്ടൂർ പെരുമ, കളിമുറ്റം, കഥപോലെ ജീവിതം, കൃഷ്ണമണിയിലെ തീനാളം, ഖാദറിന്റെ പത്തു ലഘു നോവലുകൾ, ഖാദറിന്റെ പെണ്ണുങ്ങൾ എന്നിവ പ്രധാന കൃതികൾ. ഇംഗ്ലീഷ്, ഹിന്ദി, കന്നട, തമിഴ് ഭാഷകളിൽ കഥകൾ വിവർത്തനം ചെയ്തിട്ടുണ്ട്.

കേരള സാഹിത്യ അക്കാദമി അവാർഡ് (രണ്ടു തവണ), അബുദാബി ശക്തി അവാർഡ്, എസ് കെ പൊറ്റെക്കാട് അവാർഡ്, മലയാറ്റൂർ അവാർഡ്, സി എച്ച് മുഹമ്മദ് കോയ സാഹിത്യ അവാർഡ് എന്നിവ ലഭിച്ചു. 2020 ഡിസംബർ 12 ന് അന്തരിച്ചു.

ഉള്ളടക്കം

പ്രസാധകക്കുറിപ്പ്

കഥകളിലൂടെയും നോവലുകളിലൂടെയും വായനക്കാരെ ആകർഷിച്ച പ്രിയ എഴുത്തുകാരൻ യു എ ഖാദറിന്റെ കുറിപ്പുകളുടെ സമാഹാരം. കഥയെന്നോ ലേഖനമെന്നോ കഥാ ലേഖനങ്ങൾ എന്നോ കൃത്യതയിൽ തീർപ്പുകല്പിക്കാൻ കഴിയാത്ത, രചനകളുടെ സമാഹാരം. അതിലളിതമായ ഭാഷയിലൂടെ ഒരു ദേശത്തിന്റെ സംസ്കാരത്തെയാണ് എഴുത്തുകാരൻ അടയാളപ്പെടുത്തുന്നത്. യു എ ഖാദറിനെ ഇഷ്ടപ്പെടുന്ന ഏതൊരാൾക്കും സ്വീകാര്യമാകുന്ന രചന.

ചിന്ത പബ്ലിഷേഴ്സ്

ആമുഖം

പലപ്പോഴായി എഴുതിയ ലേഖനങ്ങളിൽനിന്ന് കുറേയെണ്ണം ഒന്നിച്ചുചേർത്ത്, ഗ്രന്ഥരൂപത്തിൽ അവതരിപ്പിക്കുന്നു. ഇവകളിൽ ഞാനേറെയുണ്ടെന്നറിഞ്ഞുതന്നെ. കളി കാര്യവുമാകണം എന്നതുപോലെ, കുത്തിക്കുറിക്കുവാനുള്ള കാര്യങ്ങൾ എനിക്ക് കഥകളായും തീരണം. കഥയുള്ള കാര്യങ്ങൾ കഥാലേഖനങ്ങളായതങ്ങനെയാണ്. അവനവന്റെ വീട്ടുമുറ്റം. മുറ്റത്തെ മുരിങ്ങാമരം. അതിന്റെ ചുവട്ടിലിരുന്നാൽ കാണാവുന്ന ആകാശം. ഇലപ്പഴുതുകളിലൂടെ അനന്തകോടി നക്ഷത്രങ്ങൾ. എന്റെ കഥാലോകത്തിന്റെ 'ഉള്ളകം' കാഴ്ചകളൊക്കെ ആ മണൽമുറ്റത്തിരുന്നുകൊണ്ടുള്ളതാണ്.

യു എ ഖാദർ

“എനിക്കു രസമീ നിമ്നോന്നതമാം
വഴിക്കു തേരുരുൾ പായിക്കൽ
ഇതേതിരുൾക്കുഴിമേലുരുളട്ടെ
വിടില്ല ഞാനീ രശ്മികളെ
എനിക്കു രസമത്യാസന്നോദയ
വികാരവിപ്ലവ ദൃശ്യങ്ങൾ,
അഗാധഹൃദയപ്രദമഥനോത്ഥിത-
സൗന്ദര്യപ്രതിഭാസങ്ങൾ”

ഇടശ്ശേരി

ഒരിക്കലും വറ്റാത്ത ഉറവിടങ്ങൾ

നഗരത്തിൽനിന്ന് എന്റെ നാട്ടുമ്പുറത്തേക്കു വല്ലപ്പോഴുമേ ചെന്നെത്തിപ്പെടാൻ പറ്റാറുള്ളൂ. എത്തിയാൽത്തന്നെ, തറവാട്ടിൽ കയറിച്ചെന്ന് പെങ്ങളെയും ഇളയമ്മയെയും കണ്ട് അടുത്ത വണ്ടിക്കോ ബസിനോ തിരിച്ചുപോരുകയും ചെയ്യുന്നു. ഒന്നിറങ്ങി നടന്നുകാണുവാനുള്ള മോഹം നടക്കാറില്ല. അങ്ങനെയിരിക്കെയാണ് ഈയിടെ ഒരുനാൾ നാട്ടിലും വീട്ടിലും കുറേനേരം തങ്ങുവാൻ അവസരം കിട്ടിയത്. മരുമകളുടെ കുടിയിരിക്കലിന്റെ ദിവസം.

കുടിയിരിക്കലിന്റെ ദിവസം എല്ലാറ്റിനും ആളായി നിന്നു. വൈകുന്നേരം തറവാട്ടിലേക്കു പോകാൻ നിശ്ചയിച്ചു. പുതിയ വീട്ടിന്റെ മുമ്പിലൂടെ കൊരയങ്ങാട്ടു തെരുവിലെ ഇടവഴികളിലൂടെ തറവാട്ടിലേക്ക് ഒരു എളുപ്പവഴിയുണ്ട്. ഒച്ചയും അനക്കവും നഷ്ടപ്പെട്ട തെരുവിലൂടെ നടന്നു കിഴക്കേ ഇടവഴി കയറി. തട്ടാൻ ഇട്ട്യേമ്പിയുടെ സർപ്പക്കാവ്. ഇട്ട്യേമ്പിയുടെ പഴയ ഓലപ്പുര പറമ്പിന്റെ നടുവിൽ ഒടിഞ്ഞുകുത്തി വീണുകിടക്കുന്നുവല്ലോ. അപ്പുറത്തെ മണ്ഡകത്തറയും ആൾപ്പെരുമാറ്റമില്ലാത്ത മട്ടിൽ; വിളക്കും എണ്ണയും വറ്റിയ മട്ടിൽ. മുറ്റത്താരെയും കാണാതായപ്പോൾ പറമ്പിൽ കയറി നോക്കി. ഇരുട്ടുറഞ്ഞ സർപ്പക്കാവു വെളുത്തിരിക്കുന്നു. വന്മരങ്ങൾ പലതും വീണുപോയതാവാം. പച്ചത്തഴപ്പിന്റെ സമൃദ്ധി എങ്ങനെയെല്ലാമോ നഷ്ടപ്പെട്ടതാവാം. വേരുകൾ തൂങ്ങിയാടിയ പേരാലുകൾ എവിടെ? സർപ്പകുമാരിമാർ മുടിയഴിച്ചാടുന്ന കാഞ്ഞിരങ്ങൾ. തറവാട്ടുവീട്ടിന്റെ കിഴക്കേ അതിരിലായിരുന്നു സർപ്പക്കാവ്. നാഗപ്പാട്ടിന്റെയന്ന് ഇട്ട്യേമ്പിയുടെ പെൺമക്കൾ മുടിയാട്ടിയുലഞ്ഞ്, ഉറഞ്ഞ് കൈയിലെ പൂക്കുലതുള്ളിച്ചു നാഗക്കളത്തിൽ കളം

മായ്ക്കുമ്പോൾ ഉമ്മാമ്മ പറയും: "നോക്കിനിക്കാണ്ട് അകത്തു പോകീൻ. ഒറക്കത്ത് ഓരോന്നു കണ്ട് പേടിക്കാനാ നോക്കി നില്ക്കുന്നത്. ഇങ്ങു പോരിൻ." പാതിരാത്രിക്കും സർപ്പക്കാവിൽ തുടിമുഴക്കം കേൾക്കാം. പാണപ്പാട്ടു കേൾക്കാം. നന്തുടിയുടെ നാദം ഇരുട്ടിലൂടെ ഇഴഞ്ഞു തറവാട്ടുവീട്ടിന്റെ ചായ്പിൽ രാത്രി ഒറ്റയ്ക്ക് ഉറക്കം കിട്ടാതെ കിടക്കുന്ന ഇവന്റെ അരികെ അരിച്ചെത്തുന്നു.

പറമ്പിൽ ആരോ കയറിവന്നു. ആരാണെന്നു പറഞ്ഞില്ല. അയാൾ പറയുന്നു: "എനിക്കാളു തെറ്റിയിട്ടില്ല. മനസ്സിലായി. ഇപ്പം നാഗപ്പാട്ടൊന്നും ഇല്ല. മഞ്ഞളും നൂറും മാത്രമായി ഒരു കൊടുതി. അത്രതന്നെ. ഇട്ട്യേമ്പി യൊക്കെ മൺമറഞ്ഞില്ലേ. നാഗക്കൊടുതി മാത്രം നടത്തും."

മുഴുവൻ കേൾക്കാതെ ഇറങ്ങി നടന്നു. തിരിച്ചുപോരും നേരം മണ്ഡകത്തറയുടെ മൂലയ്ക്കൽ ആ നാഗപ്പടം കണ്ടു. ചെളിയും മണ്ണും കട്ടപിടിച്ച്, കൊത്തുപണികൾ പറ്റേ മറഞ്ഞുകിടക്കുന്ന ആ നാഗപ്പടം ഇവന്റെ കൗമാരമാണ്. കന്യാകുമാരിയിൽ കുട്ടികളോടും അദ്ധ്യാപക രോടും ഒപ്പം എസ്കർഷനുപോയ ദിവസം. കുട്ടികൾ കന്യാകുമാരിയിലെ വളകളും ഇത്തളുകളും മാലകളും വാങ്ങുമ്പോൾ ഡ്രോയിങ് മാസ്റ്റർ പറഞ്ഞു:

"താൻ ആ കരിങ്കല്ലിൽ തീർത്ത നാഗപ്പടം വാങ്ങിക്കോ. കാശില്ലെ ങ്കിൽ ഞാൻ തരാം."

അദ്ധ്യാപകൻ തന്ന കാശും ചേർത്ത് ആ നാഗപ്പടം വാങ്ങി.

കരിങ്കല്ലിൽ കൊത്തിവെച്ച സർപ്പപ്പത്തി കണ്ടു കുട്ടികൾ പേടിച്ചു. ക്ലാസിൽ നന്നായി ചിത്രം വരയ്ക്കുകയും കളിമണ്ണിൽ കോലം മെനയുകയും ചെയ്യുന്ന ഇവന് അദ്ധ്യാപകൻ തന്ന സമ്മാനമായി കുട്ടികൾ കണക്കാക്കി. വീട്ടിലെ എന്റെ മേശപ്പുറത്തു ഞാനതു പുസ്തകങ്ങൾക്കു മുകളിൽ ഭംഗിയോടെ വെച്ചു. അന്നു വൈകുന്നേരം തറവാട്ടുവീട്ടിന്റെ മുറ്റത്ത് ഒരു പാമ്പ്. അയൽപക്കത്തെ വല്യബ്ബുക്കാ വന്ന് ഉന്നം നോക്കി വെടിവെച്ചപ്പോൾ പാമ്പിന്റെ പത്തി ആകാശത്തിലേക്കു പറന്നുപോയി. രാത്രി കാരണവർ ഭാര്യവീട്ടിലേക്കു പുറപ്പെട്ടപ്പോൾ പടിപ്പുരയ്ക്കൽ ഒരു എട്ടടിമൂർഖൻ. അന്ത്രുമാപ്പിളയെ വിളിച്ചു കൊല്ലി ക്കാൻ ആവണക്കിൻ നാട്ട വെട്ടിക്കൊടുത്തപ്പോൾ പാമ്പു പത്തിവിടർത്തി തലയാട്ടി. പതുക്കെ ഇഴഞ്ഞു കിഴക്കേപ്പുറത്തെ കാവിലേക്കു പോയി. അതിനടുത്ത ദിവസം എന്റെ ചായ്പ്പുമുറിയുടെ തൊട്ടു താഴെ രണ്ടു പാമ്പുകൾ ഇണചേരുന്നത് ഉമ്മാമ കണ്ടു. കുഞ്ഞിരാമൻ ഉപ്പാവയ്ക്കു കൊട്ടത്തേങ്ങയും അവിലും നേർന്നപ്പോൾ കണ്ണടച്ചു തുറക്കുന്നനേരം പാമ്പിഴഞ്ഞുപോയി. പാമ്പിഴഞ്ഞ പാടും മുറ്റം നിറയെ, അന്നുരാത്രിയാണ് കൂമ്പുചിമ്മിനിയുടെ പ്രകാശത്തിൽ എന്റെ മുറിയിലെ നാഗപ്പടം ഉമ്മാമ കണ്ടു ഭയന്നത്. "കരിങ്കല്ലിൽ നാഗപ്പടം കൊത്തിവെച്ചിട്ടുണ്ടല്ലോ. മുറിയിലിരുന്നു ചിത്രം വരയ്ക്കുന്നവന്റെ നൊസ്സ്, ചെളിമണ്ണുകുഴച്ചു രൂപം

മെനയുന്നവന്റെ പ്രാന്ത്. ഇവനെന്തൊക്കെയാണ് അകത്തു കൊണ്ടുവന്നു വെച്ചിരിക്കുന്നത്...!"

വിവരം വീട്ടിലെല്ലാവരും അറിഞ്ഞു. എല്ലാവരും ഉറക്കത്തിൽ പാമ്പിനെ കണ്ടു പേടിക്കുന്നു. ഉടനെ കാരണവർ ഇട്ട്യേമ്പിയെ വിളിച്ചുകൂട്ടി വന്നു. എന്റെ മുറിക്കകത്തെ നാഗപ്പടം കണ്ട് ഇട്ട്യേമ്പി കണ്ണടച്ചുവത്രേ. സ്വയം പറഞ്ഞുവത്രേ. "ലക്ഷണമൊത്ത നാഗപ്പടമാ-ഇതെങ്ങനെ ഇവിടെയെത്തി? മണ്ഡകത്തിൽ കുടിയിരുത്തേണ്ട നാഗപ്പടമാ. കാവിലെത്തിക്കാഞ്ഞാൽ കുലം മുടിഞ്ഞുപോകായിനും. ഇപ്പം കണ്ടതു നന്നായി. പാമ്പുമേക്കാവിലേക്കു കാണിക്കയും കുഞ്ഞിരായൻ ഉപ്പാവയ്ക്ക് അവിലും കൊട്ടത്തേങ്ങയും നേർന്ന് ഇതൊഴിവാക്കാം."

ഇട്ട്യേമ്പിയുടെ ഉള്ളംകൈയിലിരുന്ന് ആ കരിങ്കൽ ശില്പം അന്നൊടുവിൽ കണ്ടതാണ്. കന്യാകുമാരിയിലെ കരിങ്കൽപണിക്കാരുടെ കുട്ടികൾ ഉണ്ടാക്കിവെക്കാറുള്ള ആ നാഗപ്പടരൂപം തന്നെയാണോ മണ്ഡകത്തറയുടെ ചുമരിനു താഴെ മുങ്ങിക്കിടക്കുന്നതെന്നു ഞാനൊരിക്കൽക്കൂടി നോക്കി.

പരംപൊരുൾ: ക്ലാസു ചുമരുകളിൽ കടവും കടത്തുതോണിയും പുഴയും പുഴയോരത്തിലെ തെങ്ങിൻതോപ്പും വരച്ചുവെക്കുന്നവനെ കുട്ടികൾ വിളിച്ചു-കൈവരക്കാരൻ. കുഴച്ചുരുട്ടിയ കളിമണ്ണിൽ കളിക്കോപ്പുകൾ മെനയുന്നവനെ കൂട്ടുകാർ വിളിച്ചു-കൈവേലക്കാരൻ. ജീവിതത്തിന്റെ പുറമ്പോക്കുകളിൽ ഇന്നു മേഞ്ഞുനടക്കുന്നവനെ കൂട്ടുകാർ കഥയെഴുത്തുകാരൻ എന്നു കൈചൂണ്ടി വിളിക്കുന്നതും കാതോർത്ത് ഇവൻ കാലക്ഷേപം നടത്തുന്നു.

ഖാദർ മലബാറിയും
മാവോ സേ തുങ്ങും

പാതിരാനേരത്ത് ഫോണിന്റെ മണിയൊച്ച ചെകിട്ടിൽ വന്നലച്ചു ഞെട്ടിയുണർന്നാലും ഇപ്പോൾ എനിക്ക് അരിശം തോന്നാറില്ല. കാരണം ഫോണിന്റെ മറ്റേത്തലയ്ക്കൽ വിദേശത്തെ മക്കളിലാരെങ്കിലുമായിരിക്കും. ജോലി കഴിഞ്ഞു രാത്രി എട്ടുമണിയോടെ തിരിച്ചെത്തിയാലാണ് പലപ്പോഴും അവർ ഡയൽ കറക്കാറുള്ളത്. ഇങ്ങ് കോഴിക്കോട്ടിപ്പോൾ പാതിരാ കഴിയുന്നതു പ്രകൃതിയുടെ ഒരു വികൃതി. അതിനു മക്കളെ പഴിച്ചിട്ടു കാര്യമില്ലല്ലോ.

അന്നു പാതിരാത്രിക്കും ഉറക്കത്തിലേക്കു തടിമറന്നു വീഴുന്ന നേരം നോക്കിത്തന്നെ ഫോണൊച്ച മുഴങ്ങി. അങ്ങേയറ്റത്ത് ബഹറൈനിലെ രണ്ടാമത്തെ മകൻ കബീറാണ്. അവർ സംഗതികൾ 'ശരശരാ' പറയുകയാണ്. രണ്ടാഴ്ചക്കാലം ബഹ്റൈനിൽ ചുറ്റിയടിക്കാനുള്ള വിസിറ്റിങ് വിസ ശരിപ്പെടുത്തിയിട്ടുണ്ട്. പുറപ്പെടാൻ പാകത്തിൽ വിസയുടെ വിശദാംശങ്ങൾ വിവരിക്കുന്ന ടെലക്സ് സന്ദേശം വരും. എയർ ടിക്കറ്റ് വരും. യാത്രാരേഖകൾ ശരിപ്പെടുത്തി ഉടനെ പുറപ്പെട്ടാൽ ബഹ്റൈനിലും അവിടുന്ന് ഖത്തറിലും കുവൈറ്റിലും ദുബായ്, അബുദാബി എന്നിവിടങ്ങളിലും സഞ്ചരിക്കാനുള്ള അവസരങ്ങൾ മലയാളി സമാജങ്ങൾ വഴി ഏർപ്പാടാക്കാം. കൂട്ടത്തിൽ ചിരിച്ചുകൊണ്ടും എന്നാൽ മടിച്ചുമടിച്ചും അവൻ പറയുന്നു: "വിദേശയാത്രയിൽ മുണ്ടുടുക്കണമെന്ന മട്ട് പറ്റില്ലാട്ടോ. കഴിയുന്നതും നാലഞ്ചു പാന്റുകൾ ഉടനെ തയ്പ്പിക്കണം. നല്ല പത്രാസായിട്ടായിരിക്കണം വിദേശയാത്ര. എന്താ?" അവൻ ചിരിച്ചു.

അങ്ങനെതന്നെയെന്നവനെ ആശ്വസിപ്പിച്ചു ഞാനും ചിരിച്ചു.

ഫോൺ വെച്ചപ്പോൾ എന്റെ തൃക്കോട്ടൂരുകാരി ചോദിച്ചു: "എന്താ ഒരു ചിരി? മക്കളാരാനും ഇയ്യടുത്ത് വരുന്നുണ്ടോ?"

"ഞാനങ്ങോട്ടു പോകുന്നു. കബീർ ബഹ്റൈനിലേക്കു ക്ഷണിക്കുന്നു. നല്ല ഒന്നാന്തരം പാന്റും ധരിച്ചു ശൊങ്കശിരോമണിയായിട്ടും സായിപ്പായിട്ടും ചെല്ലണമെന്നാ മകന്റെ നിർദ്ദേശം. ഒന്നാംതരമായിട്ടു പാന്റു തയ്ക്കുന്നവരെ നിനക്കറിയാമോ?"

"നേരം വെളുത്തിട്ടു പോരേ തുന്നൽക്കാരന്റെ മേൽവിലാസം?"

അത്രയും ചോദിച്ച് അവർ തിരിഞ്ഞുകിടന്നു. എന്റെ വിദേശയാത്രാ പദ്ധതിക്കു തൃക്കോട്ടൂരുകാരി അംഗീകാരം നല്കിയ മട്ടില്ല. അതേതായാലും പുറപ്പെടുമ്പോൾ പറഞ്ഞു സമ്മതിപ്പിക്കാമല്ലോ. ഉറങ്ങാൻ കിടന്നിട്ടും മനസ്സ് നിറയെ തയ്പ്പിക്കാൻ പോകുന്ന പാന്റിന്റെ മട്ടും മാതിരിയുമൊക്കെയായിരുന്നു. അപ്പോൾ ബേപ്പൂരിലെ ഉസ്താദ് ഡോക്ടർ സുൽത്താനവർകൾ വിദേശയാത്രയ്ക്കൊരുങ്ങിപ്പുറപ്പെട്ട തകഴിയാശാനെക്കുറിച്ചു പറഞ്ഞ കഥകൾ ഓർമ്മവന്നു. കോട്ടും സൂട്ടും ടൈയും പാകത്തിൽ ഒരു ജോഡി ഷൂസും വിദേശയാത്രാവേളയിൽ ധരിക്കാൻ തകഴിയാശാൻ സംഘടിപ്പിച്ച കഥ. ആലപ്പുഴയിലും തകഴിയുടെ തൊട്ടയൽപ്രദേശങ്ങളിലുമുള്ള എല്ലാ സൂട്ടുധാരികളെയും ആശാൻ സമീപിച്ചുവത്രേ. പിറ്റേന്നാൾ പെട്ടിക്കണക്കിൽ കോട്ടും സൂട്ടും തകഴിയിൽ വന്നടിഞ്ഞുവത്രേ. ആ വകയിൽ ആശാനു ലഭ്യമായ സമ്പാദ്യങ്ങളുടെ പെരുപ്പിക്കുന്ന സംഖ്യയും ബേപ്പൂരിലെ മരച്ചുവട്ടിലിരുന്നു പലതവണ പറഞ്ഞതാണല്ലോ. വക രണ്ടിൽക്കൂടി ലഭിച്ച ആദായത്തിന്റെ കണക്കുകേട്ട് അന്നു വിദേശയാത്ര തരപ്പെടാതിരുന്ന കേശവദേവിന് അരിശം മൂത്ത് അർശസ്സ് ഇളകിയെന്നും കഥയുണ്ടായത്രേ. എന്നാൽ ഇപ്പോൾ പ്രശ്നം സ്വതവേ കണ്ടാൽ മലയാളിത്തം തീരെ കമ്മിയായ ഒരു കക്ഷി മാത്രമായ ഇവൻ പാന്റ് ഉടുത്തു നടന്നാലെങ്ങനെയിരിക്കും എന്നതാണ്. മുണ്ടുടുത്തു നടന്നിട്ടും മുഖത്തെ മംഗോളിത്തം മായ്ക്കാൻ സാധിച്ചിട്ടില്ലാത്തവൻ കാലുറയും ധരിച്ചു കോട്ടും ടൈയുമൊക്കെയായി മറുനാട്ടിൽ വിമാനമിറങ്ങിച്ചെല്ലുമ്പോൾ കാണുന്നവർ, എന്നെ പണ്ടു കണ്ടിട്ടില്ലാത്തവർ, അവർ മലയാളം കഥകൾ വായിക്കുന്നവരാണെങ്കിൽക്കൂടി പറയും: "ഏതാണപ്പാ ഇറങ്ങിവരുന്ന തടിച്ചു കുറുകിയ കുട്ടിക്കുറുമ്പക്കാരൻ. മാവോ സേ തുങ്ങിന്റെ അനിയനോ....?"

മലയാളിയായി മുണ്ടുടുത്തു നടന്നിട്ടും മുഖത്ത് മലയാളിത്തം അല്പവും ഇല്ലാത്ത ഈ മംഗോളിയനു മുമ്പും ഉണ്ടായിട്ടുണ്ടല്ലോ ഈ വക ചില്ലറ ചില്ലറ അനുഭവങ്ങൾ. വർഷങ്ങൾക്കു മുമ്പ് ആകാശവാണിയുടെ കോഴിക്കോട് നിലയത്തിൽ ജോലിയിലിരുന്ന കാലം. അന്ന് ഇന്ത്യയിലെ എല്ലാ റോഡിയോനിലയങ്ങളിലെയും ഈ രണ്ടു പ്രതിനിധി

കൾ വീതം സിംലയിൽ മഷോബ്രാ എന്ന ഗ്രാമത്തിലെ ഗ്രാമസേവയ്ക്ക് ട്രെയിനിങ് സെന്ററിൽ സമ്മേളിച്ച അവസരം. കോഴിക്കോട് നിലയത്തിൽ നിന്നു ചെന്നതു ഞങ്ങൾ രണ്ടുപേരായിരുന്നു. ഞാനും വിനയനും. ട്രെയിനിങ് സെന്ററിൽ സമ്മേളിച്ചവരെല്ലാം അന്യോന്യം പരിചയപ്പെടുകയായിരുന്നു. എന്റെ ഊഴം വന്നപ്പോൾ ഞാൻ പറഞ്ഞു: "യു എ ഖാദർ, കേരളം, കാലിക്കട്ട്, ആകാശവാണിയിൽനിന്നു വരുന്നു."

കേട്ടവർ എന്നെ തുറിച്ചുനോക്കി. കേരളത്തിൽനിന്നു വരുന്നവനോ? എല്ലാവരുടെയും നോട്ടം എന്റെ പരന്ന മൂക്കിലേക്കും ഇറുങ്ങിയ കണ്ണിലേക്കുമായിരുന്നു. പരന്ന നെറ്റി. വട്ട മുഖം. മഞ്ഞ നിറം. പന്തം കണ്ട പെരുച്ചാഴികളിൽ ഒരാൾ എഴുന്നേറ്റുനിന്നു സത്യം പറഞ്ഞു: "ഞങ്ങൾ കരുതിയതു ഗോഹാട്ടി ആകാശവാണി കേന്ദ്രത്തിൽനിന്നു വരുന്ന ആളാണെന്നാ."

രാംപൂരിൽ നിന്നെത്തിയ ഇന്ദിരാ സക്സേന പറഞ്ഞു: "കണ്ടിട്ട് ആസാമിൽ നിന്നുവരുന്ന ആസാമിയെപ്പോലുണ്ട്. ആസാമിതന്നെ."

സംശയം തീർക്കാൻ അവർ ആസാം ഭാഷയിൽ എന്തൊക്കെയോ ചോദിക്കുകയും ചെയ്തു. മലയാളമൊഴിച്ചു മറ്റൊരു ഭാഷയും വശമില്ലാത്ത ഞാൻ എന്റെ മുറിയിംഗ്ലീഷിൽ അവരെ കാര്യം പറഞ്ഞു ബോധിപ്പിച്ചു: "മൈ മദർ ബിലോങ്സ് ടു ബർമ്മ.... ദാറ്റീസ് വൈ... മൈ ഫേസ്... ലൈക്ക് മംഗോളിയൻ.."

ട്രെയിനിങ്ങിന് വന്നെത്തിയവർക്ക് അന്ന് തമാശയ്ക്ക് ഒരു വകയായി. ഇവൻ ഒരു തമാശക്കാഴ്ചയുമായി. പാന്റും കോട്ടും ടൈയും ധരിച്ചു കോഴിക്കോട്ടുനിന്നുവന്ന മംഗോളിയൻ മെമ്പർ. പിറ്റേദിവസം കരുതിക്കൂട്ടി ഞാൻ സിംലയിലെ ആ തണുപ്പിലും മുണ്ടും ഷർട്ടും ധരിച്ചു ചെന്നപ്പോൾ ഒറീസക്കാരനായ കവി നരസിംഹ് മഹോപത്ര് എന്ന സുഹൃത്ത് പറഞ്ഞു: "ഇപ്പോൾ ഒരു മലയാളിയുടെ ലുക്കുണ്ട്. നിങ്ങൾക്ക് ഈ വേഷം തന്നെ വേണം. എങ്കിലേ മലയാളി എന്നു തോന്നൂ ഇല്ലെങ്കിൽ..."

കവിയുടെ ചിരി കേട്ട് എല്ലാവരും എന്നെ നോക്കി. മുണ്ടുടുത്ത മംഗോളിയൻ എന്നുപറഞ്ഞ് ആർത്തട്ടഹസിച്ചു ചിരിച്ചു. "മംഗോളിയൻ ഫ്രം കേരളാ."

മുണ്ടുടുത്തു ചെന്നിട്ടും കഥയിതാണല്ലോ എന്നോർത്തു ഞാനും ഊറിച്ചിരിച്ചു. മറ്റൊരവസരത്തിൽ തികച്ചും വ്യത്യസ്തമായ വേറെയൊരനുഭവം ഉണ്ടായി. മെഡിക്കൽ കോളേജിൽനിന്നു തിരിച്ചുവരികയായിരുന്നു ഞാൻ. ഇരിപ്പു ബസിന്റെ സൈഡ് സീറ്റിൽ താഴെ നിരത്തോരത്തിൽ നില്ക്കുന്ന ഒരു ഗൂർഖ എന്നെ കണ്ടപ്പോൾ സലാം കാട്ടി. പിന്നെ ചിരിച്ചു. ഞാനും പ്രതികരിച്ചപ്പോൾ അയാൾ പതുക്കെ നടന്ന് ബസിനടുത്ത് ഞാനിരിക്കുന്ന സീറ്റിനരികെ വന്നുനിന്നു. പിന്നീട് ഗൂർഖകളുടെ ഭാഷയിൽ എന്നോട് വർത്തമാനം പറയാൻ തുടങ്ങി.

സംഭാഷണവിഷയം ഏതാണ്ട് എനിക്ക് ഊഹിക്കാമായിരുന്നു.

മാവൂരിലെ സമരം ഇപ്പോൾ എവിടെയെത്തി? ഇപ്പോൾ അടുത്തെങ്ങാനും അവിടെ സമരം തീരുമോ? പൂട്ടിയിട്ട ഫാക്ടറി തുറക്കുമോ? പാറാവു ജോലി നമുക്കു വീണ്ടും കിട്ടുമോ? താൻ വേറെയെവിടെയെങ്കിലും പാറാവുജോലി ശരിപ്പെടുത്തിയോ? ഇങ്ങനെയൊക്കെയാവും ഈ ഗൂർഖ ചോദിച്ചിരിക്കുക. മറുപടിയൊന്നും പറയാതെ ഇളിഞ്ഞ മഞ്ഞച്ചിരിയുമായി ഞാനിരിക്കുന്നത് കണ്ടിട്ടാവണം ഗൂർഖ ബസിൽ കയറിവന്ന്. എന്റെ സീറ്റിന്റെ തൊട്ടടുത്തിരുന്നു. അപ്പോഴാണ് അവന്റെ കണ്ണുകൾ ഞാൻ ധരിച്ച ദോത്തിയിൽ പതിഞ്ഞിട്ടുണ്ടാവുക. എന്ത് – മുണ്ടുടുത്തു നടക്കുന്ന ഗൂർഖയോ? മലയാളിയെപ്പോലെ മുണ്ടും ധരിച്ച് മുണ്ട് മാടിയൊതുക്കിക്കെട്ടി, നടക്കുവാനാണോ അങ്ങ് നേപ്പാളിൽനിന്നും അരയിൽ ഖുക്രിയും തിരുകിയിറങ്ങിപ്പുറപ്പെട്ടത്? അതല്ല ഈ പരന്ന മൂക്കുള്ള മംഗോളിയൻ തനി മലയാളിതന്നെയോ?

ചിരിക്കുന്ന ഇവനെ നോക്കി സംശയദൃഷ്ടിയോടെ ആ ഗൂർഖ അന്നിറങ്ങിപ്പോയി. ശുദ്ധനായ ആ ഗൂർഖയുടെ ചിത്രവും മനസ്സിലുണ്ട്. അങ്ങനെയിരിക്കെ എന്നിൽ അല്പമെങ്കിലും, മുഖത്തൊഴിച്ച് ശരീരത്തിന്റെ ബാക്കി ഭാഗങ്ങളിലൊക്കെയെങ്കിലും, മലയാളിത്തം നിലനിർത്തുന്നത് എന്റെ മുണ്ടുടുപ്പ് മാത്രമല്ലേ!

അപ്പോൾ സായിപ്പിന്റെ വേഷത്തിൽ മറുനാടൻ മലയാളികൾക്കിടയിലേക്കു കടന്നുചെല്ലുന്ന ഇവനെ നോക്കി ഈ നടന്നുവരുന്നത് മാവോ സേ തുങ്ങിന്റെ മരുമകനോ എന്ന്, എന്നെ ഇതിനുമുമ്പ് നേരിൽ കണ്ടിട്ടില്ലാത്ത മറുനാടൻ മലയാളികളെക്കൊണ്ടു സംശയിപ്പിക്കേണ്ട വല്ല കാര്യവുമുണ്ടോ? പക്ഷേ, എവിടെയായാലും വിമാനത്തിലായാലും വിശേഷിച്ചും, മുണ്ടുടുത്തു നടക്കുന്ന 'ദോത്തിവാലയ്ക്ക്' സീറ്റും സൗകര്യവും നല്കുന്നത് പീറയാണെന്നാണല്ലോ ധാരണ. അവനോടു രണ്ടുവാക്ക് ഉരിയാടുന്നതും മിണ്ടിപ്പറയുന്നതും 'ചേപ്പറ' എന്നാണല്ലോ വയ്പ്. അതിനാൽ, മുണ്ടുടുത്തിട്ടും മലയാളിത്തം മുഖത്തില്ലാത്ത ഈ മംഗോളിയൻ ബഹ്റൈനിലേക്കു പുറപ്പെടുംമുമ്പേ സൂട്ടും കോട്ടും ടൈയും അതിനു പാകത്തിൽ രണ്ടു ജോഡി ഷൂസും ഒപ്പിച്ചുണ്ടാക്കട്ടെ. ഗുരുവരൻ തകഴിയാശാന് സ്തുതി പാടട്ടെ. പഴങ്കഥകളുടെ ഉടുക്കും കൊട്ടിപ്പാടി നടക്കുന്ന ഈ പാണനാർ പാകംപോലെ ഉടുക്കാൻ പാന്റുകൾ തയ്പ്പിക്കട്ടെ...

പരംപൊരുൾ: ചേരയെ തിന്നുന്ന നാട്ടിൽ ചെന്നാൽ നടുക്കണ്ടം ചോദിച്ചു വാങ്ങണം. ചേലചുറ്റുന്നവരുടെയൂരിൽ ചേകവനും ചേലചേരും. എന്നിട്ടാണോ സൂട്ടും കോട്ടുമിട്ടു നടക്കാൻ കഥയെഴുതും ഖദറിനു വിമ്മിഷ്ടം..!

കല്യാണപ്പെരുമ - പൊലിമ

പണ്ടൊക്കെ ഒരു കല്യാണത്തിന്റെ പെരുമ പറയുക അടുപ്പത്ത് കയറ്റിയ ചരക്കിന്റെ വലുപ്പവും, അതിൽ വെന്ത അരിയുടെ അളവും എത്രയെന്നു കൊട്ടിഘോഷിച്ചിട്ടായിരുന്നു. നാടടക്കം ക്ഷണിച്ച്, നാടൊട്ടുക്കും ഒത്തുകൂടിയ കല്യാണം ഭൂമിമലയാളത്തിൽ ഇതുപോലെ വേറൊന്നു നടന്നിട്ടില്ലെന്നും കൂട്ടത്തിൽ പറയും. ഇന്നും കല്യാണപ്പൊങ്ങച്ചങ്ങളുടെ കഥയിതൊക്കെത്തന്നെ. വെച്ചതിന്റെയും വെന്തതിന്റെയും വിളമ്പിയതിന്റെയും വമ്പുപറയുന്ന കൂട്ടത്തിൽ വന്നുകൂടിയ ആൾക്കാരുടെ 'വങ്കിശ'വും ഇന്നു വിസ്തരിച്ചു പറയാറുണ്ട്. കല്യാണം പ്രമാണിച്ചു പന്തലിലെത്തിയ മന്ത്രിപുംഗവന്മാരെത്ര! സാമൂഹ്യ സാംസ്കാരിക സാഹിത്യ രംഗത്തെ പ്രമാണിമാരെത്ര! മുറ്റത്തും നിരത്തോരത്തിലും നിർത്തിയിട്ട കാറുകളുടെ നിരയെത്ര! സിനിമാതാരങ്ങളെത്ര! അങ്ങനെ പട്ടിക നിരത്തിപ്പറയുകയും, വന്നെത്തിയ 'വൻപുള്ളി'കളുടെ വർണ്ണ ചലച്ചിത്രം കാണിച്ചാനന്ദിക്കുകയും ചെയ്യുന്നവരാണല്ലോ ഇന്നു ഏറിയ കൂറും.

കല്യാണപ്പന്തലിൽനിന്നുമുണ്ണാതെ ഒരുതുള്ളി ജലപാനമില്ലാതെ ആരെങ്കിലും ഇറങ്ങിപ്പോയാൽ അന്നത്തെക്കാലത്ത് അതു വലിയ 'ചേപ്പറ'യായിരുന്നു. എന്നാലിന്ന് കല്യാണത്തിന് ഉടുത്തൊരുങ്ങി വരുന്നവരാരെങ്കിലും ഉണ്ണാതെ പോകുന്നുണ്ടോ എന്ന നോട്ടം ആർക്കുമില്ല. ക്ഷണിച്ചുകൂട്ടിയ കല്യാണക്കാരന് തീരെയില്ല. ചുരുങ്ങിയപക്ഷം അനുവാദം ചോദിച്ചു പന്തലിൽനിന്നുമിറങ്ങുന്ന വി ഐ പി യോട് ഇങ്ങനെ ചോദിക്കും: "ഒന്നും കഴിക്കാതെ പോകുകയാണോ?" കൈ പിടിച്ചു കുലുക്കി, വധൂവരന്മാരെ ആശീർവദിച്ച്, മംഗളം പറഞ്ഞു

പോകുന്ന ആളെ നോക്കി ഉറക്കെ പറയും: "നൂറായിരം തിരക്കിൽ നിന്നാവും ഓടിപ്പാഞ്ഞു വന്നിട്ടുണ്ടാവുക. ഞങ്ങൾ തമ്മിൽ അങ്ങനെയാ. തീരെ ഒഴിവാക്കാൻ പറ്റാത്ത കേസാണിത് എന്നതുകൊണ്ടാവും മുഹൂർത്തത്തിനെത്തിയത്. നാളെയും ഞങ്ങൾ തമ്മിൽ കാണേണ്ടതല്ലേ....."

ഇത്രയും കല്യാണപ്പന്തലാകെ കേൾക്കെ പറയുമെങ്കിലും ആത്മാർത്ഥമായി ഒരുപക്ഷേ, ഇതും പറഞ്ഞേക്കാം. "ധൃതിയുള്ളോരൊക്കെ സ്ഥലം കാലിയാക്കട്ടെ. അത്രയും അന്നാഹാരം ലാഭം."

ഒരുപാട് കല്യാണങ്ങളുള്ള ദിവസം, എല്ലായിടത്തും ചെന്നെത്തണം. ക്ഷണിച്ചവരെ മുഖം കാണിക്കാതെ വയ്യ എന്നൊക്കെപ്പറഞ്ഞ് കല്യാണപ്പുരകളിൽനിന്ന് തടിതപ്പി പലയിടത്തും പങ്കെടുക്കേണ്ട 'ബദ്ധപ്പാട് കാണിക്കൽ' ഇന്നൊരു ഫാഷനോ, താനൊരു 'മഹാനാ'ണെന്നു വരുത്തിവെക്കാനുള്ള തക്കിടിയോ ആയിത്തീർന്നിരിക്കുന്നു. കല്യാണങ്ങൾ ഏറെ നടക്കുന്ന ദിവസങ്ങളിൽ എല്ലാ മംഗളമുഹൂർത്തങ്ങളിലും ചെന്നു നിന്നുകൊടുക്കുന്നതിൽ ബഹുശ്രദ്ധാലുവാകുന്നതു കാരണം, പല ദിവസങ്ങളിലും എനിക്ക് അരപ്പട്ടിണിയോ മുഴുപ്പട്ടിണിയോ അനുഭവിക്കേണ്ടി വന്നിട്ടുണ്ട്. പല കല്യാണങ്ങളിലും ക്യാമറക്കാരന്റെ (വീഡിയോ) കൃതത്തിനൊപ്പിച്ചു ചിരിച്ചും വർത്തമാനം പറഞ്ഞും കല്യാണക്കാരുടെ കൈപിടിച്ചു കുലുക്കിയും നിന്നുനിന്ന് ഒടുവിൽ രാത്രി വീട്ടിൽ തളർന്നെത്തി പെൺപിറന്നോളോട് "വല്ലതും വയറ്റിലേക്ക് ചെലുത്താനുണ്ടോടീ പെണ്ണേ" എന്നു ചോദിക്കുമ്പോൾ അവൾ പറയുന്ന പൂരമപ്പാടെ കാഞ്ഞവയറോടെ വിഴുങ്ങി, ആമാശയത്തിൽ 'ഗ്യാസ്' നിറയ്ക്കേണ്ടിയും വന്നിട്ടുണ്ടല്ലോ. അതിനാൽ ഈ അടുത്തൊരു നാൾ കല്യാണം പെരുത്ത ഒരു പുണ്യനാളിൽ, ബിരിയാണിയുടെയും നെയ്ച്ചോറിന്റെയും പാൽപ്പായസത്തിന്റെയും രുചിമണമാസ്വദിച്ച്, വധൂവരന്മാർക്കു മംഗളം നേർന്ന് മുഴുപ്പട്ടിണിയിൽ മുഴുകി മയങ്ങേണ്ടി വന്ന ഗതികേടിനെക്കുറിച്ച് ഇനി പറയാം.

രാവിലെ എട്ടിനും ഒമ്പതിനും ഇടയ്ക്കുള്ള ശുഭമുഹൂർത്തത്തിലായിരുന്നു അന്നത്തെ ആദ്യത്തെ കല്യാണം. പോകാതിരിക്കാൻ വയ്യ. എല്ലാവർക്കും വേണ്ടപ്പെട്ട സഹൃദയനായ വ്യക്തി–അദ്ദേഹത്തിന്റെ പുന്നാര മകളാണ് വധു. നാടുവാഴും മന്ത്രിയുടെ പരമോന്നത ചങ്ങാതിമാരിൽ പ്രമുഖന്റെ പ്രഥമ സന്താനമാണ് വരൻ.

നാട്ടിൽ പ്രമാണിമാരൊക്കെ ഒത്തുകൂടിയനുഗ്രഹിക്കുന്ന കല്യാണപ്പന്തലിൽ കാണാതിരുന്നാൽ അതിന്റെ കുറവു തനിക്കു തന്നെ എന്നു നന്നായറിയുന്നതിനാൽ അന്ന് നന്നേ നേരത്തേതന്നെ ഉറക്കപ്പായ വിട്ടുണർന്നു. കുളിച്ചൊരുങ്ങി പുറപ്പെടാൻ നേരത്ത് "തൃക്കോട്ടൂരുകാരി സഹൃദയ" കനിഞ്ഞരുളിപ്പകർന്നുതന്ന ഒരു ഗ്ലാസ് ചായ നിന്ന നില്പാലേ വിഴുങ്ങിയിറങ്ങിയതിനാൽ, വീഡിയോ ക്യാമറക്കാരന്റെ കണ്ണുപതിയുന്ന മുൻനിരയിൽതന്നെ ഒരറ്റത്ത് ചെന്നു നില്ക്കുവാൻ സാധിച്ചു. കണിഫലം

നന്ന്–കല്യാണച്ചെക്കന്റെ തന്തയും പെണ്ണിന്റെ ആൾക്കാരും കാണേണ്ടപോലെയൊക്കെ കണ്ടു. അതൊക്കെ ക്യാമറക്കാരൻ പടമാക്കുന്നുവെന്നറിയാമായിരുന്നു. കല്യാണപ്പിറ്റേന്നോ, അതിൽ പിന്നീടോ ആ വീഡിയോചിത്രങ്ങൾ കാണുമ്പോൾ എന്നെ ചൂണ്ടിയും പറയുമല്ലോ– “അതോ–അത് നമ്മുടെ കഥാകൃത്തായ..” താലികെട്ടും മാലയിടലുമൊക്കെ കഴിഞ്ഞു വധുവും വരനും പ്രാതലിന്റെ പന്തിയിലേക്കു നീങ്ങിയപ്പോൾ പ്രഭാതഭക്ഷണം ഒന്നു നന്നായി തട്ടാമല്ലോ എന്നും കരുതി ഞാനും അങ്ങോട്ടു തിരിഞ്ഞു. വെളുപ്പാൻകാലത്തേ “പുടവ കൊടുപ്പിന്” ആൺപെൺ ഭേദമില്ലാതെ നാട്ടിൽ പതിനായിരം പറന്നും നടന്നും നീന്തിയും കൃത്യത്തിന് എത്തിപ്പെട്ടതിനാൽ പ്രാതലിന്റെ പന്തിയിൽ പട നടക്കുന്ന പന്തളംപോലെ പന്തവും കൈയൂക്കുള്ളവൻ തന്നെയായിരുന്നു കാര്യക്കാരൻ. പന്തിയിലിരിപ്പിടം കിട്ടാത്തതുകൊണ്ടോ എന്തോ “പുടവകൊട കഴിഞ്ഞല്ലോ ഇനി പോകാം.” എന്ന മട്ടിൽ ചിലരൊക്കെ കല്യാണക്കാരനെ കണ്ട് കുശലം പറഞ്ഞ് ഇറങ്ങിപ്പോകുന്നതുകണ്ടു. നടന്നെത്തിയത്, ആരുടെ കാലക്കേടുകൊണ്ടാണെന്നു നിശ്ചയമില്ല, കല്യാണക്കാരന്റെ മുമ്പിലായിരുന്നു. അദ്ദേഹം ചോദിക്കുന്നു: “എന്താ പ്രാതൽ കഴിക്കാതെ പോവ്വാണോ? ധൃതിയുണ്ടല്ലേ? ഇന്നെത്രയാ കല്യാണം! എല്ലായിടത്തും എത്തണമെങ്കിൽ ഓടിപ്പാഞ്ഞു പോകാതെ വയ്യ. എനിക്കു കേസില്ലാ. ഏതായാലും ഇത്രത്തോളം വന്നല്ലോ. അതുതന്നെ സന്തോഷം. വെരി വെരി ഹാപ്പി–ബഹുത്ത് കുശീ.”

ഇത്രയും നടത്തിപ്പുകാരന്റെ നാവിൽനിന്നുതന്നെ വന്നാൽ പിന്നെയവിടെ ചുറ്റിപ്പറ്റി നില്ക്കുന്നത് നാണക്കേടാണല്ലോ. പ്രാതൽ പിന്നെയാകാമെന്ന് കരുതിയിറങ്ങി. അതിഥികൾക്ക് തയ്യാറാക്കിവെച്ച വെള്ളപ്പവും ഇസ്റ്റുവും! അതൊരു വെറും വാക്കാണെന്ന് അറിയാമായിരുന്നു. നൂറാൾക്കുള്ളത് മുന്നൂറാളെ തീറ്റിക്കുന്നതിൽ വിരുതന്മാരായവരാണല്ലോ ഒത്താശക്കാരായി കലവറയിൽ തെക്കും വടക്കും നടക്കുന്നത്.

ഏതായാലും പ്രാതൽ നഷ്ടപ്പെട്ട കമ്മി പന്ത്രണ്ടുമണി മുഹൂർത്തത്തിനു മാലയിടുന്ന ദമ്പതിമാരെ ആശീർവദിക്കുമ്പോൾ തീർക്കാമെന്നു കരുതി പുറത്തിറങ്ങി. പതുക്കെ നടന്നു. കല്യാണമണ്ഡപത്തിലെത്തുമ്പോൾ മണി പന്ത്രണ്ടായാൽ മതിയല്ലോ എന്നതിനാൽ മനോരാജ്യം കണ്ടു നടന്നു. വഴിക്കെവിടെയോനിന്ന് അസാരം പച്ചവെള്ളം കുടിച്ചിരുന്നു എന്നത് നേരാണ്. വെറുംവയറ്റിൽ ചായ നന്നല്ല. ആഹാരത്തിന്റെ രുചി കെടുത്തും. വിശക്കുമ്പോഴുണ്ണുന്നതാണ് വായ്ക്കും വയറ്റിനും ഗുണകരം. വഴിക്കെവിടെനിന്നെങ്കിലും എന്തെങ്കിലും ലൊട്ടുലൊടുക്കു തിന്ന് ഉള്ള വിശപ്പു കളയേണ്ട എന്നു തോന്നി.

നട്ടുച്ച നേരത്താണ് മൂന്നിടത്തും മംഗലം. മുഹൂർത്തങ്ങൾ ഒരേ രാശിക്രമത്തിൽ വന്നാലെന്തു ചെയ്യും? ഒന്നും ഉപേക്ഷിക്കാനും വയ്യ.

എല്ലാവരും വേണ്ടപ്പെട്ട ആൾക്കാർ. നാളെയും കാണേണ്ടവർ, ഊണ് ഏതായാലും ഒരിടത്തുനിന്നാവാം. മറ്റു രണ്ടിടത്തും എന്തെങ്കിലും ഒഴിവുകഴിവു പറയുകയും ചെയ്യാം. അതെവിടെനിന്ന് എങ്ങനെ വേണമെന്നു ചിന്തിച്ചുറച്ചു. നടത്തത്തിൽ അതായിരുന്നു ചിന്താവിഷയം. ഒന്നാമിടത്തിൽ ചെന്നു കയറിയപ്പോൾ കൈപിടിച്ചു കുലുക്കാൻപോലും ക്ഷണിച്ച ആൾ ഇല്ല. കല്യാണപ്പെണ്ണും വരന്റെ ആൾക്കാരും അവരുടെ വണ്ടിശകടങ്ങളും എത്തിയ നേരമാണ്. ആർ ആരേ സ്വീകരിക്കണം എന്ന അങ്കലാപ്പിൽ ആൾക്കാർ അങ്ങോട്ടുമിങ്ങോട്ടും നെട്ടോട്ടം നടത്തു കയുമാണ്. മുഹൂർത്തത്തിന് ഇനിയും നേരമുണ്ട്. അതുവരെയിരുന്നാൽ മറ്റു രണ്ടിടത്തും ചെന്ന് മുഖം കാണിക്കാൻ പറ്റുകയില്ലെന്നുറപ്പായി. അതിനാൽ തിക്കിത്തിരക്കി സ്റ്റേജിൽ കയറി വധൂവരന്മാരാകാൻ വേഷം കെട്ടി കാത്തുനില്ക്കുന്ന ചെക്കനെയും പെണ്ണിനെയും അനുഗ്രഹിച്ചു. ചെക്കന്റെ അപ്പനെ കണ്ടു കുശലം പറഞ്ഞു. ഉറക്കെ ചിരിച്ചു. അത്രയും വീഡിയോക്കാരൻ ഒപ്പിയെടുത്തിട്ടുണ്ടാവണം. ഹാജർ കൊടുത്തു കഴിഞ്ഞു. ഇനിയുടനെ പോയാൽ മറ്റു രണ്ടിടത്തും കൃത്യത്തിനെത്താൻ പറ്റും. വധുവിനെയും വരനെയും വീണ്ടും കൺകുളിർക്കെ കണ്ട് ഇറങ്ങി, ആരോ ചോദിക്കുന്നതു കേട്ടു: "എന്താ ഇത്ര ധൃതി?"

കല്യാണപ്പെണ്ണിന്റെ തന്തപ്പടിയോ മറ്റോ പറയുന്നതു കേട്ടു: "അവരൊക്കെ വലിയ വലിയ ആൾക്കാരല്ലേ. എല്ലായിടത്തും എത്തിപ്പ റ്റാൻ ഇങ്ങനെയൊക്കയേ പറ്റൂ. അവരൊക്കെ ഇങ്ങനെയെങ്കിലും വരുന്നുവല്ലോ."

വർണ്ണന കേട്ട് വേറെയാരോ ചോദിക്കുന്നു. "ഏതാ കക്ഷി.?"

"അറിയില്ലേ–" അങ്ങനെ ചോദിച്ചിട്ടു പിന്നെ തരാതരംപോലെ, അപ്പോഴത്തെ അവസ്ഥ പോലെ, വേണ്ടപ്പെട്ടവർ കേൾക്കാനുണ്ടെങ്കിൽ വിശേഷം പോലെ, ആളെ പരിചയപ്പെടുത്തുമെന്നറിയാം.

കല്യാണത്തിനെത്തിയ 'കൊമ്പന്മാരുടെ' പട്ടിക വിവരിക്കുക യാണല്ലോ പ്രധാന കാര്യം. എന്താ ഊണിനു മുമ്പേ ഇറങ്ങുന്നത് എന്നാരും ചോദിച്ചതോ പറഞ്ഞതോ കേട്ടില്ല. പന്തിയിലുണ്ണാൻ പതിനായിരമിരിക്കു മ്പോൾ ഒരുവൻ കുറഞ്ഞാലതായി എന്നാവും ചിലരുടെ ചിന്ത. ഒന്നുകൂടി ധൃതിവെച്ചുനടന്നു. അസാരം വിയർക്കുന്നുണ്ടായിരുന്നു. കാലുകൾക്കു തളർച്ചയും തോന്നുന്നു. വയറ്റിലാണെങ്കിൽ പണ്ടു വൈറ്റിപ്പട്ടർ പാടിയ മായാമാളവഗൗളരാഗം കീഴ്സ്ഥായിയിൽ ആരംഭിക്കുന്നു.

രണ്ടാമിടത്ത് ചെന്നുകയറിയപ്പോൾ വിയർത്തു കുളിച്ചു. ആരോ തണുത്ത സർബത്ത് കൊണ്ടുവന്നപ്പോൾ രണ്ടാമത് ഒന്നാലോചിക്കാതെ അതു കുടിച്ചു. ദാഹശമനം ഉണ്ടായില്ല. ആളുകൾ സ്റ്റേജിലും ഹാളിലും നിറഞ്ഞു കവിഞ്ഞിരിക്കുന്നു. കച്ചേരിയാരംഭിച്ച സ്ഥലത്ത് ചെന്നെത്തി പ്പെട്ടപോലെ. ടിക്കറ്റെടുത്തവർക്കും സീറ്റില്ലാ എന്ന ഗതി. എങ്കിലും കുത്തനെ നിന്നു. കല്യാണമണ്ഡപത്തിൽ ചെക്കനും പെണ്ണും ചുറ്റുന്നു.

താലികെട്ടു കഴിഞ്ഞിട്ടുണ്ട്. ബന്ധുക്കൾ മുഴുക്കെ സ്റ്റേജിൽ തിക്കിത്തിരക്കി നില്പാണ്. വീഡിയോക്കാരൻ പറയുന്നതനുസരിച്ച് മട്ടും മാതിരിയും മാറ്റി മാറ്റി ഓരോരുത്തരും എന്തൊക്കെയോ കാട്ടിക്കൂട്ടുന്നു. തിക്കിത്തിരക്കി എങ്ങനെയോ സ്റ്റേജിന്റെ അടുത്തെത്തി. ചെക്കന്റെയും പെണ്ണിന്റെയും തന്തപ്പടിമാരെ ഒന്നിച്ചു കണ്ടു. രണ്ടാളും വേണ്ടപ്പെട്ടവരാണ്. എന്നാൽ കണ്ടയുടനെ രണ്ടാളും ഏകസ്വരത്തിൽ ചോദിച്ച ഒരു ചോദ്യമുണ്ട്.

"എന്താ ഒഴിഞ്ഞുമാറി കല്യാണത്തിനെത്തിയെന്നു കാണിച്ചു സ്ഥലം വിടാനുള്ള പരിപാടിയാണല്ലേ...? നമുക്ക് ഈ ധൃതി കഴിഞ്ഞ് ഒടുവിലത്തെ പന്തിയിൽ ഒന്നിച്ചിരുന്നു നാലു വറ്റു തിന്നിട്ടു പോയാൽ പോരെ – ബഹളമൊക്കെ കഴിഞ്ഞു സാവകാശം ഒരുകപ്പു പായസമെങ്കിലും കഴിച്ചിട്ടു സ്ഥലം വിട്ടാൽ പോരേ–?"

ഒഴിവുകഴിവുകൾ വൃഥാ എമ്പാടും നിരത്തി അവിടന്നും പുറപ്പെട്ടു. നടന്നുപോകാൻ ഏതായാലും ഇനി വയ്യ. ഒരു ഓട്ടോ പിടിക്കാമെന്നു കരുതി. അത് അബദ്ധമാവുകയും ചെയ്തു. രണ്ടുറുപ്പിക നിരക്ക് മൂന്നുറുപ്പികയിലേക്ക് ഉയർത്തിയ പ്രതിഷേധമാഘോഷിക്കാൻ ഓട്ടോക്കാർ മുഴുക്കെ സമരം ആരംഭിച്ച സുദിനമായിരുന്നു അന്ന്. അതിനാൽ നടരാജനടനം തന്നെ കരണീയം എന്നു കരുതി നില്ക്കുമ്പോഴാണ് നഗരത്തിലെ മറ്റൊരു സുഹൃത്തിന്റെ കാർ മുമ്പിൽ വന്നു നിന്നത്. കാറിന്റെ വാതിൽ തുറന്നു സഹൃദയൻ ചോദിക്കുന്നു:

"കല്യാണപ്പുരയിലേക്കല്ലേ–?"

അതേ എന്നുംപറഞ്ഞതിൽ കയറിക്കൂടി. ഗമയോടെ ചെന്നു കയറാമെന്നായി ആശ്വാസം. സുദർശനം തിരിക്കുന്നതിനിടയിൽ ചങ്ങാതി ചോദിക്കുന്നു: "ഇന്നെത്രയാ കല്യാണം. എല്ലായിടത്തും ചെന്നെത്തിപ്പറ്റുന്ന ഗതികേട് ഓർക്കുമ്പോൾ തളർന്നുപോകുന്നു. ഞാൻ എല്ലായിടത്തും കയറിയിറങ്ങി. ആരേയും ഒഴിവാക്കാൻ പറ്റില്ലല്ലോ നമുക്കൊക്കെ. എല്ലാവരേയും മുഖം കാണിച്ചു. ഇന്ന് ഇനി രാത്രിയും കുറേ സ്ഥലത്ത് എത്തണം. എത്താതെ പറ്റില്ല."

ചങ്ങാതി പറഞ്ഞതൊക്കെ ഇവനും ആവർത്തിച്ചു. രണ്ടാളും ചിരിക്കുകയും ചെയ്തു. കാരണം രണ്ടുപേരും നഗരത്തിലെ എല്ലാവർക്കും വേണ്ടപ്പെട്ട വ്യക്തികളുടെ പട്ടികയിൽപെട്ടവരാണല്ലോ. അങ്ങനെ പറഞ്ഞും ചിരിച്ചും കാറുടമയുടെ ചില ചില കാര്യങ്ങൾക്കായി നിർത്തിയും നിരങ്ങിയും ഒടുവിൽ മൂന്നാം മംഗലപ്പുരയിലും എത്തി. അവിടെ ചെക്കനും പെണ്ണും കർമ്മങ്ങളൊക്കെ കഴിഞ്ഞ് കാറിൽ കയറാൻ തുടങ്ങുകയായിരുന്നു. കല്യാണക്കാർ പറയുന്നതുകേട്ടു. "ഞങ്ങൾക്കറിയാമായിരുന്നു. നിങ്ങൾ രണ്ടുപേരും ഏതായാലും എത്താതിരിക്കില്ലാ എന്നുറപ്പുണ്ടായിരുന്നു. ഏതായാലും ചെക്കനും പെണ്ണും പോകുന്നതിനു മുമ്പ് എത്തിയല്ലോ– അതാണ് മനപ്പൊരുത്തം."

പെണ്ണിന്റെ അച്ഛനും കെട്ടിയവന്റെ അപ്പനും ചിരിക്കുന്നു. ഞങ്ങളെ

കെട്ടിപ്പിടിക്കുകയും ചെയ്യുന്നു. കാരണം വീഡിയോ ക്യാമറക്കാരന്റെ ടേപ്പിൽ ഇനിയും സ്ഥലമുണ്ടല്ലോ. കാറുകൾ നിരനിരയായി പോകുന്ന ചിത്രമെടുക്കുന്നതിനു മുമ്പ് കല്യാണത്തിനൊടുവിലെത്തിയ വി ഐ പികളുടെ ക്ലോസപ്പ് കാണിക്കാമല്ലോ.

വയറ്റിലെ വിശപ്പ് എവിടെയോ പറന്നൊളിച്ചു. സഹൃദയൻ കാറുടമ ബസ് സ്റ്റോപ്പിൽ എന്നെ കൊണ്ടുവന്നിറക്കാനുള്ള ഔദാര്യം കാണിച്ചു. വീട്ടിൽ ചെന്നു കയറിയപ്പോൾ തൃക്കോട്ടൂരുകാരി അവിടെയില്ല. പടിക്കൽ ഒരു കടലാസ് തൂക്കി അവൾ സ്ഥലം വിട്ടിട്ടുണ്ട്. അവൾ എഴുതിവെച്ചതു വായിക്കാൻപോലും തോന്നിയില്ല. എങ്കിലും കണ്ണുകൾ അവളുടെ കത്തിലൂടെ അലഞ്ഞു.

"വൈകുന്നേരത്തെ ഒരു കല്യാണപാർട്ടി മറന്നുവോ? ഇതുവരെ കാത്തുനിന്നു. തനിച്ചു പോകണ്ടാന്നു കരുതി. ഒന്നിച്ചു ചെല്ലാമെന്നായിരുന്നല്ലോ അന്നു വാക്കു കൊടുത്തത്. ഏതായാലും ഞാൻ പോകുന്നു. പാർട്ടിക്കു വരുമെങ്കിൽ അവിടെവച്ചു കാണാം. ഇല്ലെങ്കിൽ ഇരുട്ടും മുമ്പു ഞാനിങ്ങു തിരിച്ചുപോരും."

വാതിൽ തുറന്ന് അകത്തേക്കു കയറി. നല്ല ക്ഷീണമുണ്ട്. ഇനിയൊരു തേങ്ങാമുറിക്കും പോകുന്നില്ലാ എന്നുറപ്പിക്കുകയും ചെയ്തു. അന്തിപ്പട്ടിണി കിടക്കാതിരിക്കാൻ അതാണ് നല്ലത്. ഒരിടത്തും പോകാതെയിരിക്കുന്നത് കണ്ടാൽ അവൾ എന്തെങ്കിലും വച്ചുണ്ടാക്കി ത്തരുമല്ലോ. അതും വയറ്റിലാക്കി സുഖമായി കിടക്കാം.

പരംപൊരുൾ: അപ്പോൾ എന്തേ ഇത്രയും പറഞ്ഞത് എന്നു ചോദിച്ചാൽ പണ്ടൊക്കെ ആൾക്കാർ കല്യാണത്തിന് കൈമെയ് മറന്ന് വെച്ചുവിളമ്പും, അത് ആൾക്കാരെ വേണ്ടുംവണ്ണം തീറ്റിക്കുകയും ചെയ്യും. അതായിരുന്നു പെരുമ. കല്യാണത്തിനു വന്നിട്ട് ഒരുവൻ വെറുംവയറോടെ പോയി എന്നുകേട്ടാൽ അതിൽപ്പരം പീറ അന്ന് മറ്റൊന്നില്ലായിരുന്നു. ഉണ്ണാതെ പോകുന്നവരെ പിടിച്ചിരുത്തിയൂട്ടാൻ അന്ന് പടിക്കലും പന്തലിലും പിന്നെ പന്തിയിലും ഒത്താശക്കാർ കണ്ണിലെണ്ണയൊഴിച്ചു കാത്തിരിക്കും. അത് അന്നത്തെ ചട്ടം. അന്നത്തെ മര്യാദ. അന്നത്തെ ഒരു സന്തോഷം. കല്യാണത്തിനു വന്നുകൂടി സന്തോഷമാക്കിത്തരുവാൻ താല്പര്യപ്പെടുന്നു എന്നായിരുന്നല്ലോ അന്നു ക്ഷണപത്രികയിൽ അച്ചടിച്ചുവെച്ചിരുന്നത്. ഇന്നോ–? ഇന്ന് വധൂവരന്മാരെ അനുഗ്രഹിക്കണം എന്ന ഒരൊറ്റ വരി–അത്രതന്നെ. അനുഗ്രഹം അങ്ങോട്ടു മതി. ഇങ്ങോട്ട് അറുപട്ടിണിയായാലെന്താ? ആർക്കുചേതം? ആർക്കാണതിന്റെ ചേപ്പറ!

ചെറുപ്പം നിലനിർത്തുന്ന സൂത്രം

കർമ്മംകൊണ്ട് ആശുപത്രി അന്തേവാസിയായതിനാൽ വേണ്ടിയും വേണ്ടാതെയും തടിയുടെ സുഖവിവരങ്ങൾ പരിശോധിച്ചറിയുവാനുള്ള കമ്പം എനിക്കേറെയാണ്. അതിനുള്ള സൗകര്യം മറ്റു പലരെയും അപേക്ഷിച്ച് എനിക്കു കൂടുതലുണ്ട് എന്നതുകൊണ്ടു സംഭവിക്കുന്ന പൊല്ലാപ്പാണെന്നു കരുതാം.

ഒരുനാൾ ആശുപത്രിയുടെ നാലാം നിലയിൽ ഞാനിരുന്ന് ജോലിചെയ്യുന്നു. മുറിയിൽ എന്റെ ഒരു ചങ്ങാതി കയറിവന്നു. മലയ്ക്കു പോകാൻ മാലയിട്ട് കറുപ്പുടുത്ത കന്നി അയ്യപ്പനായിരുന്നു കക്ഷി. നന്നേ പുലർച്ചെ ഏഴരവെളുപ്പിനുള്ള എഴുന്നേല്പും തണുത്ത വെള്ളത്തിലുള്ള കുളിയും ആഹാരാദികാര്യങ്ങളിൽ അതുവരെ പാലിക്കാത്ത ചിട്ടവട്ടങ്ങളും വീടുവിട്ടുള്ള സഹവാസങ്ങളും എല്ലാം കൂടിയായപ്പോൾ, ആ സ്വാമിഭക്തന് ശരണംവിളിക്കുമ്പോൾ തൊണ്ടവരളുന്നുവോ, എഴുന്നേറ്റു നില്ക്കുമ്പോൾ തല ചുറ്റുന്നുവോ, ചുറ്റമ്പലമതിൽചാരി ദീപക്കാഴ്ച കണ്ട് തൊഴുമ്പോൾ കണ്ണ് പുളിക്കുന്നുവോ, ഭൂലോകം അപ്പാടേ തരികിട തിമൃതാ എന്ന മട്ടിൽ കീഴ്ക്കാംതൂക്കം മറിയുന്നുവോ, വട്ടം കറങ്ങുന്നുവോ, അങ്ങനെ പല സംശയങ്ങളും. പടിയേഴും ചവുട്ടി നാലാം നിലയിലെ മുറിയിൽ വന്നു കയറിയയുടനെ വിയർത്തു തളർന്നു തൊട്ടുമുമ്പിലെ കസേരയിൽ ഇരുന്നു. വിയർത്ത നെറ്റി കൈലേസിനാൽ ഒപ്പി, നിറഞ്ഞ കണ്ണുകൾ തുടച്ചു പറഞ്ഞു: "ഖാദർക്കാ എന്റെ കാര്യം പോക്കാ."

"എന്തുപറ്റി?" എന്നായി ഞാൻ.

പിടികൂടിയ അസുഖങ്ങളുടെ പട്ടിക നിരത്തുകയാണു പാർട്ടി. എന്നെ തേടിയെത്തിയത് ഏതെങ്കിലും ഡോക്ടറെ കണ്ട് ദേഹമാസകലം ഒന്നു

പരിശോധിക്കുവാൻ വേണ്ടതു ചെയ്തു കൊടുക്കണം എന്നു നേരിൽ കണ്ടു പറയുവാനും പ്രവർത്തിപ്പിക്കുവാനുമാണ്. ആശുപത്രിക്കാരനായതിനാൽ ആൾപരിചയവും സ്ഥലപരിചയവും പ്രയോജനപ്പെടുത്തി. വിദഗ്ദ്ധനായ ഏതെങ്കിലും ഡോക്ടറുടെ മുറിയിൽ പെട്ടെന്ന് എത്തിപ്പെട്ടാൽ അനാവശ്യമായുള്ള കാത്തിരിപ്പും മുഷിച്ചിലും അതുകൊണ്ടുണ്ടാകാവുന്ന ഇണ്ടലുകളും ഒഴിവാക്കാമല്ലോ എന്നാവും ചങ്ങാതി കണക്കുകൂട്ടിയിരിക്കുക.

അതെന്തോ ആകട്ടെ 'പരോപകാരാർത്ഥം' എന്ന ആപ്തവാക്യമനുസരിച്ച് നടക്കാറുള്ളവൻ സ്നേഹിതനെയുംകൂട്ടി ബന്ധപ്പെട്ട ഡോക്ടർമാരുടെയൊക്കെ സന്നിധാനങ്ങൾ പൂകി ശരണം വിളിച്ചു. അവരുടെയൊക്കെ നിർദ്ദേശപ്പടി ചോര പരിശോധിച്ചു. കുഴപ്പമില്ല. പഞ്ചസാരയുടെ തരിയോ, കൊഴുപ്പിന്റെ പാടയോ, വാടയോ ഒന്നുമില്ല. നിർമ്മലം, ശരീരത്തിന്റെ എക്സ്റേകൾ ഇരുത്തിയും നിർത്തിയും കിടത്തിയുമൊക്കെ എടുത്തുനോക്കി. അയ്യപ്പസുകൃതം യാതൊരു കുഴപ്പവുമില്ല. പിന്നെ എന്താണ് തല ചുറ്റലിനും ശരീരം വിറയലിനും കണ്ണ്പുളിക്കലിനും ഹേതു?

നേരെ കയറിച്ചെന്നത് ഹൃദയചികിത്സകന്റെ മുറിയിലേക്കാണ്. അദ്ദേഹവും ആളെ ക്രമപ്രകാരം വേണ്ടവിധത്തിലൊക്കെ പരിശോധിച്ചു. ആശുപത്രിയിലെ ഉദ്യോഗപ്രവരന്റെ ഏറ്റവുമടുത്ത ചങ്ങാതിമാരിൽപ്പെട്ടവനാണല്ലോ എന്ന പരിഗണനയും കന്നി അയ്യപ്പനു നല്കിയിട്ടുണ്ടാവും. ഒന്നും വിശേഷിച്ച് കാണാത്തതുകൊണ്ട് ഹൃദയ പ്രവർത്തനത്തിന്റെ മട്ടും മാതിരിയുമൊക്കെ എങ്ങനെയുണ്ടാവുമെന്ന് പരിശോധിച്ചറിയുവാൻ ഇ സി ജി മുറിയിലേക്ക് പറഞ്ഞയച്ചു. അവിടെയും ക്യൂവിന്റെ ഇങ്ങേത്തലയ്ക്കൽ ചെന്നുനിന്ന് യഥാസമയം പേരുവിളിച്ചപ്പോൾ ശീട്ടു കാണിച്ചു. പരിശോധനയ്ക്കു വിധേയനാവുക എന്ന മര്യാദപാലിക്കാനൊന്നും നമ്മുടെ കക്ഷിക്കു സമയമോ സാവകാശമോ അശ്ശേഷം ഇല്ലായിരുന്നു. തുണചെന്നത് സഹപ്രവർത്തകരായതിനാൽ മറുത്തൊരക്ഷരമോ മുറുമുറുപ്പോ കാണിക്കാതെ മുഖം കനപ്പിക്കാതെ, മുമ്പേവന്നു കാത്തുകെട്ടി നില്ക്കുന്നവരുടെ നീരസ സ്വരങ്ങൾക്ക് ചെവി കൊടുക്കാതെ ജീവനക്കാരൻ ഹരിഹരസുതന്റെ അർദ്ധനഗ്നശരീരത്തിൽ ഇ സി ജി യന്ത്രസാമഗ്രികൾ ഘടിപ്പിച്ചു. രേഖപ്പെടുത്തപ്പെട്ട ചാർട്ടിൽ ബന്ധപ്പെട്ട ആൾക്കാർ തിരിച്ചും മറിച്ചും നോക്കി. ഒരു അപാകതയുമില്ല. ഹൃദയമിടിപ്പുകൾ ബഹുസാധാരണം. ഹൃദയത്തിലെ ഒരു വാൽവിനും കുഴപ്പമില്ല. എല്ലാം എപ്രകാരം ഉടയതമ്പുരാൻ കല്പിച്ചു നല്കിയോ അപ്രകാരം കടുകിട വ്യത്യാസമില്ലാതെ അനവരതം പ്രവർത്തിച്ചുവരുന്നു. അപ്പോൾ കൂടെക്കൂടെയുണ്ടാവുന്ന തലചുറ്റലോ? ലോകം കീഴ്മേൽ മറിയുന്നു എന്നു തോന്നുന്നതോ? ഹൃദയരോഗവിദഗ്ദ്ധൻ ഒരു

മനോരോഗവിശാരദൻ കൂടിയായിരുന്നു. അയാൾ സ്നേഹിതനെ നോക്കി സാകൂതം ചിരിച്ചു. പിന്നെ വിധിയെഴുതുകയും പ്രസ്താവിക്കുകയും ചെയ്ത്.

"യാതൊരു കുഴപ്പവുമില്ല. ഭക്ഷണത്തിന്റെ മാറ്റവും ഉറക്കമില്ലായ്മയും കാരണം തോന്നുന്നതാണ്. എല്ലാം തോന്നലുകൾ, വെറും മിഥ്യ, മായ, ധൈര്യമായി മല കയറിയിറങ്ങിവരിക. ഈ മരുന്നും കഴിക്കുക–"

തിരിച്ചുപോരുമ്പോൾ അരവണപ്പായസം ആവുന്നത്ര സേവിക്കുക എന്നു പറഞ്ഞ് താനൊരു ഫലിതപ്രിയൻ കൂടിയാണെന്ന് ഡോക്ടർസാർ വിളംബരപ്പെടുത്തി. ചങ്ങാതിയെ മാറ്റിനിർത്തി സ്വകാര്യം പറയുംമട്ടിൽ ഇവനോടു പറഞ്ഞു: "ആൾ തന്റെ ചങ്ങാതിയാണല്ലോ. വാരിവലിച്ചു തിന്നുന്ന മട്ടുകാരനാവും. പിന്നെ ദഹനത്തിനെന്നു നുണയും പറഞ്ഞു ചൂടുവെള്ളം മോന്തുന്ന നല്ല സ്വഭാവവും കാണും. ഏതായാലും ഇരുമ്പുസത്ത് ധാരാളം അടങ്ങിയ ഗുളിക സേവിച്ചോട്ടെ. ഞാൻ ശീട്ടുകൊടുത്തിട്ടുണ്ട്."

ഇത്രയുമായപ്പോൾ അന്ന് എനിക്കൊരു വികൃതി തോന്നി. ഏതായാലും ഇ സി ജി മുറിയിൽ കയറിയതല്ലേ.. ശരീരത്തിന്റെ മട്ടും മാതിരിയുമനുസരിച്ച് ഇപ്പോൾ ഹൃദയചലനങ്ങൾ എങ്ങനെയിരിക്കുന്നു എന്നറിയാമല്ലോ എന്നൊരു മോഹം. പണനഷ്ടമില്ലാത്ത ഏർപ്പാട്. സർക്കാരുദ്യോഗസ്ഥനാണല്ലോ. ഹൃദ്രോഗ വിദഗ്ദ്ധനാണെങ്കിൽ അറിയുന്ന ആൾ, മൂന്നുനാലുതവണ ഒന്നിച്ചുകൂടിയവർ. അപ്പോഴൊക്കെ ഗ്ലാസുതൊട്ട് ഹൃദയരഹസ്യങ്ങൾ പരസ്പരം പറഞ്ഞ് കെട്ടിപ്പിടിച്ചവർ. ഒന്നിച്ചു കരയുകയും ചിരിക്കുകയും ചെയ്തവർ. എങ്കിലെന്ത്? പിന്നെയെന്ത് എന്നൊരാലോചന? രണ്ടാംവട്ടമെന്ന ചിന്ത കൂടാതെ ഷർട്ടും ബനിയനുമഴിച്ച്, കൈയിലെ വാച്ച് അഴിച്ച് ഞാനും ഇ സി ജിയുടെ യന്ത്രക്കട്ടിലിൽ കയറിക്കിടന്നു. യന്ത്രം പ്രവർത്തിച്ചുതുടങ്ങിയപ്പോഴാണ് കള്ളി വെളിച്ചത്താവുന്നത്. ഇ സി ജിയുടെ കടലാസുനാടയിൽ രേഖപ്പെടുത്തപ്പെടുന്ന വരകളിൽ കുഴപ്പത്തിന്റെ വിത്തുകൾ, ഡോക്ടർ തിരിച്ചും മറിച്ചും നോക്കി. എന്തോ കുഴപ്പമുണ്ടോ ആവോ! ഡോക്ടർ ചോദിക്കുന്നു: "രാവിലെ ഇരുന്നിടത്തുനിന്ന് എഴുന്നേല്ക്കുമ്പോൾ തല ചുറ്റാറുണ്ടോ?" ഉണ്ടല്ലോ എന്നുപറയുവാൻ ആദ്യമായി ഭയം തോന്നി! പിന്നെ ഡോക്ടർമാർ നാലഞ്ചുപേർ ഒന്നിച്ച് ഒത്തുകൂടി. ഇതെന്തതിശയമേ എന്ന മട്ടിലായി അവരുടെ ചോദ്യങ്ങൾ. കൈനോട്ടക്കാരൻ ചോദ്യങ്ങൾ ചോദിക്കുമ്പോൾ ശരിയാണ്. ശരിയാണ്. എന്നു പറയുന്നപോലെ ഞാൻ തലകുലുക്കുക മാത്രം ചെയ്തു.

"കൂടെക്കൂടെ കണ്ണിരുട്ടിക്കുന്നുണ്ടോ?"

"ഉണ്ടല്ലോ!"

"നാവിനു വരൾച്ചയുണ്ടോ? ദാഹം കൂടെക്കൂടെ തോന്നാറുണ്ടോ?"

ചോദിക്കുന്നതൊക്കെ ഉള്ള കാര്യങ്ങൾതന്നെ. നെഞ്ചിന്റെ ഇടതു ഭാഗത്ത് സൂചിക്കുത്തേല്പിക്കുന്ന ഒരു വേദന ചിലപ്പോഴൊക്കെ തോന്നാറുണ്ട്. അതു ദഹനക്കേടുകൊണ്ടാണെന്നോ, ഗ്യാസിന്റെ തകരാറുമൂലമാണെന്നോ, ഒക്കെ ധരിച്ചു മിണ്ടാതെ നടക്കുകയായിരുന്നുവല്ലോ. ഡോക്ടർമാർ ചോദ്യശരങ്ങൾ മുറയ്ക്കു തൊടുത്തുവിടുകയാണ്. ആ അസുഖങ്ങൾ മുഴുവനും എനിക്കുണ്ടെന്നു തന്നെയാണ് മറുപടി. എങ്കിൽപ്പിന്നെ പിടിച്ചാൽ പിടികിട്ടാത്തത് എത്തുംമുമ്പേ വന്നതും കണ്ടതും നന്നായി എന്നായി ഡോക്ടറുടെ പക്ഷം. എനിക്ക് വിയർത്തതും അന്നേരം എന്റെ കണ്ണിൽ ഇരുട്ടുകയറിയതും ഒപ്പം പലതവണ ഗ്ലാസുകൾ കൂട്ടിമുട്ടിച്ച ഡോക്ടർ അറിഞ്ഞുവോ, എന്തോ! ഡോക്ടർ ശീട്ടെഴുതാൻ തുടങ്ങി. കൂട്ടത്തിൽ പറയുകയും ചെയ്തു: "കുറച്ചു ദിവസത്തേക്ക് അനങ്ങരുത്. ബെഡ്റെസ്റ്റ് വേണം. ഇന്നുതന്നെ ഇന്റൻസീവ് കെയറിൽ അഡ്മിറ്റ് ചെയ്യാം."

ഇതെന്തു തരികിടാ എന്നു ചിന്തിച്ച് ഞാനവിടെക്കണ്ട ഒരു ബഞ്ചിൽ തളർന്നിരുന്നു. രോഗിയായി വന്നുകയറിയ ചങ്ങാതി ഹരിഹരസുതനയ്യപ്പസ്വാമി സലാം പറഞ്ഞ് ശരണം വിളിച്ച് ആശുപത്രിപ്പടി ഇറങ്ങിയകത്തുവന്ന കാലാലെ നടന്നുപോയി. എനിക്കുള്ള ശീട്ട് എഴുതിത്തരുന്നതുവരെ കാത്തിരുന്നതുപോലുമില്ല. 'കാർഡിയോളജി ഡിപ്പാർട്ടുമെന്റിൽ ഒരു പേഷ്യന്റായി' എനിക്കൊരു കാർഡ് ലഭിച്ചു. 'ഹൃദ്രോഗികളുടെ മഹനീയ പദവി അലങ്കരിക്കുന്ന' രോഗികളുടെ കൂട്ടത്തിൽ ഒരംഗമായി എന്നെ ചേർക്കുന്ന പരിപാടി അവർ ക്ഷണനേരം കൊണ്ടു നിർവ്വഹിച്ചു. എന്റെ അംഗത്വകാർഡ് നീട്ടിക്കാണിച്ചുകൊണ്ടു ഡോക്ടർ ചോദിച്ചു: "എന്താ അഡ്മിറ്റ് ചെയ്യുകയല്ലേ-?"

അങ്ങോട്ടെന്തെങ്കിലും സംസാരിക്കാമെന്ന നിലവന്നപ്പോൾ ഞാൻ ചോദിച്ചു; "ബെഡ് റെസ്റ്റ് വേണമെന്നു പറഞ്ഞത് കൂടിയേ പറ്റുവെങ്കിൽ അതു വീട്ടിൽ വെച്ചായിക്കൂടേ-?"

"പാടില്ല-ചുരുങ്ങിയത് പത്തു ദിവസമെങ്കിലും വാച്ച് ചെയ്യണം. അതിനിവിടെക്കിടക്കാതെ വയ്യ. ഒരു ഇൻവെസ്റ്റിഗേഷൻ നടത്തണം. ഏതായാലും ഇപ്പോൾ ഈ കണ്ടീഷനിൽ ഇവിടെ വന്നതും കാണിച്ചതുമൊക്കെ നന്നായി. എനിവേ യു ആർ ലക്കി. താങ്ക് ഗോഡ് - നമുക്കിന്നുതന്നെ പ്രോസീഡ് ചെയ്യാം."

ഹൃദ്രോഗിയായി അവരോധിക്കപ്പെട്ട സ്ഥിതിക്ക് ഇനി ഏറെ വർത്തമാനം പറയുന്നത് ശരിയല്ലല്ലോ. വീട്ടിൽ കെട്ടിയവളെയും കുട്ടികളെയും വളരെ മയത്തിൽ ചങ്ങാതിമാരിലാരോ വിവരമറിയിച്ചു. കരഞ്ഞും കണ്ണീരൊലിപ്പിച്ചും സങ്കടം കടിച്ചമർത്തിയും മക്കളും പെണ്ണും ആശുപത്രി വാർഡിലെത്തിയപ്പോൾ 'കിടക്ക വിശ്രമവിധേയനായി' ഹൃദയമിടിപ്പളക്കും യന്ത്രങ്ങളാൽ ചുറ്റപ്പെട്ടവനായി ഇവൻ കിടക്കുകയായിരുന്നു.

രാവിലെ നല്ല പഞ്ചാരച്ചായ രണ്ട് ഗ്ലാസും രണ്ട് പൊറോട്ടയും മുട്ടക്കറിയും തട്ടി തമാശ പറഞ്ഞിറങ്ങിപ്പോയ തൃക്കോട്ടൂരുകാരൻ, ഒന്നിച്ചു വൈകുന്നേരം സിനിമ കാണാമെന്നും, രാത്രി അത്താഴം സ്നേഹിതന്റെ വീട്ടിലെ കല്യാണ സല്ക്കാരത്തിലെ ബിരിയാണിയിലും ബീഫ് ഫ്രൈയിലും ഒതുക്കാമെന്നും പറഞ്ഞേറ്റു പടിയിറങ്ങിപ്പോയ പ്രിയൻ, ഇങ്ങനെ "കിടന്നകിടപ്പാലെ" എന്നൊരു കാഴ്ച ഇതുവിധം കാണേണ്ടിവരുമെന്നു പ്രിയതമ ധരിച്ചിരിക്കയില്ലല്ലോ.

'അന്യഥാ ചിന്തിതം കാര്യമെന്ന' ദൈവസൂക്തമൊക്കെ ആരെല്ലാമോ ചൊല്ലിക്കേൾപ്പിച്ച് അവരെ ആശ്വസിപ്പിക്കുന്നത് കേട്ടുകിടന്നു. ഇ സി ജി മുറിയിൽ കയറിയപ്പോൾ, ആ കട്ടിലും സജ്ജീകരണങ്ങളും കണ്ടപ്പോൾ, കാശ് ചെലവില്ലാക്കാര്യമെന്ന നിലയ്ക്കു തനിക്കും ഒരു പരിശോധനയാവാമെന്ന കൗതുകം തോന്നിയ നിമിഷത്തെ ശപിച്ച് പത്തുദിവസം എങ്ങനെയെല്ലാമോ 'കിടക്കയിലെ തടവും' ഞാൻ തള്ളിനീക്കി. നിത്യേന ഡോക്ടർ വരികയും ഹൃദയത്തിന്റെ സമനില വിതാനങ്ങളെക്കുറിച്ച് ഓരോന്നു പറയുകയും ചെയ്യുന്നതു കേൾക്കുമ്പോഴായിരുന്നു എന്റെ ദുർബ്ബലഹൃദയം ഏറെപ്പിടച്ചത് എന്ന വാസ്തവം ആരോടു പറയാനാണ്. കൈയിൽക്കിടന്ന കൊടുവാൾ കാലിലെടുത്തിട്ട് മുറിവുപറ്റിയെന്നും ചോരയൊലിച്ചെന്നും പറയുന്നത് ഭോഷ്ക്കാണല്ലോ. പേഷ്യന്റായിക്കിടക്കുന്ന പത്തുദിവസവും എന്നെക്കൊണ്ടും എന്റെ തടികൊണ്ടും കളിക്കാവുന്ന കളി മുഴുക്കെ അവർ കളിച്ചിട്ടുണ്ട്. ഒന്നാംദിവസം രക്തം പരിശോധിച്ചപ്പോൾ നിറയെ പഞ്ചസാരത്തരികളാണത്രേ. രണ്ടാംനാളിലെ റിപ്പോർട്ടിൽ ഹൃദ്രക്തത്തിൽ നിറയെ കൊഴുപ്പിന്റെ പാട. കൊളസ്ട്രോൾ എന്ന പെരിസ്ട്രോയിക്ക. തൂക്കം നോക്കി ഡോക്ടർ പറയുന്നതു കേട്ടു: "ഈ എഴുപത്തെട്ട് അറുപത്തഞ്ചാക്കി കുറയ്ക്കണം. എന്നാലേ രക്ഷയുള്ളൂ. പ്രായം എത്രായീന്നറിയാലോ?"

ഡിസ്ചാർജ് ശീട്ട് എഴുതിവാങ്ങി. നിത്യേന കഴിക്കേണ്ട ഗുളിക മാത്രകൾ നിശ്ചയിച്ച് അവയ്ക്കുള്ള 'ഓല' വേറെ വാങ്ങി. ഇറങ്ങാൻ നേരം ഭാര്യയോട് പ്രത്യേകം പറയുന്നതുകേട്ടു. "ഇനി ഭക്ഷണം വിളമ്പുമ്പോൾ നിങ്ങൾ വേണം ശ്രദ്ധിക്കാൻ. അമിതാഹാരം വിഷം. നിങ്ങൾ സൂക്ഷിക്കുക. നിങ്ങളുടെ കടമ."

കടമ നിർവ്വഹിക്കാൻ അവൾ കേമിയായിരുന്നു. അതിനാൽ അന്നുമുതൽ മറ്റുള്ളവർ വാരിവലിച്ച് എരിവും പുളിയുമുള്ള ആഹാരപദാർത്ഥങ്ങൾ വെട്ടി വിഴുങ്ങുമ്പോൾ അതുംനോക്കി വായിൽ കപ്പലോട്ടാനുള്ള വെള്ളവുമായി ഇവൻ മിണ്ടാതിരിക്കേണ്ട ഗതികേടഞ്ചും തീർത്തും വന്നുപെട്ടു. അവൾ കനിഞ്ഞുവിളമ്പുന്ന ഉണങ്ങിയ ചപ്പാത്തിയും മൊരിഞ്ഞ റൊട്ടിയും കൈപ്പയ്ക്കാക്കറിയും തിന്ന് അഷ്ടി നിറയ്ക്കേണ്ടിവന്നു. ജീരകവെള്ളം കുടിച്ച് ദാഹം ശമിപ്പിക്കേണ്ടിവന്നു.

വല്ലപ്പോഴെങ്കിലും 'മഹാമനസ്ക' ഇട്ടുതരുന്നത് ഒരു കഷണം കോഴിയിറച്ചി. അതും എരിവും പുളിയും കൂട്ടിത്തൊടീക്കാതെ ചുമ്മാ പുഴുങ്ങിയെടുത്തത്. വായയുടെ രുചിപ്പാടുകൾ മുഴുക്കെ ദ്രവിച്ചു നശിച്ചുപോയിരിക്കാം. എന്റെ നാക്കിനു രുചിയൊന്നും അറിയാതായി. ഉപ്പും പുളിയും നിശ്ചയമില്ലാതായി. എന്റെ തൂക്കം കുറയുകയും ശരീരം മെലിയുകയും ചെയ്തു. അപ്പോൾ ചില സുഹൃത്തുക്കൾ നേരിൽ കാണുമ്പോൾ ചോദിച്ചുതുടങ്ങി: "അല്ലാ-അന്നന്നു ചെറുപ്പക്കാരനാവുകയാണല്ലോ. ആ തടിയും കുമ്പയുമൊക്കെ പോയി ആളൊരു സുന്ദരക്കുട്ടപ്പനാവുകയാണല്ലോ. ഇതെങ്ങനെ സാധിക്കുന്നു?"

കേൾക്കക്കേൾക്കെ എന്റെ കെട്ടിയവൾക്കു കാതിനു കൗതുകം. എനിക്കോ കർണ്ണകഠോരം. ഈ ദിശയിൽ വീണ്ടും ചെറുപ്പം വന്നു ഭവിച്ച കാലത്താണ് എന്റെ സുഹൃത്ത്-ഡോക്ടർ പറഞ്ഞത്: "ഒരു യാത്ര നല്ലതാണ്. ടെൻഷൻ കുറയും. ആരോഗ്യം വീണ്ടുകിട്ടും. കൈയിൽ പാസ്പോർട്ടുണ്ടല്ലോ-?"

ഡോക്ടറുടെ അഭിപ്രായം മക്കൾ അറിഞ്ഞപ്പോൾ അവർ വിദേശത്തുനിന്നു വിളിച്ചു പറഞ്ഞു:

"ഉപ്പാ ഒരു ടൂർ സംഘടിപ്പിക്കുന്നു. വരുന്നോ?"

ഫോണിന്റെ മറ്റേത്തലയ്ക്കൽ മുഴങ്ങത്തക്കവണ്ണം ഞാൻ വിളിച്ചു പറഞ്ഞു: "റെഡി-അയാം റെഡി ഫോർ എ ജേർണി-"

എന്റെ കോഴിക്കോടൻ ഇംഗ്ലീഷ് കേട്ട് മക്കൾ ഫോണിന്റെ മറുതലയ്ക്കലിരുന്നു ചിരിച്ചിട്ടുണ്ടാവും. ഏതായാലും അവർ ബാപ്പയുടെ തടിസുഖവിവരങ്ങൾ ചോദിച്ചറിഞ്ഞ് ഒരു യാത്ര തരപ്പെടുത്തി. ഒരു സുഖചികിത്സാ യാത്ര. പെട്ടിയും പടുക്കയുമൊക്കെയായി യാത്ര പുറപ്പെടാനിറങ്ങിയപ്പോൾ പടിക്കലോളംവന്ന് എന്റെ പെണ്ണുംപിള്ള പറഞ്ഞു: "യാത്രയൊക്കെ നല്ലതുതന്നെ. പിന്നെ കിട്ടിയതൊക്കെ വാരിവലിച്ചു തിന്ന് തടി കേടാക്കരുതേ-തടിച്ചു ഡുംഡുവായി വിമാനത്തിൽ തിരിച്ചിങ്ങോട്ടു വന്നാൽ എനിക്കാളു മാറിപ്പോകരുതേ."

അവൾ ചിരിച്ചു. ആ ചിരിയുടെ മണിയൊച്ചയാണ് എന്നിൽ ചെറുപ്പത്തിന്റെ ചന്തം വിടാതെ നിലനിർത്തുന്നതെന്ന് അവളറിയില്ലല്ലോ. ആ മണിയൊച്ചയും കേട്ടാണ് അന്ന് നാടായ നാടൊക്കെ ഞാൻ വട്ടമിട്ടു പറന്നത്.

എന്റെ പട്ടിപ്പേടിയും പേരക്കിടാങ്ങളും

പട്ടികളെയും പൂച്ചകളെയും മടിയിലിരുത്തി ഓമനിക്കുന്ന സാഹിത്യകാരന്മാർ അവകളെ പോറ്റിപ്പരിപാലിക്കുന്ന ചരിതങ്ങൾ വായിക്കാനും അവയുടെ ചിത്രങ്ങൾ കാണ്മാനും നല്ല രസമുണ്ട്. എന്നാൽ ആ ഇനത്തിൽ ഇങ്ങേത്തലയ്ക്കലുള്ള ഇവന്നു പറയുവാനുള്ളത്, 'എനിക്കാവക കമ്പങ്ങൾ ബഹുപേടിയാണ്. നായ്ക്കളെയും പൂച്ചകളെയും പോറ്റുന്നതാപത്ത് തലയിൽക്കേറ്റലാണ്. വേണ്ടാപ്പകിട്ടാണ്. പൊല്ലാപ്പാണ്.' എന്നൊക്കെയാണ്.

ആ ജന്തുക്കളെ മടിയിൽക്കിടത്തിയും എളിയിൽ എടുത്തും ഓമനിച്ചാശ്ലേഷിക്കുന്ന മൃഗപരിപാലകരുടെ ഓരോരോ കളിമ്പങ്ങൾ പ്രകീർത്തിക്കുന്ന ചിത്രങ്ങൾ കാണുമ്പോൾ മനസ്സറിയെ പ്രാർത്ഥിക്കാറുമുണ്ട്. 'എന്റീശ്വരാ–ഇക്കൂട്ടർക്ക് യാതൊരത്യാപത്തും വരുത്തല്ലേ എന്റെ തൃക്കോട്ടൂർക്കാവിലമ്മേ- കൊങ്ങന്നൂരമ്മേ–അവർ ചെയ്യുന്നതെന്താണെന്ന് അവർക്കറിയാഞ്ഞിട്ടാണ്. പാലത്തൂർ പരദേവതമാരേ... അവരെ കാത്തുരക്ഷിക്ക്.'

എന്റെ പേടിക്കും പ്രാർത്ഥനയ്ക്കും അടിപ്പൊരുളായ ന്യായങ്ങളാണ് എനിക്കു പറയുവാനുള്ളത്. ഒരു സർക്കാർ ആശുപത്രിയിലെ ഉദ്യോഗം ഭരിക്കുന്ന കക്ഷിയാണ് ഞാനെന്നു പറയേണ്ടതില്ലല്ലോ. വായിൽനിന്നു കേലയുമൊലിപ്പിച്ച് കിതച്ചും ശ്വാസം കിട്ടാതെ കണ്ണു തുറിച്ചും പേക്രാന്തങ്ങൾ കാണിച്ചുവരുന്ന രോഗികളെ ഐസൊലേഷൻ വാർഡിന്റെ അകത്തേക്കുന്തിക്കയറ്റി ഇരുമ്പഴിവാതിലുകൾ അടച്ചുപൂട്ടിട്ടു പൂട്ടുന്നത് എത്രയോ വട്ടം കണ്ടിട്ടുണ്ട്. രോഗലക്ഷണങ്ങളുമായി എത്തുന്ന രോഗികൾക്കു നേരെ ഗ്ലാസിൽ പച്ചവെള്ളം പകർന്നുനീട്ടുമ്പോൾ അവർ കാണിക്കുന്ന വെപ്രാളവും ബേജാറും നോക്കി അമ്പരന്നു നിന്നിട്ടുണ്ട്.

വാർഡിനകത്തു ബഹളംവെക്കുകയും ചുമരിൽ തലയടിക്കുകയും കിതച്ചു ചാടുകയും കുരയ്ക്കുകയും വായിൽനിന്ന് ഉമിനീർധാരയൊഴുകി മാറിടം മുഴുക്കെ നനഞ്ഞൊട്ടി പരാക്രമങ്ങൾ കാണിക്കുകയും ചെയ്യുന്ന രോഗികളെ തളർത്താൻ അവരുടെ നേരെ വെള്ളം ചാമ്പുന്നു. തളർന്നുവീഴുന്നവർ വീണ്ടുമെഴുന്നേറ്റു മരണപരാക്രമങ്ങൾ കാണിക്കാതിരിക്കാൻ ഓവർഡോസ് മോർഫിയ കുത്തിവെക്കുന്നു. കൈയുറകൾ ധരിച്ച് പേടിച്ചും സൂക്ഷിച്ചും മാത്രം വാർഡിനകത്തേക്കു കയറി രോഗികളെ തളർത്തിയിടുന്ന ശുശ്രൂഷകന്മാർ. ഉണർവ്വിന്റെയും ഉറക്കത്തിന്റെയും മരണഭീതിയുടെയും ദാഹത്തിന്റെയും നിമിഷങ്ങളെണ്ണി കേലയൊലിപ്പിച്ചും നുരപ്പിണ്ടി ചിന്തിയും കിതച്ചുതളർന്നും ശ്വാസംമുട്ടിയും അവർ മരണപ്പെടുന്നു.

ശവം വാർഡിൽനിന്നെടുത്തു മാറ്റി ബന്ധുക്കളെ ഏല്പിക്കുന്ന അറ്റൻഡർ ചിന്നൻ, ബന്ധുക്കൾപോലും കുളിപ്പിക്കാനറയ്ക്കുകയോ പേടിക്കുകയോ ചെയ്യുന്ന ശവം കൈയുറകൾ ധരിച്ച് കുളിപ്പിച്ചു എന്നു വരുത്തുന്നു. വീട്ടിൽ കൊണ്ടുവന്നാൽ പ്രത്യേകമായിട്ട് ഒരു ശവശുശ്രൂഷ ആവശ്യമില്ലല്ലോ. ബന്ധുക്കൾ ചിന്നനു കുടിക്കാൻ മദ്യവും പിന്നെ പതിവനുസരിച്ച് പണവും പ്രത്യേകം കൊടുത്താണ് അവരെക്കൊണ്ടാവാത്ത ഈ പണി ചെയ്യിക്കുന്നത്. മനുഷ്യനിൽനിന്നു മനുഷ്യനിലേക്കു പകരുന്ന രോഗമല്ലെങ്കിലും ശവം ഏറ്റുവാങ്ങി കുളിപ്പിച്ചൊരുക്കാൻപോലും ബന്ധുക്കൾ പേടിക്കുന്ന രോഗം.

പേയിളകിയാൽ പിന്നെ ചികിത്സയില്ല എന്ന് എല്ലാവർക്കുമറിയാമല്ലോ, പട്ടിയെ പൊന്നുപോലെനോക്കി കൊണ്ടുനടന്ന് പ്രതാപം ചമയുന്ന പട്ടിപ്രിയന്മാർപോലും പട്ടികടിയേറ്റു പേയിളകി മരിക്കാൻ ധൈര്യപ്പെടുകയില്ലല്ലോ.

ഇമ്മാതിരി മരണങ്ങൾ പലതവണ കാണാറുള്ള ഇവനെ വിളിച്ച് ഒരുനാൾ കഥാകൃത്ത് എൻ പി മുഹമ്മദ് പറഞ്ഞു: "ഖാദറെ – ഞാനൊരു കഥയ്ക്കു പ്ലാനിട്ടിട്ടുണ്ട്. ഹൈഡ്രോഫോബിയ ബാധിച്ചു മരണമടയുന്ന ഒരു രോഗിയെ കഥാപാത്രമാക്കിയാണ് കഥ. വിശേഷാൽപ്രതിക്കാർക്കു ഞാനതിന്റെ പേരുകൂടി അറിയിച്ചുകഴിഞ്ഞു: നീലപ്പൂക്കൾ, അതുകൊണ്ടു തന്റെ ആശുപത്രിയിൽ അമ്മാതിരിപ്പെട്ട രോഗികളാരെങ്കിലും ഇപ്പോഴുണ്ടെങ്കിൽ എനിക്കതൊന്നു കാണിച്ചുതരണം. ഹൈഡ്രോഫോബിയയെക്കുറിച്ചുള്ള പുസ്തകങ്ങൾ വായിച്ചിട്ടുണ്ടെങ്കിലും പട്ടിപ്രിയന്മാരെയല്ലാതെ പട്ടിക്കടിയേറ്റു പേയിളകിയ പാർട്ടീസിനെ ഞാൻ കണ്ടിട്ടില്ല."

നീലപ്പൂക്കളും പേപ്പട്ടിവിഷബാധയും തമ്മിലുള്ള ബന്ധമെന്താണെന്നൊന്നും ഞാൻ തിരക്കിയില്ല.

എന്റെ കഷ്ടകാലത്തിനോ, എൻ പിയുടെ ആഗ്രഹക്കൂടുതൽ കൊണ്ടോ, അന്നൊരു രോഗി ഐസൊലേഷൻ വാർഡിലുണ്ടായിരുന്നു. ഞാൻ പറഞ്ഞു: "ഇന്നു രാവിലെ ഒരു പേഷ്യന്റിനെ കൊണ്ടുവന്നിട്ടുണ്ട്.

ഒരു ശക്തൻ, വല്ലാതെ വയലന്റ് ആയതിനാൽ എങ്ങനെയെല്ലാമോ ഓവർഡോസ് മോർഫിയ കൊടുത്തു തളർത്തിയിട്ടിരിക്കുകയാണ്. രണ്ടുദിവസത്തിനകം സിദ്ധികൂടും."

അന്നു വൈകുന്നേരം തന്നെ എൻ പി വന്നു. ഐസൊലേഷൻ വാർഡിന്റെ കമ്പിയഴികൾക്കു പുറത്തുനിന്ന് ഞങ്ങൾ വാർഡിനകത്തേക്കു നോക്കി. കമിഴ്ന്നുകിടക്കുന്ന രോഗി താഴോട്ടും മുകളിലോട്ടും തലയിട്ടടിക്കുകയാണ്. വാർഡിന്റെ ഒരു മൂലയിലേക്കു ചുരുണ്ടൊതുങ്ങാനുള്ള ശ്രമം. ചുമരിൽ അള്ളിപ്പിടിച്ചു കയറാനുള്ള ബദ്ധപ്പാട്. കമ്പിയഴികളിൽ മുറുകിയ കൈവിരലുകൾ. ഉമിനീരും ചളിയും പുരണ്ട മാറിടം ഉയർന്നുതാഴുന്നത് കാണാം.

വാർഡിനു പുറത്തു കണ്ണീരൊഴുക്കി കാത്തുനില്ക്കുന്ന ഭാര്യയും മക്കളും. അവരുടെ ഭയവും വേദനയും നിറഞ്ഞ നോട്ടങ്ങൾ. വാർഡിനകത്ത് കമിഴ്ന്നു കിടക്കുന്ന രോഗി കൂടെക്കൂടെ തലയുയർത്തി നോക്കുന്നുണ്ട്. കണ്ണുകൾ മിഴിക്കാൻ പണിപ്പെടുന്നുവോ? പുറത്തു നില്ക്കുന്ന ബന്ധുക്കളെ തിരിച്ചറിയുന്നുവോ? കാണക്കാണേ വല്ലാത്ത ഒരു ശബ്ദം പുറപ്പെടുവിക്കുന്നു. പട്ടിയുടെ മോങ്ങലാണോ?

എൻ പി പറഞ്ഞു: "മതി, പോകാം."

ആശുപത്രിയുടെ ഇടനാഴിയിലൂടെ വരുമ്പോൾ എൻ പി ചോദിച്ചു: "ആരാ ആ രോഗി?"

"വലിയങ്ങാടിയിലെ ഒരു മൂപ്പനാണ്."

ഞാൻ സംഗതികൾ വിശദീകരിച്ചു. ഐസൊലേഷൻ വാർഡിലെ കേസ് ഷീറ്റ് ഞാൻ കണ്ടതാണ്. രാവിലെ രോഗിയെയും കൊണ്ടുവന്നവർ പറഞ്ഞ കഥകൾ കേട്ടതുമാണ്. ഏതോ വീട്ടിലെ ഒരു പോറ്റുനായ ചെറിയ തോതിൽ ഒന്നു കോറിയതായിരുന്നുവത്രേ. അപരിചിതനെക്കണ്ടപ്പോൾ കാണിച്ച ഒരു വികൃതി മാത്രമാണെന്നു വീട്ടുകാരൻ പറഞ്ഞു സമാധാനിപ്പിച്ചു. പട്ടി മാന്തിയ ചെറിയ ഒരു പോറൽ അത്ര കാര്യമാക്കിയതുമില്ല. എന്നിട്ടും ആരോ പറഞ്ഞു നിർബ്ബന്ധിച്ചതിനാൽ രണ്ടുമൂന്നു ദിവസം സൂചിവെപ്പിച്ചിരുന്നുവത്രേ. പത്തു സി സി വീതം ആന്റി റാബിക് വാക്സിൻ നടുവയറ്റിലെ പേശിയിൽ മൂന്നുദിവസം കുത്തിക്കയറ്റിയപ്പോഴേക്കും വേദന താങ്ങാൻ കഴിഞ്ഞില്ലത്രേ. പോറ്റുനായയുടെ ഉടമസ്ഥൻ പറഞ്ഞതാണല്ലോ ടോമിയുടെ ഒരു ചില്ലറ വികൃതിമാത്രമാണ് ആ മാന്തലെന്ന്, ആ നിസ്സാര സംഭവത്തിന് ഇനിയും ഏഴുദിവസം, അല്ലെങ്കിൽ പതിന്നാലു ദിവസം വലിയ സൂചി വയറ്റിൽ കുത്തിക്കയറ്റി പത്തു സി സി വീതം മരുന്ന് അകത്താക്കുകയോ? ആ ശുദ്ധൻ കുത്തിവെയ്പ് നിർത്തി.

ടോമി ഒരാഴ്ച കഴിഞ്ഞപ്പോൾ പെട്ടെന്നു പിടഞ്ഞു ചത്ത കാര്യം ഗൃഹനാഥൻ ആരോടും പറഞ്ഞതേയില്ല. വലിയങ്ങാടിയിലെ ബഹളത്തിൽ മൂപ്പൻ പട്ടിക്കുഞ്ഞ് പോറലേല്പിച്ച കാര്യം മറക്കുകയും ചെയ്തു.

പിന്നീടൊരുനാൾ സിറ്റിബസിൽ കയറിയപ്പോൾ ഒരു വല്ലായ്മ. കാറ്റേല്ക്കുമ്പോൾ വല്ലാത്ത വിറയൽ. പനി. ഓടുന്ന ബസിൽനിന്ന് എടുത്തുചാടാൻ ഒരുങ്ങിയത്രേ. ആരൊക്കെയോ പിടിച്ചുനിർത്താൻ ശ്രമിച്ചു.

സഹയാത്രികരിൽ ചിലരാണ് കക്ഷിയെ ആശുപത്രിയിലെത്തിച്ചത്. പന്തികേടുകൾ ശ്രദ്ധിച്ച ഡോക്ടർ ഒരു ഗ്ലാസ് വെള്ളം കൊണ്ടുവരാൻ ആരോടോ പറഞ്ഞപ്പോൾ രോഗി ക്ഷുഭിതനായത്രേ. പിന്നെ കാട്ടിക്കൂട്ടിയത് മുഴുക്കെ പരാക്രമങ്ങളും പേക്രാന്തങ്ങളും. ഇരുമ്പഴി വാർഡിനകത്തായപ്പോഴാണ് ആദ്യത്തെ ആക്രോശം മുഴങ്ങിയത്. “റബ്ബേ–ഞാൻ മരിക്കല്ലേ. എനിക്കെന്റെ മക്കളെയും വീടരെയും കാണണല്ലോ.”

പിന്നെ പൊട്ടിക്കരച്ചിൽ, ബോധം നശിക്കൽ, ബോധം തെളിയുമ്പോൾ അട്ടഹാസങ്ങളും ആർത്തനാദങ്ങളും, വിവരമറിഞ്ഞെത്തിയ ഭാര്യയും മക്കളും. വാർഡിനു പുറത്തുനിന്നുകൊണ്ട് തങ്ങളുടെ നാഥൻ കാട്ടിക്കൂട്ടുന്നതൊക്കെ കണ്ണീരോടെ നോക്കി നെടുവീർപ്പിടുന്ന കുടുംബം.

എൻ പി എല്ലാം മൂളിക്കേട്ടു. അന്നു സന്ധ്യക്ക് എന്നും ഒത്തുകൂടാറുള്ള താവളത്തിലെ കസേരകളിൽ ചാഞ്ഞിരുന്നു എഴുതാനുദ്ദേശിക്കുന്ന കഥയിലെ രംഗങ്ങൾ എൻ പി പറയുവാൻ തുടങ്ങി. ഹൈഡ്രോഫോബിയയെക്കുറിച്ച് അതുവരെ വായിച്ച ഗ്രന്ഥങ്ങൾ, കഥകൾ, അടഞ്ഞുപോകുന്ന കണ്ണുകൾ, വിറങ്ങലിക്കുന്ന തൊണ്ടക്കുഴൽ. തെളിഞ്ഞും ഒളിഞ്ഞും ഓളംമറിയുന്ന ഓർമ്മകൾ, ഒടുവിലത്തെ കെടുന്തിരിയുടെ ആളിക്കത്തൽ, പട്ടിയുടെ ഉമിനീർ, തുറിച്ചുന്തിവരുന്ന നാവ്, ഇളിയുന്ന പല്ലുകൾ, നീലപ്പൂക്കളും പേപ്പട്ടിവിഷബാധയും കഥയായി എന്റെ മുമ്പിൽ വിടരുകയാണ്. എൻ പി എന്നത്തേക്കാളും വാചാലനായിരുന്നു. ആഴ്ചവട്ടത്ത് ബസിറങ്ങിയപ്പോഴും എൻ പി പറഞ്ഞു: “ഇന്ന് എഴുത്തിന് തുനിയില്ല. നാളെ അല്ലെങ്കിൽ മറ്റന്നാൾ, രണ്ടുദിവസം ഐസൊലേഷൻ വാർഡിലെ മൂപ്പൻ എന്റെ മനസ്സിൽ കിടക്കും–”

വീട്ടിലെത്തിയപ്പോൾ വീടടച്ചുപൂട്ടി ഭാര്യയും മക്കളും സിനിമയ്ക്കു പോയിരുന്നു. പടിക്കൽ കുറിപ്പുവെച്ചിട്ടുണ്ട്. തിരിച്ചെത്താൻ ഒൻപതരയെങ്കിലും ആവും. വീടു തുറന്നു ഞാൻ അകത്തു കയറി. മനസ്സിൽ അതുവരെ കണ്ടതും എൻ പി പറഞ്ഞതുമായ കാര്യങ്ങൾ. പെട്ടെന്ന് ഒരു ഓർമ്മ അഗ്നിച്ചൂളപോലെ മനസ്സിലേക്ക് അടർന്നുവീണു. ഐസൊലേഷൻവാർഡിലെ മൂപ്പന്റെ സ്ഥാനത്ത് ഞാനായിരുന്നെങ്കിലോ? പുറത്ത് കണ്ണീരും കൈയുമായി കാത്തുനില്ക്കുന്ന തൃക്കോട്ടൂരുകാരിയും മക്കളും!

എൻ പി പറഞ്ഞ കഥയിലെ ലോഹിതാക്ഷൻ. നായ്ക്കളെ മക്കളെക്കാളേറെ സ്നേഹിച്ചുകൊണ്ടുനടന്ന പുസ്തകപ്രേമിയായ ലോഹിതാക്ഷൻ. പിളർന്ന വായിലൂടെ ഒഴുകുന്ന നുരപ്പിണ്ടികൾ. ഭയം എന്റെ വീട്ടിനകത്ത് എമ്പാടും നിഴലുകൾ വീഴ്ത്തുന്നു. വെറുതെ പേയിളകുമോ?

ഇല്ല- എങ്കിൽ വീട്ടിൽ ഞാൻ ഓമനിച്ചു പോറ്റിയ കുറിഞ്ഞിപ്പൂച്ച ഭക്ഷണ മേശയ്ക്കു ചുവട്ടിൽ ഞാൻ എന്നും എറിഞ്ഞുകൊടുക്കുന്ന ദോശക്കഷ ണത്തിനോർമ്മിപ്പിച്ചുകൊണ്ടു ചെറുതായി എന്റെ തണ്ടക്കാലിൽ ഒന്നു മാന്തിയിരുന്നുവല്ലോ.

ആ കുറിഞ്ഞി ഒരാഴ്ചമുൻപു പെട്ടെന്നു കുളിമുറിയുടെ വാതില് ക്കൽ കക്കിക്കുകയും പിടഞ്ഞു പിടഞ്ഞു ചാവുകയും ചെയ്തിട്ടുണ്ടല്ലോ. അതിനു അസുഖം വല്ലതും? ആ ചോദ്യം എന്റെ വയറ്റിൽ ആളിക്കത്തി. എന്റെ ഞരമ്പുകൾ സകലതും അപ്പോൾ തളർന്നു. എനിക്കു വയറിളക്കം വന്നു. കക്കൂസിലെ വെള്ളം കണ്ടപ്പോൾ ഒരു വിറയൽ തോന്നിയോ?

ഏകാന്തത അപ്പോഴാണ് ഏറ്റവും അസഹ്യമായ ഒരു പേടിയുടെ രൂപത്തിൽ എന്നെ വേട്ടയാടിയത്. എനിക്ക് അകാരണമായി വിയർക്കു കയും തൊണ്ട വരളുകയും ചെയ്തു. ഞാൻ ഉമ്മറത്ത് ചെന്നിരുന്നു. അകത്തുചെന്ന് കൂജയിലെ തണുത്ത വെള്ളം എടുത്തു മോന്തണമെ ന്നുണ്ട്. ഭയം അതിനനുവദിക്കുന്നില്ല. നിരത്തിലൂടെ ആളുകൾ പോകു ന്നതും ബസുകൾ ഓടുന്നതും കാണാം. തെരുവുവിളക്കുകൾ എല്ലാം കത്തുന്നുമുണ്ട്. എങ്കിലും എന്റെ കൺപോളകളെ എനിക്കു നിയന്ത്രി ക്കാൻ പറ്റാതാവുന്നുണ്ടോ?

മനസ്സിൽ നിറയെ ഐസൊലേഷൻ വാർഡിൽ ചത്തുവീണ രോഗികൾ.

വയനാട്ടിൽനിന്ന് ഒരാഴ്ചമുമ്പു വന്ന ആ ധനികൻ കുട്ടിയുടെ മുഖത്തേക്കു വെള്ളം ചീറ്റിയടിച്ചത് അറ്റൻഡർ കുട്ടാപ്പുവായിരുന്നുവല്ലോ. ആ കുട്ടിയെ ഇഞ്ചക്ഷൻ നല്കി തളർത്തിയിട്ടതു സിസ്റ്റർ ഫിലോമിനയാ യിരുന്നു. അവരുടെ കൈയുറയിട്ട വിരലുകൾ.

അയൽപക്കത്തെ ജോണിയുടെ മരണം മനസ്സിൽ നുരചിന്തി.

ടെലിഫോൺ വകുപ്പിൽ ലൈൻമാനായ ജോണി. ഏതോ വീട്ടിലെ വളർത്തുപട്ടിയുടെ കടി.

രാഘവൻ വൈദ്യരുടെ പീടികയ്ക്കു മുകളിലെ മുറിയിൽ, വായന ശാലയുടെ തൊട്ടടുത്ത് നാട്ടുചികിത്സ നടത്തിയിട്ടും നുരപ്പിണ്ടി ചിന്തി ചത്ത തമിഴ്നാട്ടുകാരനായ വേലു.

ശങ്കരനാരായണന്റെ മകൾ അനിത. പോമറേനിയൻ പട്ടിക്കുട്ടികളു മായി, കെട്ടിമറിഞ്ഞു കളിക്കാറുള്ള കളിമ്പം വിട്ടുമാറാത്ത ആ പെൺകുട്ടി വീട്ടുമുറിക്കകത്തുവെച്ചുതന്നെ അവസാന ശ്വാസം വലിച്ചു. മധുവിധു വിന്റെ ലഹരിമാറാത്ത ചെറുപ്പക്കാരൻ അനിതയ്ക്കു കൂട്ടായി ആ മുറിയിൽ, മരണം തന്റെ മണവാട്ടിയെ റാഞ്ചിക്കൊണ്ടുപോകുന്ന കാഴ്ച യും നോക്കിയിരുന്നു. നിസ്സഹായൻ. കൈവിരലുകളിൽ കടിയേറ്റ അനിത "ഇഞ്ചക്ഷൻ എടുത്തുതീരുംമുമ്പ്"- എനിക്കു വീട്ടിനകത്തേക്കു കയറാൻ ഭയം തോന്നി. ഇഴയുന്ന സമയത്തെ കൊല്ലാൻ പാടുപെട്ടു.

ഭാര്യയും മക്കളും സിനിമ കഴിഞ്ഞെത്തിയപ്പോൾ പരിഭ്രാന്തനായി

പടിക്കൽ നില്ക്കുന്ന ഇവനെ കണ്ടു ചോദിച്ചു: "എന്തു പറ്റീ; എന്താ വല്ലാതിരിക്കുന്നത്?" ഞാൻ എന്തൊക്കെയോ പറഞ്ഞുവത്രേ. കാൽ തണ്ടയിൽ ചെറുതായൊന്നു മാന്തിയ കുറിഞ്ഞിയുടെ കുസൃതി. കുളിമുറിവാതില്ക്കൽ ചത്തുകിടക്കുന്ന കുറിഞ്ഞി. ഭാര്യ പറയുന്നുണ്ടായിരുന്നു; "പൂച്ചയെ എടുത്തുപോറ്റുമ്പോഴും കാല്ക്കൽ തിന്നാനെന്തെങ്കിലും ഇട്ടുകൊടുക്കുമ്പോഴും ഞാൻ എപ്പോഴും പറയാറുള്ളതാ, ദുശ്ശീലാ, പൂച്ച മാന്തും എന്നൊക്കെ. ഇപ്പോ പൂച്ച മാന്തിയതിനാ ഈ പരാക്രമം മുഴുക്കെ, പൂച്ച ചത്തത് അങ്ങേതിലെ കാടന്റെ കടിയേറ്റിട്ടാ."

"അങ്ങേതിലെ കാടൻ ഇപ്പോഴും ഉണ്ടോ?"

അടുക്കളവാതിൽ തുറന്ന് എനിക്ക് ആ കാടനെ അവൾ കാണിച്ചു തന്നു. എന്നിട്ടും എനിക്കു ധൈര്യം വന്നില്ല.

"പൂച്ച മാന്തീട്ടൊന്നും ഉണ്ടാവൂല-നിങ്ങൾക്കു തോന്നുന്നതാ."

ഭാര്യ അങ്ങനെ പലതും പറയുന്നുണ്ടായിരുന്നു. ഒന്നും ഞാൻ കേട്ടില്ല. ഞാൻ ടോമിയുടെ ഗൃഹനാഥൻ പറഞ്ഞതാണോർത്തത്. ആ രാത്രി പുലരാനും വളരെ നേരമെടുത്തിരുന്നു. പിറ്റേന്നു രാവിലെ ഞാൻ ആശുപത്രിയിലെത്തി. ഭാര്യയും ഒപ്പം വന്നു. രാത്രിയിലെ എന്റെ പരിഭ്രമങ്ങൾ മുഴുക്കെ അവൾ ഡോ. മാത്യുതരകനെ പറഞ്ഞുകേൾപ്പിച്ചു. തലേന്നു വൈകുന്നേരം ഞാനും എൻ പിയും ഐസൊലേഷൻ വാർഡിൽ ചെന്ന കഥ ഞാനും പറഞ്ഞു. എല്ലാം കേട്ട ഡോക്ടർ പറഞ്ഞു: "പൂച്ച മാന്തീന്നു സംശയം ഉണ്ടെങ്കിൽ, ആ പൂച്ച ചത്ത നിലയ്ക്ക് എന്തായാലും ഇഞ്ചക്ഷൻ എടുക്കുന്നതാണ് നല്ലത്. മനസ്സമാധാനവും കിട്ടുമല്ലോ."

ഡോക്ടർ കുറിപ്പടി തന്നു. ആന്റി റാബിക് വാക്സിൻ പത്തു സി സി വീതം ഏഴു ദിവസം. കൂട്ടത്തിൽ ഡോക്ടർ പറഞ്ഞു: "കൂനൂരിൽ ചെന്നാൽ പാസ്റ്റർ ഇൻസ്റ്റിറ്റ്യൂട്ടുകാരുടെ വാക്സിൻ കിട്ടും. അതു രണ്ടു സി സി വീതം ഏഴുദിവസം ചെയ്യുക. വേദന കുറഞ്ഞുകിട്ടും. ഇവിടുത്തെ പത്തു സി സിക്കു പകരം അതുമതി."

സംഭവമറിഞ്ഞ് എൻ പിയും മറ്റു ചങ്ങാതിമാരും ആദ്യം കുറേ കളിയാക്കി. എന്റെ മട്ടും മാതിരിയും മുഖവും ആകെപ്പാടെ മാറിയിട്ടുണ്ടെന്നു മനസ്സിലാക്കിയപ്പോൾ അവരും പറഞ്ഞു: "റിലാക്സ്-നിനക്കു കൂനൂരിൽ ചെന്നു വാക്സിൻ വാങ്ങി ഇഞ്ചക്ട് ചെയ്യാം. റിസ്കിനു നില്ക്കണ്ടല്ലോ."

എൻ പി 'നീലപ്പൂക്കൾ' എഴുതുന്നതു നിർത്തിവെച്ചു.

അന്നുതന്നെ കൂനൂരിലേക്കു പുറപ്പെട്ടു. പാസ്റ്റർ ഇൻസ്റ്റിറ്റ്യൂട്ടിലെ ഇഞ്ചക്ഷൻ മരുന്നുവാങ്ങി അന്നുതന്നെ കുത്തിവെപ്പും ആരംഭിച്ചു. പൊക്കിളിനു ചുറ്റം ഏഴുദിവസം രണ്ടു സി സി വീതം ആന്റിറാബിക്സ് വാക്സിൻ കുത്തിക്കയറ്റി. നാലുമാസക്കാലം പഥ്യത്തോടെ കഴിഞ്ഞുകൂടുകയും ചെയ്തു.

മരണഭയമാണല്ലോ ഏറ്റവും വലിയ ഭയം. കുരച്ചും നുര ചിന്തിയും പേക്രാന്തങ്ങൾ കാണിച്ചും മരണപ്പെടുന്ന പേപ്പട്ടികടിയേറ്റവരുടെ ദുരന്തം കരിവീഴ്ത്തിയ മരണഭയം...

ആ സംഭവത്തിനുശേഷം പട്ടിയുള്ള വീടുകളിൽ ചെല്ലാറേയില്ല. അഥവാ ചെന്നാൽ കാര്യം ആദ്യമേ വീട്ടുടമയോടു പറയും. എന്റെ പേടി വീട്ടുടമയെ രസിപ്പിക്കുമെങ്കിലും പട്ടിയെ ഞാൻ പടിയിറങ്ങുന്നതുവരെ കൂട്ടിൽനിന്നു പുറത്തിറക്കാറില്ല. തരം കിട്ടിയാൽ അവരോടൊക്കെ എന്റെ "പേപ്പട്ടിപ്പേടിപ്പുരാണം" പറയുകയും ചെയ്യും. പൂച്ചയെ ആരെങ്കിലും പെട്ടിയിലാക്കി എന്റെ വീട്ടുമുറ്റത്ത് നടതള്ളിയാൽ, ആർക്കെങ്കിലും ചായ ക്കാശ് കൊടുത്ത് അവറ്റകളെ മറ്റേതെങ്കിലും തൊടിയിലേക്കു നാടുകട ത്തുകയും ചെയ്യും. സംഗതി ഇങ്ങനെയൊക്കെയാണെങ്കിലും എനിക്കും വേണമല്ലോ ചില കളിതമാശകൾ. പേരിന് ഒരു ഹോബി. അതിനാൽ ഞാനെന്റെ പേരക്കിടാങ്ങൾക്ക് ആനകളിക്കാൻ കുനിഞ്ഞു കൊടുക്കുന്നു.

എന്റെ ഇരുചെവിയിലും പിടിച്ച് അവർ "എടത്തോട്ടു തിരിയാനെ, വലത്തോട്ട് തിരിയാനെ" എന്നു പറഞ്ഞ് എന്നെ പിച്ചുകയും മാന്തുകയും ചെയ്യുന്നു. അവരുടെ മാന്തലും കടിയുമേറ്റാൽ പേടിക്കേണ്ട.... നിശ്ചയ മായും ഹൈഡ്രോഫോബിയ വരില്ല. ആ പേരക്കിടാങ്ങളുടെ കൊച്ചരിപ്പ ല്ലുകളിലും കൊച്ചു കൈനഖങ്ങളിലും മരണത്തെ മറികടക്കുന്ന ജീവിതാഹ്ലാദത്തിമർപ്പുകളുടെ ദിവ്യരസമൂറിക്കിടപ്പുണ്ട് എന്നു ഞാനറി യുന്നു.

പരംപൊരുൾ: കവികുലശ്രേഷ്ഠൻ കുഞ്ചൻനമ്പ്യാർ പേപ്പട്ടിവിഷ ബാധയേറ്റാണല്ലോ മരിച്ചത്. അദ്ദേഹം ഒരു നായ്പ്രിയനായിരുന്നുവോ ആവോ! സ്യമന്തകം തുള്ളലിലെ നായ്പുരാണം:

"കേളച്ചാരുടെ കാളൻനായുടെ
ശീലം നിങ്ങളറിഞ്ഞിട്ടില്ല.
ചാലേപന്നികൾ കോലം കണ്ടാൽ
വാലുംതറ്റുപായും കള്ളൻ
ചാത്തച്ചാരുടെ ചാത്തൻനായും
തൊമ്മച്ചാരുടെ തൊമ്മൻനായും
കണ്ടച്ചാരുടെ കണ്ടൻനായും
കോരച്ചാരുടെ വീരൻനായും
പടയ്ക്കു നല്ലവനിടയ്ക്കുമാകാ
യ്ക്കിടയ്ക്കുനല്ലവൻ പടയ്ക്കുമാകാ"

അശ്വഗന്ധാദി ലേഹ്യം അബുദാബിയിലേക്ക്

പെറ്റ പെണ്ണിന് ഈറ്റ് എങ്ങനെയൊക്കെ വേണമെന്ന് ഈയുള്ളവന്റെ പെണ്ണുംപിള്ളയ്ക്ക് നല്ല പിടിയുണ്ട്. അഞ്ചു പെറ്റിട്ടും അല്പവും ഉലയാത്ത തണ്ടും തടിയുമായി അവൾ വാണരുളുന്നത് പേറ്റുചികിത്സയുടെ പകിട്ടുകൊണ്ടുതന്നെയാവണം. അബുദാബിയിലെ ആശുപത്രിയിൽ മകൾ പെറ്റു എന്നു കേട്ടപ്പോൾ കയറെടുത്തോടാനൊന്നുമല്ല അവൾ തുനിഞ്ഞത്. കുട്ടി എന്ത് എന്നു ചോദിച്ചു. ആണാണെന്നറിഞ്ഞപ്പോൾ എപ്പോഴാ പ്രസവം നടന്നത് എന്നായി ചോദ്യം.

ഇളയുച്ചനേരത്താണെന്നും ബുദ്ധിമുട്ടശേഷവും ഈശ്വരകൃപയാൽ ഉണ്ടായിട്ടില്ല എന്നും അവിടെനിന്നു വിളിച്ചുപറഞ്ഞപ്പോൾ അവൾ വീണ്ടും ചോദിച്ചത് കുളിപ്പിക്കാനും കഴുകിക്കാനും ഒരു തള്ളയെ ഏർപ്പാടു ചെയ്തിട്ടുണ്ടെന്ന് ഈയിടെ എഴുതിയിട്ടുണ്ടായിരുന്നുവല്ലോ, അവർ എത്തിയോ എന്നാണ്. എത്തിയെന്ന വാർത്ത കേട്ടപ്പോഴാണ് അവൾ ജഗന്നിയന്താവിനെ തൊഴുതത്. ഫോൺ താഴെവയ്ക്കാതെതന്നെ ധർമ്മപത്നി പറഞ്ഞു: "അൽഹംദുല്ലില്ലാ."

(കർത്താവായ ഈശോ മിശിഹായ്ക്കു സ്തുതി. മരുന്നിങ്ങൽ കാവിലമ്മയ്ക്കു നെയ്പ്പായസം. നാളാംകുറ്റി ആണ്ടവർക്ക് നാലുമുഴം കച്ചത്തോർത്ത്. പിന്നെ മുപ്പത്തി മുക്കോടി ദൈവഗണങ്ങൾക്കു പൊത്തനയും എടുത്താലും കൊടുത്താലും തീരാത്തത്ര നന്ദി. പരദേവതകളേ എന്ന വിളി)

മകളെ അബുദാബിയിലേക്കു വിമാനം കയറ്റുവാൻ അനന്തപത്മനാഭപുരി വരെ അവളും അനുഗമിച്ചതാണല്ലോ, വിമാനത്തിൽ കയറാൻ നേരത്ത് ദുബായിൽ പറന്നിറങ്ങുന്ന സകലമാന പേരോടും പറഞ്ഞി

രുന്നു: "എയർപോർട്ടിൽ ഇവളടെ കെട്ടിയവൻ കാത്തുനില്ക്കുന്നുണ്ടാവും. ഒന്നു ശ്രദ്ധിക്കണേ – ഇത് വല്ലാത്ത സമയമാണേ–"

ഇവ്വിധമെല്ലാം നുള്ളിപ്പെറുക്കി പറയുന്നതെന്തിനാണെന്ന് ഒരു പോയത്തരം കൊണ്ട് ഇവനന്നു ചോദിച്ചു. അതിനിവളുടെ മറുപടി നാലുമാസം വയറ്റിലുള്ള പെണ്ണിന്റെ സ്ഥിതിഗതികൾ ആണുങ്ങൾക്ക് എന്തറിയാം എന്ന മറുചോദ്യമായിരുന്നു. ശരിയാണല്ലോ, ആണുങ്ങൾക്ക് എന്തറിയാം? മകൾക്ക് കുളിക്രമം തെറ്റിയപ്പോൾ കെട്ടിയവൻ ലീവ് കഴിഞ്ഞ് അബുദാബിയിൽ എത്തിയിട്ടുണ്ട്. നീട്ടിവിവരിച്ച് മകളക്കാര്യം കണവനെഴുതിയപ്പോൾ കത്ത് വായിച്ച മണവാളന് "ബഹുത്ത് കുശി." പെണ്ണിനെ കാണാനാശ. മധുവിധുവിന്റെ മധുരം വിട്ടുമാറാത്തവർക്കു പിന്നെയും പലവിധ സ്വപ്നങ്ങൾ നുണയുവാനാശ.

കത്തു വായിച്ചു തീർക്കുംമുമ്പേ കക്ഷി വിസാ സമ്പാദിക്കുവാനുള്ള വഴികൾ ആരായുന്നു. കല്യാണപ്പിറ്റേന്നുതന്നെ മറുകര താണ്ടാൻ ലാക്കുവെച്ച് പാസ്പോർട്ടപേക്ഷ കൊടുത്തതെത്ര നന്നായി എന്നു ഫോൺഭാഷണം. മിതഭാഷിണി. പിന്നെ മകളുടെ വക ഇങ്ങോട്ട് ഒരു ശുപാർശ: "ഉപ്പാക്ക് കുറെ പരിചയവും പിടിയുമൊക്കെയില്ലേ– പാസ്പോർട്ട് വേഗം കിട്ടാൻ – എന്തെങ്കിലും ചെയ്യാൻ, ഒന്നുത്സാഹിക്കാൻ അവിടുന്ന് പറയുന്നുണ്ട്."

പരിചയവും പിടിയുമൊന്നുമില്ലാ എന്നു പറയുവാനൊക്കുമോ? ആൾ പത്തുപേർ കേട്ടാലറിയും പെരുമക്കാരനാണല്ലോ. എങ്കിൽ ശരി ഏറ്റു. ഏറ്റിറങ്ങിയ കാര്യം നേടിവന്ന കഥയേയുള്ളൂ. എന്നു പറഞ്ഞപോലെ കാണേണ്ടവരെ കണ്ടു. കയറി പരിചയപ്പെട്ടു. കേട്ടിട്ടില്ലേ കണ്ടർമേനോന്റെ കണക്കെഴുത്തുകാരനെക്കുറിച്ചു കേട്ടിട്ടില്ലേ എന്നുറക്കെ ചോദിക്കയും ചെയ്തു.

അങ്ങനെ പാസ്പോർട്ട് തരപ്പെടുത്തിക്കൊടുത്തു. പിതൃകർമ്മം നിർവ്വഹിച്ച സംതൃപ്തി നേടുകയും ചെയ്തു. ഫോട്ടോസ്റ്റാറ്റ് കോപ്പിയെടുത്തപ്പോഴേക്കും വിസ പറന്നെത്തി. മകൾക്കു പറക്കാനുള്ള വിമാനച്ചീട്ടും എത്തി. പുറപ്പെടും ദിവസത്തിന്റെ ശുഭമുഹൂർത്തങ്ങൾ നിരൂപിച്ചറിയുകയും ചെയ്തു. എന്നാൽ കുടുംബാംഗങ്ങളിൽ ചിലർ നമ്മുടെ നൽപ്പാതീമണിയോടു ചോദിക്കുന്നു: "പറഞ്ഞതു ശരിയാണെങ്കിൽ ഈ സമയത്ത് ഇങ്ങനെ വിമാനം കയറലും പറക്കലും പിന്നെ കണ്ണെത്താദൂരത്ത് കണ്ണുംനട്ടിരിക്കലും നന്നോ? നാലാം മാസമായി എന്നല്ലേ നീയ്യ് പറഞ്ഞത്. നീയും പെറ്റോളല്ലേ?"

"പോഗുന്നെങ്കിൽ ഉടനെ പോകണം. ഇനിയും മാസങ്ങൾ കഴിഞ്ഞാ പേറടുത്ത സമയത്തെ പറക്കലാവും. അതാ പറ്റാത്തത്–"

തൃക്കോട്ടൂരുകാരിയാണെങ്കിലും പറഞ്ഞത് പവൻമാറ്റ് ന്യായം തന്നെ. അപ്പോഴും ഒരു വായ്ത്താരി കേട്ടു: "ഈ ആണുങ്ങൾക്കെന്തറിയാം."

ഒന്നുമറിയില്ല. കുളിക്രമം തെറ്റിയപ്പോൾ ഗൈനോക്കോളജിസ്റ്റിനെ ചെന്നുകണ്ടത് അവളും മകളുമാണല്ലോ. മരുന്നും മാത്രകളും മുറതെറ്റാതെ കഴിക്കണമെന്ന് മകളെ അവൾ ഉപദേശിച്ചിട്ടുമുണ്ട്. മൂത്രം കൂടെക്കൂടെ പരിശോധിപ്പിക്കണമെന്നും പറയുന്നുണ്ട്. പിന്നെ അറബിക്കെട്ടിലാണെങ്കിലും അവിടെ പേറും പിറപ്പും നടക്കുന്ന നാടുതന്നെയാണല്ലോ. പറന്നക്കരെ പൂകിയ മകൾ സംഗതികളൊക്കെ വിളിച്ചുപറയാറുണ്ടായിരുന്നു. നാഡിമിടിപ്പിന്റെ ഗതിവിഗതികൾ. മൂത്രത്തിന്റെ നിലപാടുകൾ. കുഞ്ഞിന്റെ തൂക്കം. ശരീരത്തിന്റെ മെലിച്ചിൽ. പിന്നെയൊരിക്കൽ ഇത്രയുംകൂടി മകൾ പറയുന്നതു കേട്ടു. "ചിലപ്പോൾ കത്രികപ്രയോഗം വേണ്ടിവന്നേക്കാമെന്നു ഡോക്ടർ പറഞ്ഞിട്ടുണ്ട്. കത്രികയെങ്കിൽ അത്. കഠാരയെങ്കിൽ അങ്ങനെ." എന്തിനും തയ്യാർ എന്ന മട്ടിൽ കടിഞ്ഞൂൽ പേറുകാരി "പയക്കം" പറയുന്നതു കേട്ട് പൂഴിത്തേരിക്കുന്നത്തെ കുഞ്ഞിസീതിത്തങ്ങളേയും, ബാഗ്ദാദിൽ മറമാടിയ മുഹിയിദ്ദീൻ ശൈഖിനെയും ഉറക്കെ വിളിച്ചത് അഞ്ചെണ്ണത്തിനെ തൃക്കോട്ടൂരിലെ തറവാട്ടു പേറ്റുമുറിയിൽ "പോടാ പുല്ലേ" എന്ന മട്ടിൽ പെറ്റിട്ട് പിന്നെ അതിറ്റങ്ങളെയെല്ലാം പോറ്റിപ്പരിപാലിച്ചിത്രവരെയെത്തിച്ച നമ്മുടെ തൃക്കോട്ടൂരുകാരിയായിരുന്നു!

മകളെന്തു പറഞ്ഞു എന്നറിയാൻ അക്കാലത്തെ രാത്രികാലങ്ങളിൽ കിടക്ക വിട്ടെഴുന്നേറ്റു കോട്ടുവായിടാതെ കാത്തുകെട്ടി ഫോണിന്റെയടുത്ത് അവളുടെ മുമ്പിൽ ചെന്നു നില്ക്കാറുള്ള തൃക്കോട്ടൂർ പെരുമക്കാരനോട് അവൾ പറയാറുണ്ട്:

"പെണ്ണിന്റെ ഒരു സ്റ്റൈലാക്കല്. സിസേറിയൻ എന്നു നാക്കുകൊണ്ട് പറഞ്ഞാ മതി. അതിനുമാത്രം ആരോഗ്യം ഉണ്ടെങ്കിലല്ലേ? പടച്ചോൻ കാക്കട്ടെ - നേർച്ചക്കാര് സലാമത്താക്കട്ടെ - ഇപ്പത്തെ കുട്ട്യോൾക്ക് അനങ്ങ്യാ സിസേറിയൻ-"

പടച്ചതമ്പുരാൻ കാക്കുകയും നേർച്ചക്കാർ "സലാമത്താക്കു"കയും ഉണ്ടായി. അവൾ ഒരാൺകുട്ടിയെ പ്രസവിക്കുകയും ചെയ്തു. അബുദാബിയിലെ ആശുപത്രിയാണ്. എണ്ണയുടെ നാട്ടിലെ ആശുപത്രികൾ എണ്ണം മികച്ചവയാണെന്നു കാണുവാൻ ഇടവന്നിട്ടുമുണ്ട്. പേറിനും പേറിന്റെ ചികിത്സയ്ക്കും പോന്നവയാണെന്നും കേട്ടിട്ടുണ്ട്. പോരാത്തതിന് നാട്ടുകാരും സ്നേഹിതന്മാരുമുണ്ട്. ബന്ധുക്കളുമുണ്ട്. മകന്റെ അളിയനുണ്ട്. കെട്ടിയവന്റെ ജ്യേഷ്ഠനും ജ്യേഷ്ഠഭാര്യയുമുണ്ട്. മകളുടെ മൂത്തമ്മയുടെ മകൻ അസ്സുവുണ്ട്. മിണ്ടാനും പറയാനും വിളിച്ചാൽ കേൾക്കാനും അബുദാബി ആശുപത്രിയിലെ റേഡിയോഗ്രാഫർ അഹമ്മദ്. കക്ഷിയുടെ ഭാര്യ. ആശുപത്രിയിലെ ഹെഡ്നഴ്സാണ് അഹമ്മദിന്റെ ഭാര്യയെന്ന് ഒരു കുറി ഫോണിലൂടെ മരുമകനോട് പറയുകയും ചെയ്തിട്ടുണ്ടല്ലോ. എങ്കിലും കാര്യം "സലാമത്തായി" എന്നറിഞ്ഞതു മുതൽ തൃക്കോട്ടൂരുകാരിക്ക് ഒരു എരിപൊരി സഞ്ചാരം.

അബുദാബിയിലേക്ക് അടുത്താരെങ്കിലും പോകുന്നുണ്ടോ? അന്വേഷിച്ചന്വേഷിച്ചു പലപല ദിക്കുകളിൽ ചെല്ലുന്നു. ഒടുവിൽ തൃക്കോട്ടൂരിലുമെത്തി. ബന്ധത്തിൽ ഒരാൾ പോകുന്നുണ്ട്. കക്ഷിയെ കണ്ടുപിടിച്ചു. പെണ്ണായ പെണ്ണ് വന്നു പറഞ്ഞാലെങ്ങനെയൊരു എതിർവായ് പറയും? പറയുന്നതാണെങ്കിൽ ഉണ്ണിയാർച്ചയുടെ എടുപ്പും നടപ്പും തികഞ്ഞ ഒരു തന്റേടക്കാരി. നാദാപുരം അങ്ങാടിയിലെ ജോനകന്മാരെ നനമുണ്ടുകൊണ്ടു നേരിട്ടെതിർത്തങ്കം വെട്ടി ജയിച്ചുവന്ന ആരോമൽ ചേകവരുടെ നേർപെങ്ങളെപ്പോലെയുള്ള പെണ്ണൊരുത്തി. പോരാത്തതിനു പിന്നെയും പറവാൻ ഒരുപാടു വിശേഷങ്ങളും ഉണ്ടല്ലോ, അയാൾ പറഞ്ഞു: "കൊണ്ടുവന്നോളൂ. ഏതായാലും കൊണ്ടുപോകാം."

അങ്കം ജയിച്ചുവന്ന പെരളൂർ മാടമ്പിയുടെ മുഖകാന്തിയായിരുന്നു അന്ന് നാട്ടിൽനിന്നും തിരിച്ചുവന്ന പെണ്ണിന്. അവൾ കയറിവന്നതുതന്നെ കുപ്പിയും പെട്ടിയുമൊക്കെയായിട്ടാണ്. കുപ്പിയിൽനിന്നും അവൾ തൈലമൊഴിച്ചു പ്ലാസ്റ്റിക്കിന്റെ ഡബ്ബയിലാക്കുന്നു. ലേഹ്യം വാഴയിലയിലാക്കുന്നു. പ്ലാസ്റ്റിക് ഡബ്ബ ഭദ്രമായടച്ച് അരക്കുവെച്ചുറപ്പിക്കുന്നു. അതിന്റെ മുകളിൽ എഴുതുന്നു: അശ്വഗന്ധാദി കുഴമ്പ് മേലാസകലം തേച്ചുപിടിപ്പിച്ച് ഇളം ചൂടുവെള്ളത്തിൽ കുളിക്കണം. കുഴമ്പ് ശരീരത്തിൽ വിയർപ്പു പൊടിയുവോളം പിടിപ്പിക്കണം. ധൃതി ഒട്ടും അരുത്."

വാഴയിലയിലാക്കിയ ലേഹ്യം പതുക്കെ മടക്കി അതിന്മേൽ പ്ലാസ്റ്റിക് പൊതി ചുറ്റി തീരെ ചോർന്നും കിനിഞ്ഞും പോകാത്ത മട്ടിൽ അസ്സലായി പാക്ക് ചെയ്ത് അതിന്മേലും എഴുതുന്നു: "അശ്വഗന്ധാദി ലേഹ്യം ദിവസം രണ്ടുനേരം രാവിലെയും രാത്രിയും ഭക്ഷണത്തിനുശേഷം സേവിക്കണം –ഒട്ടും മറക്കരുത്."

പിന്നെ ഇടിച്ചു ശരിപ്പെടുത്തിയ പേറ്റ് മരുന്നിന്റെ പൊടി. പനച്ചക്കരയിട്ട് മധുരതരമാക്കിയ പൊടി പാകംപോലെ കഴിക്കണമെന്നു നിർദ്ദേശിച്ച വിശദമായ മറ്റൊരു എഴുത്തും. എഴുത്തിൽ മുക്കൂട്ടു പുരട്ടേണ്ടവിധവും വിവരിച്ചിരുന്നു. ആകപ്പാടെ സാധനം ഏറ്റുവാങ്ങാമെന്നു പറഞ്ഞ കക്ഷി കണ്ടാലമ്പരക്കുന്ന ഒരു ഭണ്ഡവുമായാണ് വീണ്ടും ഭാര്യ തൃക്കോട്ടൂരിലേക്കു പോയത്. അവളെ കണ്ടപ്പോൾ വിമാനം കയറേണ്ട വ്യക്തി വിയർത്തുവോ എന്ന് എനിക്കറിഞ്ഞുകൂടാ. 'താടകേ ഭയങ്കരീ' എന്നു വിളിച്ചുകൂവിയോ എന്നും എനിക്കറിയില്ല. ഒരാഴ്ച കഴിഞ്ഞപ്പോൾ മകൾ വിളിക്കുന്നു. "കൊടുത്തയച്ച സാധനം മുഴുക്കെ കിട്ടി. ലേഹ്യം സേവിക്കാൻ തുടങ്ങി. കുഴമ്പു പുരട്ടാൻ തുടങ്ങി. പൊടി തിന്നാൻ തുടങ്ങി. മുക്കൂട്ട് കാച്ചാനും തുടങ്ങി–"

അപ്പോഴും നമ്മുടെ നൽപ്പാതി മണി ചോദിക്കുന്നു: "കുളിപ്പിക്കാമെന്നു പറഞ്ഞേറ്റവൾ വരാറുണ്ടോ?" മകൾ പറഞ്ഞുവത്രേ: "അവൾ മൂന്നു ദിവസമേ വന്നുള്ളൂ. പിന്നെ പോയി" സങ്കടത്തോടെ, അഞ്ചെണ്ണ

ത്തിനെ പെറ്റുപോറ്റിയ പെണ്ണുംപിള്ള: കുളിപ്പിക്കുന്നവൾ പറഞ്ഞപ്രകാരം ചെയ്യാതെപോയ പരിതാപകരമായ വാർത്തയറിയിച്ചപ്പോൾ ഇവൻ പറഞ്ഞു: "അത്രയൊക്കെ മതി–ഇത് പണ്ടത്തെക്കാലമൊന്നുമല്ലല്ലോ. അവനവൻ തന്നത്താൻ കുളിക്കട്ടെ. പണ്ടത്തെ മാതിരി കുളത്തിൽ ചെന്നിരുന്നു മുങ്ങിക്കുളിക്കുന്ന ഏർപ്പാടൊന്നുമല്ലല്ലോ. ഷവറിന്റെ ചോട്ടിലെ നില്പല്ലേ. അങ്ങനെ മതി–പേറും പേറ്റുചികിത്സയും അവിടെയുമുണ്ടല്ലോ."

എന്റെ ചിരിയും പറച്ചിലും അവൾക്കശേഷവും പിടിച്ചതേയില്ല. അവൾ അപ്പോഴും ചോദിച്ചു: "ഈ ആണുങ്ങൾക്ക് എന്തറിയാം? പേറ്റുനൊമ്പരം അറിയോ? പേറ്റു ചികിത്സയുടെ പെരുമയറിയുമോ? എന്തെങ്കിലും അറിയുമോ?"

നാട്ടുപെരുമകൾ നീട്ടിപ്പറയുന്നവന് അന്നേരം ഒന്നുറക്കെ പാടുവാനാണ് തോന്നിയത്. മരച്ചുവട്ടിലും പീടികത്തിണ്ണയിലും പേറും പിറപ്പും നടക്കുന്ന നാട്ടിനെപ്പറ്റിയുള്ള പാട്ടല്ല; പണ്ട് ഒരു കുറത്തിപ്പെണ്ണ് ഇമാം അലിയുടെ ബീടർ ഫാത്തിമാബീവിയെ നോക്കി ഊറിച്ചിരിച്ചുകൊണ്ട് പാടിയ സെബീനപ്പാട്ടാണ് പാടിയത്.

"ചിച്ചിലെന്നും ചിൽചിൽ എന്നും കാല്പദത്തിന്റോശ–
ഓശകേട്ട് ഇമാമലിയാർ പിന്തിരിഞ്ഞു നോക്കി...
എന്ത് കണ്ട് നിൽപ്പതാലീ ഏത് കണ്ട് നില്പതാം...
പാത്തുമ്മാബീ പത്തുപെറ്റാലൊന്നുപെറ്റ മേനി...
കുറത്തിപ്പെണ്ണ് ഒന്നുപെറ്റാ പത്തു പെറ്റ മേനി...
ചിച്ചിലെന്നും ചിൽചിലെന്നും കാല്പദത്തിന്റോശാ..."

ആലിഹാജിയുടെ സക്കാത്തും പടിപ്പുരയ്ക്കലെ ഉന്തും തള്ളും

നോമ്പുമാസം ഏതാണ്ട് പകുതി കഴിയാറാവുമ്പോൾ തറവാട്ടിൽ പണ്ട് ഒരു ആലിഹാജി വരുമായിരുന്നു. കോട്ടും തുർക്കിത്തൊപ്പിയും വെള്ളത്തുണിയും കാലിൽ ഷൂസുമൊക്കെയായി പത്രാസിൽ, അസാരം ഒച്ചപ്പാടോടെ അദ്ദേഹം കയറിവരുന്നു. ഉമ്മാമ അദ്ദേഹത്തെ നടുവകത്തെ പത്തായപ്പുറത്ത് കയറ്റിയിരുത്തും. നോമ്പുകാലമായതിനാൽ ഒന്നും സല്ക്കരിക്കേണ്ട കാര്യമില്ല.

മഗ്രിബ് നമസ്കാരം കഴിഞ്ഞ് നോമ്പുതുറന്ന് ചായ പലഹാരാദികൾ കഴിച്ചുപോയാൽ മതിയെന്ന് അദ്ദേഹത്തോടാരും പറയുന്നത് കേട്ടുമില്ല. പടിപ്പുരയ്ക്കൽ തുർക്കിത്തൊപ്പി പ്രത്യക്ഷപ്പെട്ടാൽ, ഷൂസിന്റെ കരച്ചിൽ കേട്ടാൽ, ഉമ്മറക്കോലായിൽ ചാരുകസേലയിൽ ഇരിക്കുന്ന കാരണവരോടദ്ദേഹം ഉറക്കെ കുശലം പറയുന്നത് കേട്ടാൽ, ഞങ്ങൾ കുട്ടികൾ ഒത്തുകൂടും. നടുവകത്തെ പത്തായപ്പുറത്ത് അദ്ദേഹം ഇരിക്കുന്നതുവരെ ചുറ്റും ഓടിക്കൂടും. ഞാനൊഴിച്ചുള്ള കുട്ടികൾ; അയാൾ കേൾക്കാതെയും അയൽപക്കത്തെ ആൾക്കാർ മുഴുക്കെ കേൾക്കെയും ഉറക്കെ പറയാറുണ്ട്. “ആലിഹാജി എത്തിപ്പോയി, നോമ്പിന്ന് പടക്കം വാങ്ങാനുള്ള പൈസേം സഞ്ചീലാക്കി ആലിഹാജി എത്തീക്കി-കുട്ട്യോളെ പാഞ്ഞ് വന്നോളീൻ. പടക്ക പൈസ വാങ്ങിക്കോളീൻ–”

താല്പര്യപൂർവ്വം മറ്റു കുട്ടികൾക്കൊപ്പം ഞാനും നടുവകത്തെ പത്തായത്തിന്നരികെ ചെന്നു നില്ക്കാറുണ്ട്. വലിയ സഞ്ചിയിൽ കൈയിട്ടു പണമെടുത്ത് ചുറ്റും കൂടിയ കുട്ടികൾക്ക് എട്ടണതുട്ടുകൾ, എളാമ്മയുടെ മൂത്തമകന് മാത്രം വെള്ളിയുറുപ്പികയുടെ മണിയുന്ന നാണയങ്ങൾ അഞ്ചോ പത്തോ, പെങ്ങന്മാരുടെ കുട്ടികൾക്കും അതിൽ

താഴെയുള്ളവർക്കും നാലണയുടെ തുട്ടുകൾ. നല്ല പുത്തൻ മണമുള്ള പത്തിന്റെ നോട്ടുകളാണ് എളാമ്മയ്ക്ക് നല്കുക. ഉമ്മമാർക്കും പത്തിന്റെ പുതുമണം നിറഞ്ഞ നോട്ടുതന്നെ. പെങ്ങന്മാർക്കൊക്കെ അഞ്ചിന്റെയും രണ്ടിന്റെയും പുതിയ പറപറക്കുന്ന നോട്ടുകൾ. വിവരമറിഞ്ഞ് അയൽ പക്കത്തുനിന്നും വരുന്ന ആൾക്കാർക്കും കിട്ടും നാണയത്തുട്ടുകൾ. തൊട്ടയൽപക്കത്തെ അബ്ദുക്കായുടെ വീട്ടിൽനിന്നുവരുന്ന അബ്ദുക്കാ യുടെ മകൾക്കും മകനും പുത്തൻ മണമുള്ള നോട്ടുകൾ തന്നെ അദ്ദേഹം കൊടുക്കും. പോകാൻ നേരത്ത് എളയമ്മയുടെ മകന് നേരത്തേ കൊടുത്ത വെള്ളിയുറുപ്പികയ്ക്ക് പുറമെ അഞ്ചിന്റെയോ പത്തിന്റെയോ നോട്ടുകൾ കുറേയെണ്ണം പ്രത്യേകമായി നല്കുന്നു. വാതില്ക്കൽ കൂടിനില്ക്കുന്ന പെണ്ണുങ്ങളും കുട്ടികളും നന്ദിപൂർവ്വം അദ്ദേഹത്തെ നോക്കുന്നു. ധാരാളം വർത്തമാനം പറയുന്ന ആളാണ്. ചുറ്റും കൂടിനില് ക്കുന്ന കുട്ടികളെ തമാശപറഞ്ഞ് കളിപ്പിക്കുകയും ചെയ്യുന്നു. വാതിൽപ്പടി ചാരിനിന്ന്, അദ്ദേഹത്തിന്റെ പണസഞ്ചിനോക്കി, അടുത്തനിമിഷം ആ കൈ എന്റെ നേരെ തിരിയുമെന്ന ആശയാൽ എങ്ങും പോകാതെ അദ്ദേഹത്തിൽ മാത്രം കണ്ണുംനട്ട് നില്ക്കുന്ന എനിക്കു മാത്രം അദ്ദേഹം ഒന്നും തരികയില്ല. പടക്കപ്പൈസ കിട്ടിയ മറ്റു കുട്ടികൾ ചിരിച്ചാർത്ത് കുതൂഹലത്തോടെ പുറത്തേ തൊടികളിലേക്ക് കളിക്കാൻ പോകും. അവർക്ക് പെരുന്നാളിന് പടക്കം വാങ്ങാൻ കാശ് കിട്ടിയ ആഹ്ലാദമുണ്ട്. ഇളയമ്മയുടെ മകൻ കീശയിൽ നിറച്ച നോട്ടെടുത്ത് എന്റെ നേരെ നീട്ടിപ്പറയും: “മണത്തുനോക്ക് മണക്കൂസേ എന്ത് നല്ലമണം. പുത്യനോ ട്ടിന്റെ മണം–” അവൻ ആ നോട്ടുകൾ ഒന്നോ രണ്ടോ എടുത്ത് അവന്റെ കീശയിൽ തിരുകും. ബാക്കിയൊക്കെ അവന്റെ ഉമ്മയെ ഏല്പിക്കും. കീശയിൽ നോട്ടമിട്ടു പുറത്തെ കൂട്ടുകാർക്കൊപ്പം കളിക്കാൻ പോകുന്ന അവനോട് ഉമ്മാമ പറയുന്നതു കേൾക്കാം: “മോനേ–പൈസ ചാടി ക്കളയരുതേ–മോനിക്ക് പെരുന്നാക്ക് ഇനീം പൈസ കിട്ടും – മോനത് കൂട്ടിവെക്കണേ–വൗസുള്ള മോനായി കിട്ടിയ പൈസക്ക് കൂട്ടിവെ ക്കണേ–”

ഉമ്മറപ്പടി ചാരിനില്ക്കുന്ന എന്നെ അവർ പുറത്തേക്ക് വിളിക്കും.

പത്തായപ്പുറത്ത് ചാരിയിരുന്ന് കോഴിക്കോട്ടങ്ങാടിയിലെ കച്ചവട നിലവാരത്തെക്കുറിച്ച് ചുറ്റും കൂടിയ പെണ്ണുങ്ങളെയും കോലായിൽനിന്ന് അപ്പോൾ അകത്തേക്കു വന്ന കാരണവരേയും പറഞ്ഞു മനസ്സിലാക്കുന്ന ആലിഹാജി, ഇളയമ്മയുടെ മകന്റെ കൂടെ അവന്റെ കീശയിലെ പുത്തൻ നോട്ടിന്റെ മണം ഒന്നുകൂടി ആസ്വദിക്കാനുള്ള പൂതിയോടെ കാഞ്ഞവ യറോടെ നീങ്ങുന്ന എന്നെ ചൂണ്ടി നടുവകത്ത് നില്ക്കുന്ന പെണ്ണുങ്ങ ളോട് ചോദിക്കുന്നതു കേൾക്കാം.

“എവൻ ബർമ്മയിൽനിന്ന് വന്നിട്ട് എത്ര കൊല്ലായി? ബർമ്മയീന്ന് എവന്റെ ബാപ്പാന്റെ കത്തുണ്ടായിനോ?”

കത്തുണ്ടായിരുന്നു എന്നവർ മറുപടി പറയുന്നു. പക്ഷേ, എനിക്കു മാത്രം പടക്കപ്പൈസയോ, ചുളിവീഴാത്ത പുത്തൻ നോട്ടോ തരാത്ത ആലിഹാജിയുടെ വർത്തമാനം എനിക്ക് കേൾക്കണ്ടായിരുന്നു. തുർക്കിത്തൊപ്പിയും കോട്ടുമൊക്കെയായി കൈയിലെ പണസഞ്ചി ഭദ്രമായി ബാഗിൽവെച്ച്, അയാൾ ഇറങ്ങിപ്പോകുന്നത് കാണാം. പിന്നെയദ്ദേഹം വരിക ഒരു കൊല്ലം കഴിഞ്ഞാണ്. നോമ്പ് പകുതിയവസാനിക്കാറാകുമ്പോൾ വീണ്ടും ആലിഹാജി തറവാട്ടിലേക്ക് വരും. ഞാനൊഴിച്ച് എല്ലാവർക്കും അദ്ദേഹം നാണയത്തുട്ടുകളും നോട്ടുകളും നല്കുകയും ചെയ്യും. കാലം പിന്നിട്ടപ്പോഴാണറിയുന്നത് ഞാനാ വീട്ടിലെ ആരുമല്ലല്ലോ. ആ തറവാട്ടംഗവുമല്ല. അവിടെ കല്യാണം കഴിച്ച ബാപ്പയുടെ ആദ്യ ഭാര്യയിലെ മകൻ. ബർമ്മക്കാരിയുടെ മകൻ. ആലിഹാജിയുടെ ബന്ധവുമല്ല. ആ തറവാട്ടിലെ അംഗങ്ങൾ എല്ലാവരും ആലിഹാജിയുടെ ബന്ധുക്കളാണ്. ബന്ധുക്കൾക്ക് വിതരണം ചെയ്യാനുള്ള സക്കാത്തുമായാണ് നോമ്പു പകുതി പിന്നിടുമ്പോൾ അയാൾ വരുന്നത്. അതയാൾ നിർവ്വഹിച്ചു തിരിച്ചുപോകുന്നു.

കാലം കടന്നുപോയി. എനിക്കാ വകയിൽ ഒന്നും കിട്ടാനർഹതയില്ലാ എന്ന സത്യം ഞാനറിയുമ്പോൾ; ആലിഹാജിക്ക് അവിടെ വരാൻ ആരോഗ്യപരമായ കാരണങ്ങളാൽ വയ്യാതായിക്കഴിഞ്ഞിരുന്നു. അയാൾ കോഴിക്കോട്ടെ കച്ചവടസ്ഥാപനങ്ങളിലേക്ക് പോകുന്ന പതിവും നിർത്തിയിരുന്നു. എങ്കിലും എല്ലാവർഷവും സക്കാത്ത് നല്കാനുള്ള സംഖ്യ വേറെ മാറ്റിവെച്ച് ലിസ്റ്റുണ്ടാക്കി എല്ലാ ബന്ധുവീടുകളിലും അയാൾ എത്തിക്കുന്നു. അയാളുടെ മക്കൾ, ആ ലിസ്റ്റുമായി ബന്ധുവീടുകളിൽ ചെന്ന് ലിസ്റ്റിലെഴുതിയ സംഖ്യ പേർ വിളിച്ച് ഓരോരുത്തർക്കും നല്കുന്നു. അയാൾക്ക് നിർബ്ബന്ധമായിരുന്നുവത്രേ. പടക്കപ്പൈസയുടെ ചില്ലറത്തുട്ടുകൾ കിട്ടാൻ കുട്ടികൾ കാത്തിരിക്കുമ്പോൾ ഒരു പ്രകാശം പോലെ തുർക്കിത്തൊപ്പി ഗെയ്റ്റിൽ പ്രത്യക്ഷപ്പെട്ട നാളുകൾ.... അന്നദ്ദേഹത്തോടു തോന്നിയ പരിഭവം. മറ്റു കുട്ടികൾ–അയാളുടെ ബന്ധത്തിലുള്ള കുട്ടികൾ–പണമെണ്ണി; കിട്ടിയ പങ്കിന്റെ പെരുപ്പം പറഞ്ഞാഹ്ലാദിച്ച് നടന്നകലുമ്പോൾ – പെരുന്നാളിന് പടക്കം വാങ്ങുമ്പോൾ പൊട്ടിച്ച് തിമർത്ത് രസിക്കുമ്പോൾ, ആലിഹാജിയുടെ ദാനം കിട്ടാതെ ഒറ്റപ്പെട്ടവനായി നിന്ന നാളുകൾ. പക്ഷേ, കുടുംബാംഗങ്ങൾക്കു സക്കാത്ത് എത്തിക്കാനുള്ള ആ മനുഷ്യന്റെ നോമ്പുകാല യാത്രകൾ... ആലിഹാജി ജീവിച്ചിരിപ്പില്ല.

കഴിഞ്ഞ കൊല്ലം ഞാൻ നാട്ടിൽ നോമ്പുതുറക്കാൻ ചെന്നപ്പോൾ പടിപ്പുര കടന്ന് ഒരാൾ വരുന്നതു കണ്ടു. ഒരപരിചിതൻ. അയാൾ കോലായിൽ കയറി സലാം ചൊല്ലിയപ്പോൾ ഞാൻ സലാം വീട്ടി. അദ്ദേഹം ബാഗ് തുറന്ന് ഒരു ലിസ്റ്റ് എടുത്തു. ലിസ്റ്റിലെ പേരുകൾ ഉറക്കെ വായിച്ചു. ലിസ്റ്റ് പ്രകാരമുള്ള പേരുകൾ അനുസരിച്ച് പുത്തൻമണം

പ്രസരിക്കുന്ന നോട്ടുകൾ കൊടുത്തു. കൂട്ടത്തിൽ ഇളയമ്മയുടെ മകന്റെ പേരും ഉണ്ടായിരുന്നു. അവനുള്ള പണം എന്റെ കൈയിൽ ഏല്പിച്ചു. ഞാനത് മൂത്ത പെങ്ങളുടെ കൈയിൽ കൊടുത്തു. ഇളയമ്മയുടെ മകൻ വീട്ടിൽ അപ്പോൾ ഉണ്ടായിരുന്നില്ല. മറുനാട്ടിൽ എവിടെയോ ആണ്. നോമ്പിന്ന് നാട്ടിൽ വന്നിട്ടില്ല. വന്നാൽ അതേല്പിക്കാമെന്ന് പറഞ്ഞ് സംഖ്യ പെങ്ങൾ സൂക്ഷിച്ചു. ആ അപരിചിതൻ വിളിച്ച പേരുകൾക്കിടയിൽ എന്റെ പേർ ഉണ്ടാവുകയില്ലല്ലോ. എങ്കിലും പണ്ട് പടക്കപ്പെസ കിട്ടാതെ, മറ്റുള്ള കുട്ടികൾക്ക് ആലിഹാജി സംഖ്യ നീട്ടുമ്പോൾ, ഓരോ തവണയും ആ കൈകൾ എന്റെ നേരെ നീളും എന്ന പ്രതീക്ഷയിൽ കാത്തുനിന്ന ഇളം മനസ്സ് സങ്കടംകൊണ്ടു വിതുമ്പുമായിരുന്നു. ആ കൊച്ചു വിതുമ്പലുകളുടെ മുഴക്കങ്ങൾ കൗമാരദുഃഖങ്ങളായി എന്റെ മനസ്സിൽ ഇന്നും വറ്റാതെയുണ്ടല്ലോ...

അപരിചിതൻ പടിപ്പുരയിറങ്ങിപ്പോയി. അന്ന് നോമ്പുതുറക്കുമ്പോൾ അളിയൻ പറയുന്നത് കേട്ടു:

''ആലിഹാജിയുടെ വക സക്കാത്തിന്റെ പണമാണ്. അത് കുടുംബാംഗങ്ങൾക്കുള്ളത് കൃത്യമായി കണക്കാക്കി ഇപ്പോഴും എത്തിക്കുന്ന പതിവുണ്ട്. മരിച്ചിട്ടും ആ പതിവുകൾ തുടരുന്നുണ്ട് – ആലിഹാജിയുടെ ഒസ്യത്ത് മക്കൾ പാലിക്കുന്നു–''

നോമ്പുതുറക്കുന്നേരം മുത്തിക്കുടിച്ച ചൂടുചായ എന്റെ ശരീരത്തെ വിയർപ്പിൽ കുളിപ്പിച്ചിരുന്നു. എങ്കിലും മനസ്സിൽ എവിടെയെല്ലാമോ തണുത്ത കാറ്റുകൾ. ചില നല്ല കാര്യങ്ങൾ അങ്ങനെയെങ്കിലും നിലനില്ക്കുന്നുവല്ലോ എന്ന സുഖം...

തറവാട്ടിലെ നോമ്പുതുറയും കഴിഞ്ഞ് തറവീഹ് നമസ്കാരത്തിന്റെ സമയം നോക്കി ഞാൻ ജുമാഅത്ത് പള്ളിയിലേക്ക് നടക്കുകയായിരുന്നു. ജുമാഅത്ത് പള്ളിയുടെ തൊട്ടടുത്ത വീടിന്റെ പടിപ്പുരയ്ക്കൽ ആളുകൾ തടിച്ചുകൂടിയിട്ടുണ്ട്. ആണുങ്ങളും പെണ്ണുങ്ങളുമായി ഒട്ടനവധി ആളുകൾ. ധാരാളം കുട്ടികളും. അവിടത്തെ ഉന്തും തള്ളും കുട്ടികളുടെയും പെണ്ണുങ്ങളുടെയും നിലവിളിയും ശ്രദ്ധിച്ച് ജുമാഅത്ത് പള്ളിയുടെ പൂമുഖത്ത് കുറേപ്പേർ കാഴ്ചകണ്ടു നില്ക്കുന്നു. പള്ളിക്കുളത്തിന്റെ പടവിന്മേലും കെട്ടിന്മേലും ആളുകൾ തിങ്ങിനിറഞ്ഞിട്ടുണ്ട്. ഇശാബാങ്ക് കൊടുത്തിട്ടും പള്ളിയിൽ ആളുകൾ എത്തിയിട്ടില്ല. പെട്ടെന്ന് എനിക്ക് കാര്യം മനസ്സിലായി. എന്റെ കുട്ടിക്കാലത്ത് കണ്ട ദൃശ്യങ്ങൾ തന്നെയാണല്ലോ ഇത്. നോമ്പ് ഇരുപത്തിയേഴിന്റെ അന്നായിരുന്നു ഈ കാഴ്ചകൾ. ഒന്നിന് എഴുപത് ഇരട്ടി പുണ്യം കിട്ടുന്ന ലേലത്തുൽഖദ്റിന്റെ ദിനം അന്നാവുമെന്നാണല്ലോ വിശ്വാസം. അപ്പോൾ അന്നത്തെ ദാനത്തിന് എഴുപതിരട്ടി പുണ്യം ഏറെ കിട്ടുന്നു. ചില്ലറ തുട്ടുകൾ മാറ്റി ഒരു വലിയ കൊട്ടയിലാക്കി പടിപ്പുരയ്ക്കടുത്തെ പടാപ്പുറത്ത് വീട്ടുകാരൻ ഹാജിയിരിക്കുന്നു. ചുറ്റും അംഗരക്ഷകന്മാരും സേവകന്മാരും ഒത്താശക്കാരും നില്ക്കുന്നു. പടിപ്പു

രയ്ക്ക് പുറത്ത് ഉന്തും തള്ളും നടത്തുന്ന ആണുങ്ങൾക്കിടയിലേക്കും പെണ്ണുങ്ങൾക്കിടയിലേക്കും കുട്ടികൾക്കിടയിലേക്കും, അടഞ്ഞ പടിപ്പുരവാതിലിന്റെ ചെറിയ വിടവിലൂടെ കൈകൾ യാചനാപൂർവ്വം നീണ്ടുവരുമ്പോൾ ഹാജിയാർ നാണയത്തുട്ടുകൾ എറിഞ്ഞുകൊടുക്കുന്നു. കിട്ടിയവർക്ക് കിട്ടി. കൈയൂക്കുള്ളവന് കാര്യം എന്ന നീതിശാസ്ത്രം അവിടെ പുലരുന്നു. പകലേ നോമ്പുനോറ്റു തളർന്നവശരായ ഉമ്മപ്പെണ്ണുങ്ങൾക്കും കുട്ടികൾക്കും പ്രായമുള്ളവർക്കും ആ ചില്ലറത്തുട്ടുകൾ വാരിപ്പറ്റാനാവുകയില്ല. അവർ മറ്റു വീടുകളിലേക്ക് ചില്ലറത്തുട്ടുകൾ സക്കാത്തിന്റെ പേരിൽ വലിച്ചെറിയുന്ന വലിയ പടിപ്പുര വീടുകൾ ലക്ഷ്യംവെച്ച് കുതിക്കുന്നു. അവിടെ നിന്നെറിയുന്ന സക്കാത്തിന്റെ ചില്ലറത്തുട്ടുകൾ കൂടുതൽ കൈയൂക്കുള്ളവർ വരുന്നതിനുമുമ്പ് കരസ്ഥമാക്കാമല്ലോ. ആ പഴയ ചിത്രങ്ങൾ തന്നെ ഇപ്പോഴും കൂടുതൽ സജീവമായി എന്റെ മുമ്പിൽ തെളിയുകയാണല്ലോ. ജുമുഅത്ത് പള്ളി പൂമുഖത്ത് തമാശക്കാഴ്ചകളും നോക്കി നില്ക്കുന്ന ചെറുപ്പക്കാർ, പട്ടണത്തിൽനിന്ന് വന്ന, അവർക്ക് അപരിചിതനായ എന്നെ പറഞ്ഞു മനസ്സിലാക്കുകയായിരുന്നു: "അവിടെ സക്കാത്ത് ദാനം നടക്കുകയാണ്. ചില്ലറ തുട്ടുകൾ വാരിയെറിഞ്ഞ് സക്കാത്ത് യുദ്ധം നടത്തുന്ന കാഴ്ച."

എന്നെ ചെറുപ്പക്കാർ എന്തൊക്കെയോ പറഞ്ഞു മനസ്സിലാക്കാൻ ശ്രമിക്കുകയായിരുന്നു. എന്നാൽ ചെറുപ്പം മുതലേ ഈ കാഴ്ചകൾ എനിക്ക് സുപരിചിതങ്ങളാണെന്ന സത്യം അവർക്കറിയില്ലല്ലോ...

പള്ളിപ്പരിസരത്തിലെ വലിയ വീട്ടിൽനിന്ന് 'സക്കാത്ത് പിടിച്ചുപറ്റാനുള്ള ഉന്തും തള്ളും' ഉയർത്തുന്ന ശബ്ദഘോഷം എന്റെ നമസ്കാരത്തിന്റെ ഏകാന്തതയെ മുറിവേല്പിക്കുകയാണെന്ന സത്യം ആരോടാണ് പറയുക?

പരംപൊരുൾ: നോമ്പുകാലം-വലിയങ്ങാടിയിലൂടെ-വലിയ വലിയ വീടുകളുടെ പടിപ്പുരവാതില്ക്കലരികിലൂടെ-നോമ്പുനോറ്റവശരായ ഉമ്മപ്പെണ്ണുങ്ങൾ നടന്നുനീങ്ങുന്നു. ഭിക്ഷയാചിച്ചുകൊണ്ടുള്ള ഒരു യാത്ര. സക്കാത്ത് പിരിവിനെന്ന മുദ്രചാർത്തിയൊരു യാചന. യാചനയെ കഠിനമായി എതിർത്ത സമുദായാംഗങ്ങൾക്ക് യാചന അനുവദിക്കപ്പെടും മാസമോ റമദാൻ..!

പൂക്കായുടെ പെൺമക്കൾ

കുറേ വർഷങ്ങൾക്കുമുമ്പാണ്. ഒരു നോമ്പുമാസക്കാലം. ചെറിയ നോമ്പുതുറ, വലിയ നോമ്പുതുറ എന്നിത്യാദി ഭക്ഷണപാനീയ പരിപാടികൾക്കുശേഷം വിയർത്തു തളർന്ന് ഭാര്യവീട്ടിലെ എനിക്കായുള്ള അറയിൽ, പങ്കച്ചുവട്ടിൽ, പല്ലങ്കിക്കട്ടിലിൽ, ഉരുളൻ തലയണമേൽ തല ചായ്ച്ച് കിടക്കുകയായിരുന്നു. തിന്ന കോഴിയടയുടെയും മുട്ടപ്പത്തിരി യുടെയും 'മജ' അയവിറക്കി നോമ്പുകാല രാത്രിയുടെ സുഖലഹരിയിൽ ചെറിയൊരു മയക്കത്തിലേക്ക് ഊർന്നുവീഴുന്ന നേരം. തൃക്കോട്ടൂരു കാരിയാണെങ്കിൽ, അടുക്കളയിൽ, അവളുടെ ഉമ്മയോടും നാത്തൂന്മാ രോടും കഥ പറയുകയാണ്. നോമ്പു തുറന്നാലുടനെ സാരിയും വാരി പ്പുതച്ച് മിഠായിത്തെരുവിലേക്ക് അവസാനത്തെ പത്താഘോഷിക്കാനും പെരുന്നാൾകോള് ഒരുക്കാനും ഓടിക്കിതച്ചെത്തുകൂടുന്ന ഉമ്മപ്പെണ്ണു ങ്ങളുടെ അലങ്കാരപ്പകിട്ടുകൾ അവൾക്കാവുംമട്ട് വിവരിക്കുന്നു. ചെരുപ്പു പീടികകളിലെ തിരക്ക്. തുണിപ്പീടികകളിലെ തിക്ക്, മിഠായിപ്പീടികകളിൽ ചെന്ന് പെരുന്നാൾ രാവിന് വേണ്ട ആപ്രിക്കോട്ടിന്റെയും ബോംബെ മിഠായിയുടെയും അളവും തൂക്കവും പറഞ്ഞ് ഓർഡർ നല്കുന്ന വലിയ വീടുകളിലെ മണവാട്ടിമാരും അവരുടെ ചങ്ങായിച്ചികളും, മൂക്കത്ത് വിരൽവെച്ച് എല്ലാം കേട്ടിരിക്കുന്ന നാട്ടുമ്പുറക്കാരികളായ നാത്തൂൻ മാരോട് അവൾ പറയുന്നു; "ഒടുലെ പത്തായാ നോമ്പു തുറന്നാ എല്ലാരും പിന്നെ നെരത്തുമ്മലാ, ഷോപ്പിങ്."

അതെന്ത് കുന്തമാണെന്നറിയാതെ എന്റെ അമ്മായിയമ്മ മകളോട് ചോദിക്കുന്നത് കേട്ടു: "അതെന്താടീ മോളെ–ആണുങ്ങളില്ലേ മേണ്ട്യത് മാങ്ങിക്കൊണ്ടന്ന് കൊടുക്കാൻ?" ഉമ്മയുടെ ചോദ്യത്തിന് അവൾ മറുപടി

പറയുന്നില്ല. നഗരത്തിലെ നോമ്പിന്റെ മഹിമയും മറ്റും പറഞ്ഞാൽ ഉമ്മായ്ക്ക് മനസ്സിലാവില്ലായെന്ന് മകൾക്കറിയാമല്ലോ?

നാലഞ്ചുവർഷം മുമ്പ് ഒരു പെരുന്നാൾ രാവിന്റെയന്ന്, ഫിത്തർസ ക്കാത്തും മറ്റും അതിനായുള്ള സംഘടനകൾ വിതരണത്തിന് സന്നദ്ധ മായി ആദ്യമേ വന്നു ശേഖരിച്ചുപോയതിനാൽ, വേറെയന്ന് ഏറെ പണിയൊന്നും ഇല്ലാത്തതിനാൽ നേരത്തേ കാലത്തേ കിടന്നു. സാധാരണപോലെ. ഏതാണ്ട് പാതിരാത്രി കഴിഞ്ഞപ്പോൾ ആരോ വന്ന് വാതിലിന്നു മുട്ടുന്നു. മകളുടെ ഭർത്താവിന്റെ വീട്ടുകാരായിരുന്നു. വാതിൽതുറന്നപ്പോഴാണ് അന്നാദ്യമായി 'പെരുന്നാൾക്കോള്' കാണുന്നത്. ആപ്രിക്കോട്ട്, അത്തിപ്പഴം, ബോംബെയിൽ മാത്രം കിട്ടുന്നതരം ചില മധുരപലഹാരങ്ങൾ-അങ്ങനെ പലതും. കൊണ്ടുവന്നത് മകളുടെ ഭർത്താവിന്റെ ആൾക്കാർ. വന്നുകയറിയപാടെ അവർ ചോദിക്കുന്നു:

"എന്താ മാസം കണ്ടതറിഞ്ഞില്ലേ-പെരുന്നാൾരാവായിട്ട് ഒറങ്ങ്വാ ണോ?"

നേരത്തെതന്നെ കിടന്നുപോയതിൽ ഞങ്ങൾക്കും ജാള്യത തോന്നി. അത്താഴക്കുടുക്ക കമിഴ്ത്തിയതുകൊണ്ടും വെളുപ്പിന് എഴുന്നേറ്റ് പെരുന്നാൾ നമസ്കാരത്തിന്നൊരുങ്ങിപ്പുറപ്പെടേണ്ടതുകൊണ്ടും പെരുന്നാൾദിനം 'ഉറക്കച്ചടവോടെ' വേണ്ടല്ലോ എന്ന് കരുതിയതു കൊണ്ടുമായിരുന്നു പതിവിലും നേരത്തേ കിടന്നത്. തൃക്കോട്ടൂരുകാരിക്ക് മറ്റൊരു ലക്ഷ്യം കൂടിയുണ്ടായിരുന്നു. കൈയിലണിഞ്ഞ മൈലാഞ്ചി ഒന്ന് നന്നായി ഉണങ്ങിയാൽ നല്ല ചുകപ്പ് കിട്ടുമല്ലോ. വന്നുകയറിയ ബന്ധുക്കൾക്ക് അന്ന് പെരുന്നാൾരാവ് സൽക്കാരമൊരുക്കി. നഗരത്തിലെ ഇമ്മാതിരി വിശേഷങ്ങളൊന്നും അവളുടെ നാട്ടുമ്പുറത്തെ നാട്ടുകാർ ക്കറിയില്ല. എങ്കിലും നോമ്പുകാലത്തെ അങ്ങാടിപ്പൊലിമകൾ അവൾക്കാവുംമട്ട് വർണ്ണിക്കുന്നത് ഞാൻ കേൾക്കുന്നു.

ഞാൻ ചോദിച്ചു. "ടൗണിലെ നോമ്പിന്റെ പത്രാസ് നിന്റെ ഉമ്മായ് ക്കും നാത്തൂന്മാർക്കും തിരിയുലാ-പിന്നെന്തിനാ നീട്ടിപ്പരത്തുന്നത്?"

"ഞാൻ ഒന്നും പറഞ്ഞില്ലാലോ." അവൾ ചിരിച്ചു.

ഞാൻ പള്ളിയിലേക്ക് പുറപ്പെട്ടു. തീവണ്ടിയാപ്പീസിന്നപ്പുറത്തെ മീത്തലെ പള്ളിയിലായിരുന്നു ചെന്നത്. അവിടെ അമ്മോശാങ്കയും ഉണ്ടായിരുന്നു. തെക്ക് ഏതോ ദിക്കിൽനിന്നും വന്ന ഒരു മുസ്ല്യാരാണ് മതപ്രസംഗം നടത്തിയത്. കണ്ടാലൊരു ചെറുപ്പക്കാരൻ. കത്രിച്ചു രേഖപ്പെടുത്തിവെച്ച താടി. നല്ല കണ്ണും മുഖവും വെള്ള തലേൽക്കെട്ടും മുഴുകൈയൻ വെള്ള ഷർട്ടും വെളുവെളുത്ത തുണിയും വേഷവും മട്ടും മാതിരിയും പിന്നെ സംസാരരീതിയും എല്ലാം നന്ന്. അമ്മോശാങ്കയുടെ ഒപ്പം പോരാമല്ലോ എന്നുകരുതി ഞാനും ആ പ്രസംഗം കേൾക്കാനിരുന്നു. വളരെകാലത്തിനുശേഷം, നഗരത്തിൽനിന്നും നാട്ടിൽച്ചെന്നതാണല്ലോ.

നോമ്പുകാലത്ത് ഒരുനാൾ രാത്രി ഭാര്യവീട്ടിൽ തങ്ങിയ ഒരു നോമ്പു തുറയും ഒരു മുത്താഴവും ഒരു അത്താഴവും കഴിച്ച് നോമ്പും നോറ്റ് പിറ്റേന്ന് പോകാമെന്നു പറഞ്ഞ് അമ്മോശാങ്ക പ്രത്യേകം ക്ഷണിച്ചതു മാണല്ലോ. എന്റെ തൃക്കോട്ടൂരുകാരിക്കാണെങ്കിൽ, അവളുടെ നാട്ടിൽ ഒരു നോമ്പുകാല രാത്രി പൂർണ്ണമായും കഴിച്ചുകൂട്ടണമെന്നത് വളരെക്കാ ലത്തെ ആഗ്രഹവുമാണ്. മീത്തലെ പള്ളിപൂമുഖത്തിന്റെ ചായ്പ്പിലിരുന്ന് ഞാൻ മതപ്രസംഗം കേട്ടു. പരിചയം പുതുക്കാനെത്തിയ നാട്ടുകാരിലാ രോ ആണ് ചെറുപ്പക്കാരനായ മുസ്ല്യാരെക്കുറിച്ച് വിശദമായി സംസാരി ച്ചത്. നോമ്പുകാലമായതിനാൽ തളർന്നിരുന്ന് കാറ്റുകൊള്ളുന്ന നാട്ടുകാർ മുസ്ല്യാരുടെ 'ഉറുദി' കേട്ട് സന്തുഷ്ടരായി. ഒന്നു കൊടുത്താൽ എഴുപത് പുണ്യം കിട്ടുന്ന മാസമാണല്ലോ. എല്ലാവരും മുസ്ല്യാർക്ക് സംഭാവനകൾ നല്കി. എല്ലാം എണ്ണിക്കണക്കാക്കി കൊടുത്തത് അമ്മോശാങ്ക യായിരുന്നു. മൂപ്പർക്കും കക്ഷിയെ 'ക്ഷ' പിടിച്ചിരിക്കുന്നു. പള്ളിയിൽ നിന്നും പുറപ്പെട്ടപ്പോൾ–എന്തോ അതിശയം, അമ്മോശാങ്ക മുസ്ല്യാരെയും ഒപ്പം കൂട്ടി. കൂട്ടത്തിൽ പറയുന്നതും കേട്ടു. "പോരിൻ ഇന്ന് അത്താഴം ഞമ്മളെ വീട്ടീന്നാക്കാം. എന്റെ പുത്യാപ്പിളയും കുറേക്കാലത്തിനുശേഷം ഇന്ന് കൂടുന്നതാ–പോരിൻ–"

ഞങ്ങൾ ഒന്നിച്ചാണ് പുറപ്പെട്ടത്. ഭാര്യാവീട്ടിലെ കോലായിൽ സുപ്രായിട്ട് മുത്താഴം വിളമ്പി. നല്ല കടുക്കനിറച്ചതും കോഴി പൊരിച്ചതും പത്തിരിയുമെല്ലാം അമ്മായി ഒരുക്കിയിട്ടുണ്ട്. കടുക്ക നിറച്ചത് പുത്യാപ്പി ളയ്ക്ക് വളരെ ഇഷ്ടമാണെന്ന് അമ്മായിക്കറിയാം. വായും വയറുമറിയേ കടുക്ക നിറച്ചത് ഓരോരോന്നോരോന്നെടുത്ത് കടിച്ചുചവച്ച് ആസ്വദിച്ച് വിഴുങ്ങുന്ന പുത്യാപ്പിളയെ നോക്കി നടുവകത്തെ വാതിൽവിരിക്കപ്പുറ ത്തുനിന്ന് അമ്മായി പറയാറുണ്ടത്രേ. "മൂപ്പർക്ക് പള്ളവേദന വരാഞ്ഞാ മതിയായിനും. ഞാനതിന്ന് സൂക്ഷിച്ചിട്ടുണ്ട്. ജീരകം നല്ലോണം അരച്ച മാവാ നിറച്ചത്. പിന്നെ കടുക്കയിലെ കച്ചറയും പാമ്പനും ഞാൻ പാടു പെട്ട് നീക്കേം ചെയ്ത്ക്ക്."

അമ്മായിയുടെ രുചിയുള്ള പദാർത്ഥങ്ങൾ ആസ്വദിച്ച് ഞങ്ങൾ മൂവരും മുത്താഴച്ചായ കുടിച്ചു. കൂട്ടത്തിൽ കൂവ കാച്ചിയതും പുതിയ്യാ പ്പിളയ്ക്ക് പ്രത്യേകമായി നല്കി. കൂവ കാച്ചിയത് ഒരു ഗ്ലാസ് തെക്കൻ മുസ്ല്യാർക്കും കൊടുത്തു. അത്താഴമുണ്ണാൻ കൃത്യസമയത്തിന് വിളിക്കാ മെന്നു പറഞ്ഞ് ഞങ്ങൾ കിടന്നു. മുസ്ല്യാർക്ക് പുറത്തെ കട്ടിലിന്മേൽ അമ്മോശാങ്കതന്നെ കിടക്ക വിരിച്ചുകൊടുക്കുകയും ചെയ്തു.

എന്തുകൊണ്ടാണെന്നറിഞ്ഞില്ല, അല്പം കഴിഞ്ഞപ്പോൾ അറവാ തില്ക്കൽ അമ്മോശാങ്ക വന്ന് വാതിലിന്ന് തട്ടി: "പുത്യാപ്പിള ഒറങ്ങ്യോ!"

"ഇല്ല" – ഞാൻ എഴുന്നേറ്റിരുന്നു. അമ്മോശാങ്ക അറയിൽ കയറി കസേരയിലിരുന്നു. പിന്നെ ഒരു സ്വകാര്യം പറയുന്ന മാതിരി ചോദിച്ചു:

"പുറത്തെ മുസ്ല്യാർക്കുട്ടിയെ കണ്ടോ? എന്തു തോന്നുന്നു-എനക്ക് പെരുത്ത് നല്ല അഭിപ്രായം തോന്നുന്നു-"

മുസ്ല്യാരെ പറ്റിയാണല്ലോ അമ്മോശാങ്കയുടെ ചോദ്യം. തരക്കേടില്ല എന്ന് ഞാനും പറഞ്ഞു. പ്രസംഗം വളരെ നല്ലതാണെന്നും പറഞ്ഞു. അപ്പോഴാണ് അമ്മോശാങ്കയുടെ ചോദ്യം: "ഞങ്ങളെ പൂക്കാന്റെ മൂത്ത മോൾക്കായാലെന്താ? എനക്ക് കണ്ടിട്ട് നല്ല അഭിപ്രായം. തരക്കേടില്ല. പൂക്കാക്ക് പെരുത്ത് ബോധിച്ചു. മൂപ്പർ ഒറപ്പിച്ചിക്കി." അമ്മോശാങ്ക സംഗതികൾ വിവരിച്ചു.

മീത്തലെ പള്ളിയിലെ മുദരിസാണ് പൂക്കാ. അയാളുടെ മൂത്തമകൾ. മകളെ തെക്കുനിന്നും നോമ്പുകാല രാത്രികളിൽ മതപ്രസംഗത്തിനെത്തുന്ന ഒരപരിചിതനെക്കൊണ്ട് വിവാഹം കഴിപ്പിക്കുന്നു. അതിന്റെ വരുംവരായ്കളെക്കുറിച്ച് സംശയിച്ചു നില്ക്കുന്ന ഇവനോട് പറയുന്നു: "ഒന്നും പേടിക്കാനില്ല. പഷ്ടാ- പിന്നെ ഹൈറും ശർറും അല്ലാഹുവിന്റെ പക്കൽനിന്നു വരുന്നതല്ലേ-?"

ആ കല്യാണം കഴിഞ്ഞു. അപരിചിതനായ മുസ്ല്യാരുടെ ഒപ്പം ആ പെൺകുട്ടി പോയി. പിന്നെ നഗര ബദ്ധപ്പാടുകൾക്കിടയിൽ ഞാനും തൃക്കോട്ടൂരുകാരിയും മുഴുകി. കാലം അതിന്റെ ശക്തിയിലും വേഗത്തിലും കുതിക്കുകയും ചെയ്തു. പിന്നീടൊരിക്കൽ തൃക്കോട്ടൂരുകാരി പൂക്കായുടെ നാട്ടിൽ ചെന്നപ്പോൾ മകളെ കണ്ടു. ഏഴുമക്കളുള്ള തള്ള. മൂത്ത രണ്ടാൺമക്കൾ കെട്ടിയവനായ തെക്കൻ മുസ്ല്യാരുടെ കൂട്ടത്തിൽ. ബാക്കി മക്കളും പൂക്കായുടെ മകളും മീത്തലെ പള്ളിക്ക് കിഴക്ക് നെച്ചിക്കാടുകൾ നിറഞ്ഞ പള്ളിപ്പറമ്പിന്റെ തൊട്ടടുത്ത ഓലപ്പുരയിൽ തിന്നും തിന്നാതെയും കഴിയുന്നു. ചൂടി പിരിച്ചോ, മറ്റുള്ള വീടുകളിൽ ജോലി ചെയ്തോ ആ ഉമ്മ മക്കളെ പോറ്റി പരിപാലിക്കുന്നു. തെക്കൻ മുസ്ല്യാരോ?- ചോദ്യം കേട്ട്; കഥ കേട്ടറിഞ്ഞ തൃക്കോട്ടൂരുകാരി പറയുന്നു: "പൂക്കായുടെ മകൾ പലതും അനുഭവിച്ചു. നിത്യേന അടിയും തൊഴിയും നാലു ഭാര്യമാരെ നാലു ദിക്കുകളിൽ വളർത്തുന്ന മുസ്ല്യാർ ഇപ്പോൾ ഏറ്റവും ഒടുവിൽ വിവാഹം ചെയ്ത പെണ്ണിന്റെ ഒപ്പം ഏതോ നാട്ടിൽ. മൂത്ത മക്കൾ അയാളുടെ ഒപ്പമുണ്ടത്രെ. ഇളയതുങ്ങൾ മുഴുവനും പെണ്ണുങ്ങൾ. അവരെയൊക്കെ തള്ളയുടെ ഒപ്പം പറഞ്ഞുവിട്ടു! പുറത്താക്കി ആട്ടിപ്പായിച്ചുവത്രെ.."

അവൾ വീണ്ടും എന്തൊക്കെയോ പറയുന്നു. ഒന്നും ഞാൻ കേട്ടില്ല. പത്രവാർത്തയിലായിരുന്ന എന്റെ കണ്ണുകൾ. പത്രത്തിലെ വാർത്ത മനസ്സിൽ മറ്റൊരു അഗ്നിഗോളം ആളിക്കത്തിക്കുകയായിരുന്നു. 'ഭർത്താവിന്റെ വീട്ടിലെ ഭർത്താവിന്റെ അനിയന്റെ അടിയും ചവിട്ടുമേറ്റ് ഒരു പെൺകുട്ടി മരിച്ചു. മരിക്കുമ്പോൾ പെൺകുട്ടിക്ക് മൂന്നുമാസം ഗർഭമായിരുന്നു. മരിച്ച പെണ്ണിന് മൂന്ന് വയസ്സ് പ്രായമുള്ള ഒരു

പെൺകുട്ടിയുണ്ട്. ഭർത്താവിന്റെ വീട്ടിൽ നരകയാതന അനുഭവിക്കുന്ന പെണ്ണ് അധിക ദിവസവും അവളുടെ വീട്ടിൽതന്നെയായിരുന്നു. അവളുടെ ബാപ്പയുടെ മൂത്ത സന്തതിയാണ് മരിച്ച പെൺകുട്ടി. ഭർത്താവിന്റെ അനിയൻ മട്ടൽകൊണ്ട് തച്ചുകൊല്ലുന്നത് ഭർത്താവും ഭർത്താവിന്റെ ഉമ്മയും കാണേയായിരുന്നു."

പത്രവാർത്തയിലെ പെൺകുട്ടിയായിരുന്നു അപ്പോഴെന്റെ മനസ്സാകെ. ആ പെൺകുട്ടിയുടെ ഉമ്മ പൂക്കായുടെ രണ്ടാമത്തെ മകളാണ്. ആദ്യത്തെ മകൾ തെക്കൻ മുസ്ല്യാരുപേക്ഷിച്ച പെണ്ണ്. രണ്ടാമത്തെ മകളെ ബന്ധത്തിൽപ്പെട്ട ഒരു ചെറുപ്പക്കാരനെക്കൊണ്ട് കല്യാണം ചെയ്യിച്ചു. ആ മകളുടെ മകളാണ് ഭർത്താവിന്റെ വീട്ടിലെ–പത്രവാർത്തയും ഒപ്പം വന്ന പടവും കണ്ട് തൃക്കോട്ടൂരുകാരിയുടെ കണ്ണുനിറയുന്നു. അവൾ പതുക്കെ, ഞാനുംകൂടെ കേൾക്കാത്ത വിധം വിതുമ്പുന്നു. ഏതെങ്കിലും ഒരുവന്റെ പിരടിയിൽ പെൺമക്കളെ കെട്ടിയേല്പിക്കാൻ വിധിക്കപ്പെട്ട കുടുംബനാഥന്റെ ദുഃഖം എന്റെ മനസ്സിൽ ഒരു വറ്റാതേങ്ങലായുയരുകയാണല്ലോ.

പരംപൊരുൾ: പെൺകുട്ടികൾക്ക് നല്ല സ്വഭാവവും സ്നേഹവുമുള്ള ഭർത്താക്കന്മാരെ ലഭിക്കുക എന്നത് ഭാഗ്യം തന്നെയാണ്. അപൂർവ്വമായി ലഭിക്കുന്ന ഭാഗ്യം. ഉമ്മബാപ്പമാരുടെ ഭാഗ്യം.

കല്യാണപ്പൊങ്ങച്ചങ്ങളുടെ കാലം

എന്റെ കുട്ടിക്കാലത്ത്, പത്തോ പന്ത്രണ്ടോ വയസ്സുള്ളപ്പോൾ ഞാനൊരു കല്യാണാഘോഷത്തിൽ പങ്കെടുത്തു. ഉടുത്തൊരുങ്ങി ചമഞ്ഞ് കല്യാണപ്പന്തലിലിരുന്ന് കളിതമാശകൾ പറഞ്ഞാർത്തു ചിരിച്ചുമദിച്ചു. സാണിൽ വിളമ്പിയ നെയ്ച്ചോറും ഇറച്ചിക്കറിയും സുപ്രയ്ക്ക് ചുറ്റുമിരുന്ന് കൂട്ടുകാർക്കൊപ്പം ഒന്നിച്ചു കുഴച്ചുരുട്ടി വാരിവിഴുങ്ങി വയർ നിറച്ചു. അയൽപക്കത്തെ മാളികപ്പുരയിൽ ഞങ്ങൾ കുട്ടികൾ മാത്രമായിരുന്നില്ല കല്യാണാഘോഷങ്ങളിൽ പങ്കെടുത്തത്. മുതിർന്ന ആളുകളും ഒരുപാടു പേരുണ്ടായിരുന്നു. മാളികയുടെ മുകളിലെ വിശാലമായ 'മജ്‌ലിസി'ലും താഴത്തെ പന്തലിലും ഒട്ടനവധിപേർ സന്നിഹിതരായിരുന്നു. ആഘോഷപൂർവ്വം നടത്തപ്പെട്ട ആ കല്യാണം ഒരു "ബൊമ്മക്കല്യാണ"മായിരുന്നതിനാൽ ഞങ്ങൾ കുട്ടികൾക്കായിരുന്നു ചടങ്ങുകളിൽ പ്രധാന പങ്കാളിത്തം. 'ബർമ്മാട്ടാപ്പ്' എന്ന് വിളിച്ച് കുട്ടികൾ ഒറ്റപ്പെടുത്തിയിരുന്ന പരുവം വിട്ട് കൂട്ടുകാർക്കിടയിൽ ഒരു ചീനക്കളിമൺഭരണിപോലെ തടിച്ചു കൊഴുത്തുരുണ്ട് മിനുങ്ങി, ചങ്ങാതിമാർക്കൊരു കൗതുകക്കോമാളിയായിത്തീർന്ന എന്നെയായിരുന്നു മുഖ്യാതിഥിയായി ക്ഷണിച്ചു കൂട്ടിക്കൊണ്ടുപോയത്.

പാമ്പൂച്ചിക്കുഞ്ഞിന്റെ കാത്കുത്തടിയന്തിരമാണ്. അയൽപക്കത്തെ അരുമ സന്താനമായ പെൺകുട്ടി വളരെ താലോലിച്ചുകൊണ്ടുനടക്കുന്ന ബൊമ്മക്കുട്ടിയായിരുന്നു പാമ്പൂച്ചിക്കുഞ്ഞ്. കുട്ടികൾക്കിടയിൽ തടികൊണ്ടും ആകൃതികൊണ്ടും പ്രകൃതികൊണ്ടും വ്യത്യസ്തനായ എന്നെ പാമ്പൂച്ചിക്കുഞ്ഞിന്റെ തന്തപ്പടിയായി അയൽപക്കത്തെ വീട്ടുടമ സ്വയം അവരോധിച്ചു. തന്തപ്പടി അതുകൊണ്ടുകൂടിയാണ് മുഖ്യാതി

ഥിയായി ഇവനെ എഴുന്നള്ളിച്ചത്. കൂട്ടുകാർ എന്റെ പദവി അംഗീകരിക്കുകയും ചെയ്തു. ഞാൻ പാമ്പൂച്ചിക്കുഞ്ഞിനെ മടിയിൽ ഇരുത്തി. ധനികന്റെ മകൾ വീട്ടമ്മയായി എന്റെയരികെ നിന്നു. തട്ടാൻ വന്നു. ശരിക്കും തട്ടാൻതന്നെ. 'ചന്തുസ്രാപ്പാ'യി നാട്ടിൽ വലിയ ആഭരണക്കടയുടെ മുതലാളിയായിത്തീർന്ന ചന്തുസ്രാപ്പ് ഇപ്പോഴില്ല. മൂന്നോ നാലോ കൊല്ലം മുമ്പ് കോയമ്പത്തൂരിലോ തമിഴ്നാട്ടിലോ മറ്റേതോ നഗരിയിൽവെച്ചോ ഹൃദയം നിലച്ച് ചന്തുസ്രാപ്പ് പരലോകം പൂകിയ വാർത്ത ഞാനറിഞ്ഞത് വളരെ വൈകിയാണ്. നഗരബന്ധപ്പാടുകൾക്കിടയിൽ മുഴുകിയ ഇവൻ നാട്ടിലെ കാര്യങ്ങൾ എത്രയോ വൈകിയറിയുന്ന വ്യക്തിയാണല്ലോ ഇപ്പോൾ. ആ ചന്തുസ്രാപ്പ് പൊന്നിന്റെ അലിക്കത്തുകളുമായി വന്നു. എന്റെ മടിയിൽ ഇരുന്ന ബൊമ്മക്കുട്ടിയുടെ കാതുകളിൽ ആ സ്വർണ്ണവളയങ്ങൾ ഓരോന്നോരോന്നായി തുളച്ചിട്ടു. ചന്തുസ്രാപ്പ് അലിക്കത്തുകൾ തുളച്ചിടുമ്പോൾ നടുവകത്ത് പെണ്ണുങ്ങൾക്കിടയിൽ ഒപ്പനക്കാരികൾ കൈകൊട്ടിപ്പാടി തുള്ളി മദിക്കുന്നുണ്ടായിരുന്നു. വെറ്റില താമ്പാളവും നിറയെ വെറ്റിലയും അടക്കയും വാസനപുകയിലയുമൊക്കെയായി വലിയവീട്ടിലെ പെണ്ണുങ്ങൾ കല്യാണത്തിനെത്തിയ പെണ്ണുങ്ങൾക്കിടയിലൂടെ നടന്നു.

കല്യാണാഘോഷങ്ങളിൽ പങ്കെടുക്കാൻ നാടടക്കം ക്ഷണിച്ചിട്ടുണ്ടായിരുന്നു. എല്ലാ വീടുകളിൽനിന്നും പെണ്ണുങ്ങൾ കല്യാണത്തിന് അയൽക്കാരൻ ധനികന്റെ വീട്ടിലെത്തി. അവരെയൊക്കെ വേണ്ടവിധം പരിചരിക്കാൻ വീട്ടുകാർ വട്ടംകൂട്ടിയിരുന്നു. ചന്തുസ്രാപ്പ് ബൊമ്മയുടെ കാതുകളിൽ സ്വർണ്ണ അലിക്കത്തുകൾ കുത്തിയിട്ടപ്പോൾ വാതില്ക്കൽ വീട്ടമ്മയായിനിന്ന ധനികന്റെ മകൾ പാമ്പൂച്ചിക്കുഞ്ഞിനെ നടുവകത്തേക്ക് കൊണ്ടുപോയി. കല്യാണത്തിന്റെ ആദ്യചടങ്ങ് കഴിഞ്ഞപ്പോൾ പന്തലിലും മുകളിലുമൊക്കെയായി ഇരിക്കുന്ന അതിഥികൾക്ക് ഭക്ഷണം വിളമ്പി. നല്ല മുന്തിയ നെയ്ച്ചോർ. ആട്ടിറച്ചിയുടെ കറി. കോഴിയിറച്ചിയുടെ മസാല ഫ്രൈ. സുപ്രകളിലെ വലിയ വലിയ പിഞ്ഞാണങ്ങളിൽ വിളമ്പിയ വിഭവങ്ങൾ വട്ടംകൂടിയിരുന്ന് വന്നുകൂടിയ അതിഥികൾ വർത്തമാനങ്ങൾ പറഞ്ഞ് ചിരിക്കുന്നതിനിടയിൽ വെട്ടിവിഴുങ്ങുകയും ചെയ്തു. വയറു നിറയെ അതിഥിയെ ഊട്ടുക എന്ന ധർമ്മം മുറപോലെയനുഷ്ഠിക്കണമെന്ന് നിർബ്ബന്ധമുള്ള വീട്ടുടമ എല്ലാ മാസറകളിലും വേണ്ടപോലെ വിളമ്പാൻ ഏർപ്പാടു ചെയ്തിരുന്നു.

ഒരു വലിയ കല്യാണം തന്നെയായിരുന്നു അത്. നടുവകത്ത് കസവുമാത്താവുകളും കസവുടുപ്പുകളും മുന്തിയ കാച്ചിത്തുണികളും ശാർഖാന്റെ കുപ്പായങ്ങളും ധരിച്ച് കറുപ്പ് മക്കനയും ചുകന്ന പട്ടുകസവുമക്കനയും നീല മക്കനയുമൊക്കെ തലയിലിട്ട് പല വീടുകളിൽനിന്നും വന്ന പെണ്ണുങ്ങൾ മുറുക്കിച്ചുവപ്പിച്ച് ഒപ്പനപ്പാട്ടിന്റെ ഈണത്തിൽ

തലയാട്ടി രസിച്ച് ഇരിക്കുകയായിരുന്നു. കാതുകുത്തിയ പാമ്പൂച്ചിക്കുഞ്ഞിനെ നടുവകത്ത് കൊണ്ടുവന്നിരുത്തിയ ഉടനെ ധനികവീട്ടുകാരന്റെ മകൾ ഒരു വീട്ടമ്മയെപ്പോലെ നടുത്തളത്തിൽ ഇരുന്നു. പെണ്ണുങ്ങൾ ചിരിച്ചു. മകളുടെ ഉമ്മ പുന്നാരമകളുടെ കളിമ്പങ്ങളെക്കുറിച്ച് വാ നിറയെ വർത്തമാനം പറഞ്ഞു. ആണുങ്ങളുടെ ബെയ്പ്പ് പന്തലിലേയും മുകളിലെ മജ്ലിസിലേയും അവസാനിച്ച ഉടനെ നടുവകത്തെ പെണ്ണുങ്ങൾക്കുള്ള സുപ്രകൾ നിരത്തി. അന്നത്തെ വെപ്പുകാരൻ ഇപ്പോഴുമുണ്ടെന്ന് ഞാനറിയുന്നു. പാമ്പൂച്ചികുഞ്ഞിന്റെ കല്യാണത്തിന് ഇരുപത്മൂടയുടെ ജീരകശാല വെച്ചുവിളമ്പിയത്രെ. പത്ത് ആട്ടിനെയും എത്രയോ കോഴികളെയും അറുത്ത് വേവിച്ചുവത്രെ. അന്ന് വിളമ്പിയ മുന്തിയ ജീരകശാലയുടെ മണം ഇപ്പോഴും ആ വെപ്പുകാരന്റെ മൂക്കിൽ നിന്ന് മാഞ്ഞിട്ടില്ല എന്ന് അയാൾ പറയുന്നത് എത്രയോ വട്ടം കേട്ടിട്ടുണ്ടല്ലോ.

പാമ്പൂച്ചിക്കുഞ്ഞിന്റെ കല്യാണം നടത്തിയ അയൽപക്കത്തെ ധനികൻ ഇന്നില്ല. ഒരേ ഒരു മകളുടെ ആഗ്രഹം നടത്തിക്കൊടുത്ത സ്നേഹശീലനായ വീട്ടുടമ. യുദ്ധത്തിന് മുമ്പോ, പിമ്പോ ബർമ്മയിൽ നിന്ന് ബന്ധുക്കൾ അയച്ചുകൊടുത്ത ഭീമമായ സംഖ്യ അറിയാതൊരു സുപ്രഭാതത്തിൽ അയാളുടെ കൈയിൽ വന്നുപെട്ടപ്പോൾ, അത് "ധാംധൂമായി" ചെലവഴിച്ച് ജീവിതം ആർഭാടപൂർണ്ണമാക്കിയ മനുഷ്യൻ. അദ്ദേഹം വർഷങ്ങൾക്കുശേഷം എന്റെ കളിക്കൂട്ടുകാരന്റെ സുന്നത്തടിയന്തിരവും നടത്തിയിരുന്നു. അദ്ദേഹത്തിന്റെ ഏക മകൻ. മകന്റെ സുന്നത്തടിയന്തിരത്തിന് മൂന്നാനകളെ എഴുന്നെള്ളിച്ച ആഘോഷവരവുണ്ടായിരുന്നു. കുട്ടിയെ കുളിപ്പിച്ച് പുതുവസ്ത്രങ്ങൾ ധരിപ്പിച്ച് ആനപ്പുറത്തിരുത്തി. എഴുന്നെള്ളത്തിന് തലശ്ശേരിക്കാരുടെ ബാന്റ്. കോഴിക്കോട്ടെ എം എസ് പിക്കാരുടെ ബാന്റ്. കോട്ടയ്ക്കലെ അവറാൻഗുരുക്കളുടെ കോൽക്കളി, മുട്ടും വിളിയും ചീനിക്കുഴലുകളും. ആ സുന്നത്തടിയന്തിരവും നാടടക്കം ക്ഷണിച്ച് ആഘോഷിച്ച ഒരു കല്യാണമായിരുന്നു. നാട്ടിലെ മറ്റൊരു വീട്ടിലും അന്ന് അടുപ്പത്ത് കലം കയറ്റുകയോ അന്നാഹാരം വേവിക്കുകയോ ചെയ്തിട്ടില്ല. വന്നുകൂടിയ അതിഥികൾക്ക് മുഴുക്കെ വയറുനിറയെ ഭക്ഷണം. മൂന്നുദിവസം നീണ്ടു നിന്ന ആഘോഷം. മൂന്നാം ദിവസമായിരുന്നു സുന്നത്ത്. ആ ദിവസം ഏഴുതട്ടുള്ള പൂവെടി മുഴങ്ങി. വെടിമരുന്നിനുതന്നെ ആയിരങ്ങൾ അക്കാലത്ത് പുകച്ചു എന്ന് അയൽപക്കത്തെ ധനികൻ അക്കാലത്ത് ഊറ്റം കൊള്ളുന്നതും ഇവൻ കേട്ടിട്ടുണ്ടല്ലോ.

ഓർക്കുകയാണ്. അതുപോലെ എത്ര കല്യാണാഘോഷങ്ങൾ. ഒന്നാംദിവസം വെറ്റിലകെട്ടടിയന്തിരം. രണ്ടാംദിവസം പെൺകെട്ടടിയന്തിരം. മൂന്നാംദിവസം പുറപ്പാടടിയന്തിരം. കടം വാങ്ങിയും കല്യാണം കൊണ്ടാടണം എന്നു കരുതുന്ന ധനികന്മാർ വാണ സമുദായം.

കൈയിലുള്ളതൊക്കെ പൊടിപൊടിച്ചും കല്യാണം കെങ്കേമമാക്കിയിരുന്നു തറവാട്ടിന്റെ 'വങ്കിശം' എന്നൂറ്റം കൊണ്ട തറവാട്ടുകാർ വാണ സമുദായം. ഏറ്റക്കുറച്ചിലോടെ ഇന്നും ആ 'വങ്കിശ'ങ്ങൾ നിലനില്ക്കുന്നില്ലേ? നിലനിർത്തുന്നില്ലേ? ആ ചോദ്യങ്ങൾ ഇവന്റെ മനസ്സിലിരിക്കുന്നു. പത്രവാർത്തയിലൂടെ ഇവന്റെ കണ്ണുകൾ ഇഴയുന്നു. വിവാഹകർമ്മങ്ങൾ വളരെ ലഘുവായ നിലയിൽ മംഗളകരമായി നടത്തുവാൻ ചെറുപ്പക്കാർ തീരുമാനിക്കുന്നു. അതിനായി അവർ പരിപാടികൾ ആസൂത്രണം ചെയ്യുന്നു. കല്യാണാഘോഷത്തിലെ ധൂർത്ത് അവസാനിപ്പിക്കാൻ ചെറുപ്പക്കാർ തീരുമാനിക്കുന്നു. പത്രവാർത്തയിലൂടെ കണ്ണുകളിഴയുമ്പോൾ മനസ്സിൽ പൂർവ്വകാല ചിത്രങ്ങൾ തെളിമയോടെ-വർണ്ണപ്പകിട്ടുകളോടെ.... ശബ്ദഘോഷങ്ങളോടെ....

പരംപൊരുൾ: ഒരു പഴയ മംഗളപത്രത്തിലെ വരികൾ, ഒരു മനുഷ്യൻ ഒന്നുമല്ല. രണ്ടു മനുഷ്യർ ഒരു ലോകമാണ്. ഒന്നും മറ്റൊന്നും കൂടിയാൽ രണ്ടല്ല. ഒരു വികാരപ്രപഞ്ചമാണ്. ചൈതന്യപ്രവാഹമാണ്; ദിവ്യസംഗീതമാണ്, കുടുംബത്തിന്റെ സംഗീതം.

സോഫിമോളുടെ പൊന്നാങ്ങള നല്കിയ പിറന്നാളുടുപ്പ്

എല്ലാ മാസാദ്യങ്ങളിലും കൈയിൽ ബാഗും തൂക്കിപ്പിടിച്ച് ഒരു കക്ഷി ഓഫീസിന്റെ വരാന്തയിൽ പ്രത്യക്ഷപ്പെടാറുണ്ട്. അയാളുടെ വരവും പ്രതീക്ഷിച്ച് ഓഫീസിലെ ആൾക്കാർ കൈയിൽ കാശും കരുതി കാത്തിരിക്കാറുണ്ട്. വരാന്തയുടെ തെക്കേയറ്റത്തെ ഒഴിഞ്ഞ തളത്തിലാണ് അയാൾ വന്നുനില്ക്കുക. അവിടെ എല്ലാവരും ചെല്ലുന്നു. തുറന്നുവെച്ച ബാഗിൽ കണ്ണഞ്ചിപ്പിക്കുന്ന ചേലകൾ, ഉടുപ്പുകൾ, ഷർട്ടിന്റെയും പാന്റിന്റെയും തുണിത്തരങ്ങൾ, സെന്റുകുപ്പികൾ, സോപ്പു ചീർപ്പ് കണ്ണാടി തുടങ്ങി എല്ലാ ലൊട്ടുലൊടുക്കുകളും കാണാം. കാല്ക്കുലേറ്ററുകൾ, പെന്നുകൾ, ടോർച്ചുകൾ, പലതരം കുടകൾ അങ്ങനെ ആണുങ്ങളെയും പെണ്ണുങ്ങളെയും പാട്ടിലാക്കാൻ എല്ലാ പകിട്ടുപൊടികളും കക്ഷി ബാഗിൽനിന്ന് എടുത്തു കാട്ടുന്നതും അതിന്റെ മഹിമ പറയുന്നതും വിലപേശുന്നതും ഞാനും പലകുറി കണ്ടുനിന്നിട്ടുണ്ട്. കൂടെക്കൂടെ തന്റെ ഉരുപ്പടികളുടെ മെച്ചം ആവർത്തിച്ചുകൊണ്ട് അയാൾ പ്രഖ്യാപിക്കുന്നത് കേൾക്കാം. "എല്ലാം ഒറിജിനൽ ഫോറിനാ -ഒന്നും ഡ്യൂപ്ലിക്കേറ്റ് ഫോറിനല്ല-കഴിഞ്ഞാഴ്ച ഫോറിനിൽനിന്ന് വന്ന അളിയൻ കൊണ്ടുവന്ന ചരക്കാ-രണ്ടാഴ്ചയ്ക്കുമുമ്പ് ഒരു ഫ്രന്റ് ദുബായിൽനിന്നും വന്നപ്പം വില്ക്കാൻ ഏല്പിച്ച സാധനങ്ങളാ-ബോംബെ മാർക്കറ്റിൽ നിമിഷംകൊണ്ട് വാരിപ്പറ്റി ചെലവായിപ്പോകുന്ന ഫോറിൻ സാധനങ്ങൾ ഇവിടെ കൊണ്ടുവന്ന് വില്ക്കുന്നത് എന്റെ നിർബ്ബന്ധം കൊണ്ടാ."

കക്ഷി അങ്ങനെ തരാതരംപോലെ തന്റെ വായ്മിടുക്ക് ഉറക്കെ പ്രഖ്യാപിക്കുകയും ആവശ്യക്കാരെ നോക്കി സാധനങ്ങൾ അവരുടെ കൈയിലേല്പിക്കുകയും ചെയ്യുന്നു. മുഴുവൻ വിലയും അപ്പോൾ

നല്കേണ്ടതില്ലാ എന്ന "സൗജന്യം" കാരണം ഓഫീസിലെ മിക്കവാറും എല്ലാ ജീവനക്കാരും അയാളിൽനിന്ന് ഫോറിൻസാധനങ്ങൾ വാങ്ങുന്നു. നാടൻ വാങ്ങി നാട് നന്നാക്കണമെന്ന വാശിയൊന്നും ഞങ്ങൾ പലർക്കുമില്ലല്ലോ. കാണാൻ ചന്തമുള്ളത്, ഈടുള്ളത്, പകിട്ടും പത്രാസുമുള്ളത്, സാരിയായാലും പാന്റ് പീസായാലും ഷർട്ടായാലും ഇടത്തരം വരുമാനക്കാർക്ക് ആ വക ഉരുപ്പടികൾ മുഴുവൻ വിലയും അപ്പോൾ തീർത്തുകൊടുക്കണമെന്ന പൊല്ലാപ്പില്ലാതെ കിട്ടുകയും ചെയ്യുന്നു. ആ കാരണങ്ങൾകൊണ്ടൊക്കെയാവും ഓഫീസിലെ ഏതാണ്ട് എല്ലാ ജീവനക്കാരും അയാളുടെ വരവും കാത്തിരിക്കുന്നു. ഓരോരുത്തർക്കും സാധനങ്ങൾ ഏല്പിച്ച് അവരുടെ പേരും വിലാസവും അയാളുടെ പക്കലുള്ള നാൾവഴി പുസ്തകത്തിലെഴുതുമ്പോഴും ഒരു പുല്ലുവില യെന്നോണം അയാൾ ആവർത്തിക്കുന്നു. ''ഒറിജിനൽ ഫോറിനാ. ഡ്യൂപ്ലിക്കേറ്റ് ഫോറിൻ ഞാൻ വില്ക്കില്ലാ."

കക്ഷിയുടെ സത്യസന്ധതയിൽ ഞങ്ങൾക്ക് അശേഷവും സംശയമുണ്ടായിരുന്നില്ല. എങ്കിലും ചിലർ വാങ്ങിയ ചേലത്തരങ്ങളുടെ നിറം മങ്ങിപ്പോയത്രെ. ചിലർ വാങ്ങിയ ട്രൗസറിന്റെ ശീല ചുരുങ്ങിപ്പോയത്രെ. ഏതോ ഒരാൾ വാങ്ങിയ റെഡിമെയ്ഡ് ഷർട്ടിന്റെ കക്ഷം കീറിയതായിരുന്നുവത്രെ, ബനിയൻ താണതരത്തിൽ പെട്ടതായിരുന്നുവത്രെ. ഗുണനിലവാരം കുറഞ്ഞ ഫോറിൻ ഉരുപ്പടികൾ ഉണ്ടാവുമോ? ഓഫീസിലെ പലരും അങ്ങനെ പിറുപിറുത്തുവെങ്കിലും ഫോറിൻസാധനങ്ങൾ വാങ്ങാൻ അയാളുടെ ചുറ്റും കൂടുന്ന ആൾക്കാരുടെ എണ്ണം കുറഞ്ഞില്ല. എല്ലാ മാസാദ്യങ്ങളിലും പെട്ടിയിൽ ചരക്കുമായി അയാൾ വരികയും പോവുകയും ചെയ്തു. എല്ലാ മാസങ്ങളിലും അയാളുടെ സ്വന്തക്കാർ ദുബായിൽ നിന്നോ ഖത്തറിൽനിന്നോ കുവൈത്തിൽ നിന്നോ മസ്കത്തിൽനിന്നോ മാറിമാറി വരികയും സാധനങ്ങൾ അയാളെത്തന്നെ വില്ക്കാൻ ഏല്പിക്കുകയും ചെയ്യും. അയാൾ ഇതുപോലെ പല ഓഫീസുകളിലും കയറിയിറങ്ങി വ്യാപാരം നടത്തുന്നുണ്ടായിരുന്നു. ഇതിന്നിടയിലാണ് ഓഫീസിൽ ചിലർക്ക് ഒരു പുതിയ അറിവ് കിട്ടിയത്. കസ്റ്റംസുകാരുടെ ഗോഡൗണിൽ ഫോറിൻസാധനങ്ങൾ വില്പനയ്ക്ക് വെച്ചിരിക്കുന്നു. എല്ലാ ദിവസവും രാവിലെ ഒമ്പത് മണി മുതൽ ഉച്ചയ്ക്ക് പന്ത്രണ്ടുമണിവരെ കസ്റ്റംസ് ഓഫീസിന്റെ തൊട്ടടുത്തുള്ള ഗോഡൗൺ തുറന്നുവെച്ചിരിക്കും. ഇഷ്ടമുള്ള സാധനങ്ങൾ തെരഞ്ഞെടുക്കാം. വിവരം കേട്ടറിഞ്ഞ മാസവരുമാനക്കാരായ സുഹൃത്തുക്കളിൽ പലരും അങ്ങോട്ടു പാഞ്ഞു. പറഞ്ഞില്ലല്ലോ ഞങ്ങളുടെ ഓഫീസ് ധാരാളം ജീവനക്കാരുള്ള ഒരു സ്ഥാപനമാണ്. ആണുങ്ങളെക്കാളേറെ പെണ്ണുങ്ങൾ ഇവിടം ജോലിക്കാരായുണ്ട്. കസ്റ്റംസുകാർ ഫോറിൻചരക്ക് നിരത്തി വില്പന നടത്തുന്ന ഗോഡൗണിലേക്ക് പലരും പോയി. കൈയിൽ മാസത്തിന്റെ തുടക്ക ദിവസങ്ങളായിരുന്നതിനാൽ കാശുണ്ടായിരുന്നു. വല്ലതും

നന്നായിയെന്ന് ബോദ്ധ്യമായാൽ വിലകൊടുത്ത് വാങ്ങാമല്ലോ. കസ്റ്റംസുകാർക്ക് ഡ്യൂപ്ലിക്കേറ്റ് ഫോറിന്നുരുപ്പടികൾ കൊണ്ടുവന്ന് വില്ക്കേണ്ട കാര്യവുമില്ലല്ലോ. ആരൊക്കെയോ പറയുകയും ചെയ്തു: "ഫോറിൻ വിലയ്ക്ക് കിട്ടും. വളരെ ആദായകരം." ഫോറിൻസാധനങ്ങൾ അവ വാങ്ങുന്നേടത്തെ വിലയ്ക്കാണത്രെ കസ്റ്റംസുകാർ വില്ക്കുന്നത്, ഗോഡൗണിന്റെ തൊട്ടുമുമ്പിലെ വിശാലമായ തളത്തിലായിരുന്നു സാധനങ്ങൾ നിരത്തിവെച്ചത്. ടേപ്പ് റിക്കാർഡുകൾ, ടി വി സെറ്റുകൾ, വി സി ആറുകൾ അങ്ങനെ ഇലക്ട്രോണിക് ഉല്പന്നങ്ങളുടെ നീണ്ടനിര. അതിന്നപ്പുറത്ത് ജൗളിത്തരങ്ങൾ, വാസനദ്രവ്യങ്ങൾ, പെന്നുകൾ, ബ്ലേഡുകൾ, സോപ്പ്, ചീപ്പ് കണ്ണാടിതൊട്ട് ചാന്ത്, കൺമഷി വരെ. ലിപ്സ്റ്റിക്കുകളും കൂട്ടത്തിൽ കണ്ടു. ചുണ്ടു ചുകപ്പിക്കാനുള്ള വഹകളും കസ്റ്റംസുകാർ അവരുടെ വില്പനശാലയിൽ നിരത്തിയത് കണ്ട് കൂട്ടത്തിലാരോ ചോദിച്ചു: "ഇതൊക്കെ വില്ക്കാൻ വേണ്ടി കസ്റ്റംസുകാർ ദുബായിൽ പോയി ആദായ വിലയ്ക്ക് വാങ്ങിയതാണോ?– ഫോറിൻ കച്ചോടം ലാഭമാണെന്ന് കസ്റ്റംസുകാർക്കും തോന്നിയിരിക്കും."

ഞാനാ ചോദിച്ച ചങ്ങാതിയെ നോക്കി. ശുദ്ധഗതിക്കാരനായ സുഹൃത്തിന്റെ കണ്ണുകൾ നിരത്തിവെച്ച ഇലക്ട്രോണിക് തരങ്ങളി ലേക്കും പലവിധത്തിലും നിറത്തിലുമുള്ള ഉടുപ്പുടവകളിലേക്കും മാറി മാറി ചലിക്കുന്നത് ശ്രദ്ധിച്ചു. പെണ്ണുങ്ങളുടെ അടിയുടുപ്പുകൾ നിരത്തിവെച്ചവയിൽ നിന്ന് ചിലതെടുത്ത് നവവധുവിന് പാകമായവ യുണ്ടോ എന്നന്വേഷിക്കുന്ന ചങ്ങാതിയെയും കണ്ടു. ഞങ്ങൾ കാഴ്ചകൾ കണ്ടു തിരിച്ചുപോന്നു. റൊക്കം പണം കൊടുക്കാൻ കരുതിയ ചിലർ ചില സാധനങ്ങൾ വാങ്ങുകയും ചെയ്തു. ഓഫീസിലെത്തിയപ്പോൾ ഒരു സഹപ്രവർത്തകൻ വാങ്ങിയ കുഞ്ഞുടുപ്പ് അയാൾ ഞങ്ങൾക്ക് കാണിച്ചുതന്നു. നല്ല ഭംഗിയുള്ള കുഞ്ഞുടുപ്പുതന്നെ. തന്റെ കുഞ്ഞുമോൾ ക്ക് നന്നായി ചേരും എന്നു തോന്നിയതിനാലാണ് കസ്റ്റംസുകാർ പറഞ്ഞ വില കൊടുത്ത് അയാളത് വാങ്ങിയത്. വീട്ടിൽ ചെന്ന് മകളെയത് അണിയിക്കുമ്പോൾ ആ കുഞ്ഞരിപ്പല്ലുകൾ തെളിയുന്നതും കൊഞ്ചുന്ന തും ആ കാഴ്ചകണ്ട് കെട്ടിയ പെണ്ണിന്റെ കണ്ണും മുഖവും തെളിയുന്നതു മൊക്കെ ചങ്ങാതി മനക്കണ്ണാലെ ആസ്വദിച്ചിരിക്കാം. സഹപ്രവർത്ത കന്മാർ വിശദമായി ആ കുഞ്ഞുടുപ്പ് കാണിച്ചുതരുമ്പോൾ കസ്റ്റംസുകാർ വാങ്ങിയ വില അത്ര അധികമല്ലാ എന്നയാൾ സ്വയം ആശ്വസിക്കുകയും ചെയ്തിരിക്കാം. ഓഫീസിലെ ഒരു സഹപ്രവർത്തക ആ കുഞ്ഞുടുപ്പ് തിരിച്ചും മറിച്ചും നോക്കി. ഒടുവിൽ എന്തോ കണ്ടപോലെ ആ പെൺപിറന്നോൾ ഞങ്ങളെയെല്ലാവരെയും നോക്കി ആ കുഞ്ഞുടുപ്പിന്റെ കഴുത്തിന്റെ പിന്നാമ്പുറത്ത് എഴുതിവെച്ച വാചകം ഞങ്ങളെ ഓരോരുത്ത രെയും കാണിച്ചു. താനും ആ കുഞ്ഞുടുപ്പിലെഴുതിയ വരികൾ വായിച്ചു.

"സോഫിമോൾക്ക് ആങ്ങളയുടെ പിറന്നാളുടുപ്പ്."

ഉടുപ്പ് വിലകൊടുത്ത് വാങ്ങിയ ചങ്ങാതി അപ്പോഴാണ് അത് ശ്രദ്ധിച്ചത്. ഭംഗിയുള്ള ഉടുപ്പിന്റെ പിന്നാമ്പുറത്ത് എഴുതിയ വാക്കുകൾ അയാളും വായിച്ചു. കസ്റ്റംസുകാർക്ക് വിലയെണ്ണിക്കൊടുത്ത് ആ ഉടുപ്പ് സ്വന്തമാക്കുമ്പോൾ ശ്രദ്ധിക്കാതെ വിട്ട വാചകങ്ങൾ. ഞാനാ ചങ്ങാതിയെ ആശ്വസിപ്പിച്ചു: "സാരമില്ല. നിങ്ങൾ പുന്നാരമോൾക്കുവേണ്ടി വാങ്ങിയ ഉടുപ്പല്ലേ. കസ്റ്റംസുകാർക്ക് നിങ്ങളതിന്റെ വിലയും കൊടുത്തിട്ടുണ്ടല്ലോ."

എന്റെ ആശ്വാസവാക്കുകൾ ആ സുഹൃത്തിന്റെ മനസ്സിലേക്കിറങ്ങി ച്ചെന്നിരിക്കുമോ ആവോ? തെളിഞ്ഞ മനസ്സോടെ ആ സ്നേഹിതന് ആ ഉടുപ്പ് തന്റെ പുന്നാരമോൾക്ക് അണിയിച്ചുകൊടുക്കാനാവുമോ? പുത്തനുടുപ്പിന്റെ പൊതി അന്ന് വൈകുന്നേരം ചങ്ങാതി കക്ഷത്തിലി റുക്കി കൊണ്ടുപോകുന്നത് എന്തുകൊണ്ടോ ഞാൻ ശ്രദ്ധിച്ചു. എന്റെ മനസ്സിലപ്പോൾ മറ്റൊരു ചിത്രമായിരുന്നു.

എയർപോർട്ടിലെ കസ്റ്റംസുകാരുടെ പരിശോധനാ ഹാൾ. ഓരോ ഉദ്യോഗസ്ഥന്റെ മുമ്പിലും തുറന്നുവെക്കപ്പെടുന്ന പെട്ടികൾ. അവയിൽ നിന്ന് വലിച്ചു പുറത്തിടുന്ന സാധനങ്ങൾ സ്വന്തക്കാർക്കും ബന്ധുക്കൾ ക്കും സമ്മാനങ്ങളുമായി വർഷങ്ങൾക്കുശേഷം നാട്ടിലേക്ക് വരാൻ വെമ്പൽപൂണ്ട് കസ്റ്റംസുകാരുടെ മുമ്പിൽ അന്ധാളിച്ചു നില്ക്കുന്ന പലരുടെയും മക്കൾ... കനത്ത ഡ്യൂട്ടി ചുമത്തപ്പെട്ട കാരണത്താൽ പലതും കസ്റ്റംസുകാരന്റെ ടേബിളിനു മുമ്പിൽ ഉപേക്ഷിച്ചുപോരുന്ന എവിടുന്നെല്ലാമോ വരുന്ന മക്കൾ... കസ്റ്റംസിലെ നാട്ടുമാമൂലുകളും ചിട്ടവട്ടങ്ങളും അറിയാത്തതിനാൽ പലരാലും കബളിപ്പിക്കപ്പെടുന്ന എന്റെ മക്കൾ - നമ്മുടെ മക്കൾ - മറുനാട്ടിൽ ചോരനീരാക്കി, വിയർപ്പാക്കി, നാട്ടിൽ പ്രിയപ്പെട്ടവർക്കുള്ള സമ്മാനബാഗുകളുമായി വന്നിറങ്ങുന്ന ശപിക്കപ്പെട്ട നിമിഷങ്ങളിലെ അവരുടെ നൊമ്പരങ്ങൾ...

ഏതോ കസ്റ്റംസ് ഓഫീസറുടെ മുന്നിൽ ഏതോ എയർപോർട്ടിൽ, ഉപേക്ഷിക്കപ്പെടാൻ വിധിക്കപ്പെട്ട സോഫിമോളുടെ പ്രിയപ്പെട്ട പൊന്നാങ്ങള നല്കിയ പിറന്നാളുടുപ്പ് കസ്റ്റംസിന്റെ വില്പനച്ചന്തയിൽ...

നാട്ടിൽ തിരിച്ചെത്തുന്ന ബന്ധുക്കളുടെ ഫോറിൻ സാധനങ്ങൾ ശേഖരിച്ച് വില്പന നടത്തുന്ന കക്ഷിയും കസ്റ്റംസ് കൗണ്ടറിൽ വില്പനയ്ക്ക് നിരത്തിയിട്ട ഉരുപ്പടികളും.... മനസ്സിൽ എന്തൊക്കെയോ ദഹിക്കാതെ കിടക്കുന്നുവല്ലോ

പരംപൊരുൾ: എയർ കാർഗോവിൽവന്ന എയർകണ്ടീഷനറിൽ കിലോക്കണക്കിൽ സ്വർണ്ണം. റഫ്രിജറേറ്ററിന്റെ കമ്പ്രസറിൽ കോടിക്കണ ക്കിനു റുപ്പികയുടെ സ്വർണ്ണം. ഒറ്റുകാരുടെ മിടുക്കു കൊണ്ടുമാത്രം വഴിക്കിടയിൽ പിടിക്കപ്പെടുന്ന കള്ളക്കടത്തുകാർ.... ഉദ്യോഗസ്ഥന്മാർ ചുമത്തുന്ന കനത്ത ഡ്യൂട്ടി കൊടുക്കാനാകാതെ ഉപേക്ഷിക്കപ്പെടുന്ന കുഞ്ഞുടുപ്പുകൾ... കൊച്ചുസമ്മാനങ്ങൾ... കസ്റ്റംസിലെ കച്ചവട വിഭവങ്ങൾ...

ഒരു പഴയ കൊയിലാണ്ടി മനസ്സ്

ഇടയ്ക്കും തലയ്ക്കുമൊക്കെ നാട്ടിൽ ചെല്ലാറുണ്ടെങ്കിലും തറവാട്ടിലോളം ചെന്ന് വീട്ടുവിശേഷമറിഞ്ഞ് അടുത്ത വണ്ടിക്കോ ബസിനോ നഗരത്തിലേക്കു തിരിച്ചുപോരുകയെന്നതാണ് ഇപ്പോഴത്തെ പതിവ്. തറവാട്ടിൽ തങ്ങുന്ന ഇളയമ്മയെയും കുട്ടികളെയും പെങ്ങളെയും ചിലപ്പോൾ ചെന്നുകാണുന്നു എന്നതിൽ ചുരുങ്ങി നാടുമായുള്ള ബന്ധം. വല്ലപ്പോഴെങ്കിലും കുഞ്ഞഹമ്മദിനെ കാണാറുണ്ടായിരുന്നു. അവനെ കണ്ടാൽ നാട്ടിൽ നടക്കുന്ന വിശേഷങ്ങൾ പലതും ചോദിച്ചറിയാം. പഴയ ഹൈസ്കൂൾ മൈതാനത്തിലോ, പന്തലായിനിയമ്പലത്തിന്റെ ചുറ്റുവട്ടത്തോ ഷാര്യാവമ്പലത്തിന്റെയടുത്തുള്ള ചിറക്കരികിലോ കൊരയങ്ങാട്ടു തെരുവിലോ ഒക്കെ ചുറ്റിക്കറങ്ങുകയും ചെയ്യാം. അവിടങ്ങളിലൊക്കെ ചെന്നുപെടുമ്പോൾ എനിക്കെന്റെ ചെറുപ്പം തിരിച്ചു കിട്ടുന്നതായി തോന്നും. മണ്ണെണ്ണപ്പീടികയിൽ പിടിപ്പത് പണിയുള്ള കുഞ്ഞഹമ്മദിനെ ഇപ്പോൾ പഴയ കാലം അയവിറക്കാൻ കിട്ടാറുമില്ല.

അന്ന് നാട്ടിൽ ചെന്നപ്പോൾ ഒരു വാർത്ത കേട്ടു. കടപ്പുറത്ത് ഒരു കൊമ്പൻസ്രാവ്. സ്രാവിനെ കാണാൻ മാത്രമായിരുന്നില്ല ഞാൻ കടപ്പുറത്തേക്ക് ചെന്നത്. വളരെക്കാലമായല്ലോ അങ്ങോട്ടൊക്കെയൊന്ന് ചെന്നിട്ടും കണ്ടിട്ടും. പണ്ട് മീനാപ്പീസിലേക്ക് കാക്കിക്കാലുറയും ധരിച്ച് സായ്പിന്റെ ഹാറ്റും തലയിലണിഞ്ഞ് ഇരിങ്ങൽനിന്നും സൈക്കിളിൽ വരാറുള്ള കുഞ്ഞക്കൻ സായിവ് ഗമയിൽ പോകാറുള്ളത് എന്റെ വീട്ടുമുറ്റത്തെ കസ്റ്റംസ് റോഡിലൂടെയായിരുന്നുവല്ലോ. ഞങ്ങൾ കുട്ടികൾ "ഉപ്പ് സായിവ്" എന്നാണ് വിളിക്കാറുള്ളത്. കടപ്പുറത്തെ ചുങ്കപ്പുരയ്ക്കപ്പുറത്താണ് അയാളുടെ ആപ്പീസ്. മത്സ്യം ഉണക്കാനിടുന്ന വളപ്പിന്റെയറ്റത്താണ് മീനാപ്പീസ്. ചുങ്കപ്പുരയുടെ ഇടിഞ്ഞുപൊളിഞ്ഞ

ഇറയത്തിരുന്ന് മുക്കുവക്കുട്ടികൾ ശീട്ടുകളിക്കുന്നതും കാണാം. അതിനപ്പുറം വിശാലമായ കടപ്പുറം. മണൽപ്പരപ്പിലൂടെ നടക്കുന്നവർക്ക് വടക്കേയറ്റത്ത് പാറപ്പള്ളി കാണാം. പാറപ്പള്ളിക്കപ്പുറത്ത് ഓടക്കുന്നിന്മേൽ വിളക്ക്. കടലൂരിലെ ദീപസ്തംഭം. വെള്ളിയാങ്കല്ലിന്റെ അപകടം കടൽയാത്രക്കാരെ ഓർമ്മിപ്പിക്കുന്ന ദീപസ്തംഭം സന്ധ്യയിരുളുന്നതോടെ പ്രകാശിക്കാൻ തുടങ്ങും. കടപ്പുറത്തൂടെ നടന്നാൽ വലിയകം ബംഗ്ലാവുകളും വലിയകംപള്ളിയും കുഞ്ഞിസീതിക്കോയത്തങ്ങളുടെ പടിപ്പുരയും വലിയസീതിത്തങ്ങളുടെ ജാറവും കാണാം. മഖാമിന്റെ മുറ്റത്തെ മണൽപ്പരപ്പിൽ ഇരുന്ന് സൂര്യാസ്തമയങ്ങൾ കണ്ട് ചുള്ളിയും വടിയും കളിക്കുന്ന തങ്ങന്മാർ കുട്ടികളെ നോക്കിരസിച്ച്, പാറപ്പള്ളിയിൽ പോയി തിരിച്ചുവരുന്നവരോട് തമാശകൾ പറഞ്ഞ്, കുതൂഹലത്തോടെ കഴിഞ്ഞ ബാല്യം. അതൊക്കെ നൊട്ടിനുണച്ചാണ് കടപ്പുറത്തേക്ക് ചെന്നത്. റോഡിനിരുപുറത്തും വന്ന ഐസ്ഫാക്ടറികളിലെ ജലം നിരത്തിലേക്കൊഴുകി ചളികെട്ടിക്കിടക്കുന്ന പാതയിലൂടെ കടപ്പുറത്തെത്തി. അവിടെ കൊമ്പൻ സ്രാവിനെ മലർത്തിയിട്ട മണലിൽ കുട്ടികൾ, മുതിർന്നവർ. പുതിയ പുതിയ കെട്ടിടങ്ങൾ. ഓലഷെഡുകൾ, മീൻ കൊള്ളക്കൊടുക്ക നടത്തുന്ന പീടികനിരകൾ. നിറയെ ചളിയും മീൻചാറും ഒഴുകിയൊഴുകിയ വഴികൾ. കടപ്പുറത്തെ ശുഭ്രമായ മണൽപ്പരപ്പെവിടെ? കടൽക്കരയിലുടനീളം കരിങ്കൽച്ചീളുകൾ. കരിങ്കൽ മതിലിന്റെ ചിതറിയ കല്ലുകൾ തുറിച്ചുന്തി നില്ക്കുന്നിടങ്ങളിൽ കടൽചളിയുടെ കറുത്ത കട്ടകൾ. പേരാല് പന്തലിച്ച ചുങ്കപ്പുരയുടെ മുറ്റം ഇന്നില്ല. ചുങ്കപ്പുരയുടെ ഇടിഞ്ഞു പൊളിഞ്ഞ തറയും കാണാനില്ല.

കൊമ്പൻ സ്രാവിന്റെ ചുറ്റും കൂടിയ ആളുകൾ പുതുതായി എത്തപ്പെട്ട ഫോട്ടോഗ്രാഫർക്ക് സൗകര്യമുണ്ടാക്കാൻ ഒതുങ്ങി മാറിയപ്പോൾ ഞാനും മരുമകൻ ആശിഫും മത്സ്യത്തെ നല്ലവണ്ണം കണ്ടു. നാലഞ്ചു തോണികളിലെ തുഴച്ചിൽക്കാർ, നെത്തൽവലയിൽ അറിയാതെ കുടുങ്ങിപ്പോയ കൂറ്റൻ കൊമ്പൻ സ്രാവിനെ വളരെ പണിപ്പെട്ടാണ് അകപ്പെടുത്തി കരയിലെത്തിച്ചതത്രെ.

തിരിച്ചുവരുമ്പോൾ നബിദിനം ആഘോഷിക്കാൻ കടപ്പുറത്തെ ആളുകൾ സജ്ജമാക്കിയ സിദ്ദിഖ് നഗർ കണ്ടു. കടപ്പുറത്തെ മുഖാമിയുടെ വിശാലമായ മുറ്റമാണ് സിദ്ദിഖ് നഗർ. നബിദിനത്തിന് എത്തിപ്പെടുന്നവർക്കൊക്കെ നെയ്ച്ചോറും ഇറച്ചിക്കറിയും വെച്ചുവിളമ്പുന്ന സിദ്ദിഖ് നഗറിലെ ആഘോഷപ്പൊലിമയെപ്പറ്റി ആസിഫ് തനിക്കാവും മട്ടിൽ വിവരിച്ചു പറയുന്നതു കേട്ടു. ഞാൻ ശ്രദ്ധിച്ചത് കടപ്പുറം മുഖാമിയുടെ കിഴക്കേ ഭാഗത്തെ വിശാലമായ കൂറ്റൻ കന്മതിലുകളായിരുന്നു. നാലാൾ പൊക്കത്തിൽ പണിത കന്മതിലുകൾ. മൂന്നാനകൾക്ക് ഒന്നിച്ചിറങ്ങുവാൻ ഒരുക്കിയ കൂറ്റൻ പടിപ്പുര. അതിന്റെ ആനവാതിലുകൾ. ആ വാതിലുകൾ കടന്ന് അകത്ത് കയറിയാൽ വലിയ കോയാന്റെ വീട്. ഇരുന്നൂറ് മാസറകൾ ഒന്നിച്ചിരുത്തി ആൾക്കാർക്ക്

ഭക്ഷണം വിളമ്പി തീറ്റിക്കുവാൻ പറ്റിയ നെട്ടാനീളത്തിലുള്ള കോലായയും അതിനൊത്ത നടുവകങ്ങളും ഉള്ള കൂറ്റൻമാളിക എവിടെ? പണ്ട് കുട്ടികൾ എന്നും കളിക്കാനൊത്തുകൂടുന്ന വലിയകോയാന്റെ വീട്ടുവളപ്പ്.

വലിയകോയാന്റെ വീട്ടിലെ കുഞ്ഞിക്കോയ ജിദ്ദാ എയർലൈൻസിൽ ജോലി ചെയ്യുന്നു. ഇത്ര വലിയ കെട്ടിടം പൊളിച്ചുമാറ്റി കല്ലുവിലയ്ക്ക് വിറ്റ് പറമ്പ് ശൂന്യമാക്കിയ കഥ അറിഞ്ഞിരിക്കുമോ ആവോ? നീണ്ടു വിശാലമായ കോലായത്തിണ്ണയിലിരുന്ന് പഠിക്കുകയും കളിക്കുകയും ചെയ്ത എന്റെ ചെറുപ്പം. കൊട്ട നിറയെ വെള്ളപ്പവുമായി എത്തുന്ന ബീരാൻകുട്ടിയെ പറ്റിക്കാൻ ഞങ്ങൾ അവനെയും കൂട്ടി വലിയ വീട്ടിന്റെ മാളികമുകളിലേക്ക് ചെല്ലാറുണ്ട്. കൊട്ടയിലെ വെള്ളപ്പം ഓരോരുത്തരും എടുത്ത് ആ വലിയ വീട്ടിന്റെ നീണ്ട ഇടനാഴികകളിലും വലിയ അറകളിലും മുറികളിലുമായി ഇരിക്കുന്നു. ഒരിക്കൽ കൂട്ടത്തിൽ കളിച്ച അബ്ദുല്ലയെ കാണാതായി.

ആ വലിയ മുറികളിലെവിടെയോ ഒറ്റപ്പെട്ട അബ്ദുല്ലയുടെ കരച്ചിൽ ഞങ്ങൾ കേട്ടില്ല. കുട്ടികൾ എല്ലാവരും ഭയന്ന് വിറച്ചു. ആൾപ്പാർപ്പില്ലാത്ത വലിയ വലിയ മുറികളും അറകളുമുള്ള വലിയകോയാന്റെ വീട്ടുമാളികയെക്കുറിച്ച് പല കഥകളും കേട്ടിരുന്നു. വെള്ളിയാഴ്ച രാവുകളിൽ ഉലുവാൻകൂടും പുകച്ച് ജിന്നുകൾ മൗലൂദ് പാരായണം നടത്തുന്ന മാളികപ്പുരയുടെ വിശാലമായ നടുത്തളം. രാത്രിയിൽ ചെമ്പുകിടാരങ്ങൾ ചുമന്നു ജിന്നുകൾ അങ്ങോട്ടുമിങ്ങോട്ടും നടക്കുമ്പോൾ അവരുടെ കാലൊച്ച താഴത്ത് കിടന്നുറങ്ങുന്ന വലിയകോയത്തങ്ങളും മക്കളും കേൾക്കാറുണ്ടത്രെ. ജിന്ന് സ്ത്രീകൾ പകൽ മുടിയഴിച്ച് കോതിമിനുക്കി മാളികപ്പുറത്തെ കൂറ്റൻ ജാലകങ്ങൾക്കരികെയിരിക്കുന്നത് അമ്പക്കാന്റകത്ത് ഇടവഴിയിലൂടെ നട്ടുച്ചയ്ക്ക് കടന്നുപോകാറുള്ളവർ കാണാറുണ്ടത്രെ. ആ വലിയ കെട്ടിടത്തിന്റെ മുകളിൽ തങ്ങിപ്പോയ അബ്ദുല്ലയെ പിന്നീട് കണ്ടുകിട്ടിയത് സന്ധ്യക്കായിരുന്നു. ജിന്നുകൾ കൂട്ടിക്കൊണ്ടുപോയി ചൂടുള്ള വെള്ളപ്പം കൊടുത്ത കഥ അബ്ദുല്ല പറഞ്ഞു. ബീരാൻകുട്ടി മാത്രം വിശ്വസിച്ചു. ആ വലിയ കൊട്ടാരവീട് എവിടെ? അത് പൊളിച്ചുമാറ്റി. മരാമത്ത് പണിക്കാർ ആ കല്ലുകൾ കുത്തിയടർത്തിയെടുക്കാൻ പാടുപെട്ട കഥയും പറഞ്ഞു.

വീട്ടിന്റെ കല്പടവിനെപ്പറ്റി ഉപ്പാപ്പ പറഞ്ഞതോർത്തു. വലിയകോയാന്റെ വീടുപണിക്ക് കല്ലിന്റെ പടവിന് ശക്തിയും മിനുസവും കിട്ടാൻ ബ്രാൽ മത്സ്യങ്ങളുടെ നുര കുമ്മായത്തിൽ കൂട്ടിയിട്ടാണത്രെ തേപ്പുപണി നടത്തിയത്. തൊട്ടുമ്മാരം പള്ളിയുടെയടുത്ത് പാതാറ് പണിത് അതിൽ ബ്രാൽ മത്സ്യങ്ങളെ പോറ്റി. അവയുടെ നുര ചേർത്ത് കുമ്മായക്കൂട്ടിന് ശക്തി നല്കി.

പുര പൊളിക്കുന്ന പണിക്കാർ കല്ലടർത്താൻ എത്രമാത്രം പാടുപെട്ടിരിക്കാം. ഉത്തരക്കോലുകളും താങ്ങുകളും പടിപ്പുരയ്ക്കപ്പുറത്തെ തൂണുകളും കോലായിലെ ചിത്രത്തൂണുകളും കൂറ്റൻ തേക്കു

മരങ്ങളായിരുന്നു. ആന പിടിച്ചാൽ കിട്ടാത്ത തൂണുകൾ ഈർന്നാണത്രേ പണിക്കാർ ലോറികളിൽ കയറ്റിയത്. ആ വലിയകോയാന്റെ വീട് തറയടക്കം പൊളിച്ചുമാറ്റിയത് കണ്ടപ്പോൾ മനസ്സാകെ നാട്ടിലെ പുതിയ കോൺക്രീറ്റ് വീടുകൾ നിറഞ്ഞു. ഒരു കോൺക്രീറ്റ് വീടിന്റെ പാലുകാച്ചലിനാണല്ലോ ഞാൻ വന്നത്.

നടന്നുനടന്നെത്തിയത് കുഞ്ഞിസീതിക്കോയ തങ്ങൾ ഇരുന്ന് വിശ്രമിച്ച വലിയകം ബംഗ്ലാവിന്റെ മുറ്റത്തായിരുന്നു. എനിക്കറിയാത്തതല്ലല്ലോ എന്റെ നാട്ടിലെ പഴയ പാതകൾ. കടപ്പുറത്തെ പള്ളിയും അതിനപ്പുറത്തെ വലിയസീതിത്തങ്ങളുടെ ജാറവും അതിന്റെ മിനാരവും കണ്ടു.

പക്ഷേ, വലിയകം ബംഗ്ലാവെവിടെ? കുഞ്ഞിസീതിക്കോയത്തങ്ങൾ ഇരുന്ന് നാട്ടിനെയനുഗ്രഹിച്ച വലിയകത്തെ പൂമുഖപ്പടി. കുട്ടികൾക്ക് വലിയസീതിത്തങ്ങളുടെ അനുഗ്രഹം കിട്ടാൻ കിടത്തുന്ന വലിയകത്തെ കൂറ്റൻ ചാരുപടി. ഇടിച്ചുനിരത്തിയ കെട്ടിടങ്ങളുടെ കല്ലുകളും മരവും അവകാശികൾ വീതിച്ചെടുത്ത് വിറ്റു. അവർക്കായുള്ള കോൺക്രീറ്റ് വാർപ്പുകൾ പണിതു. ദുഃഖം കിനിയുന്ന മനസ്സോടെ മൊയ്തീൻപള്ളി നിരത്തിലൂടെ തിരിഞ്ഞ് താഴങ്ങാടിയിലൂടെ ഇടവഴിയിലേക്കിറങ്ങി.

സെയ്തുക്കോയയും കൂട്ടരും ഇരുന്ന താഴങ്ങാടി മഖാമും അതിന്റെ മിനാരങ്ങളും കോട്ടകൊത്തളങ്ങളും. ടിപ്പുസുൽത്താൻ പണിയിച്ചുകൊടുത്ത പള്ളി. ടിപ്പുസുൽത്താൻ ആദരപൂർവ്വം ഒരുക്കിക്കൊടുത്ത ഷേയ്ഖിന്റെ മഖ്ബറ. കൂറ്റൻ മിനാരങ്ങൾ. ജിന്നുകൾ ഇരുന്ന് തലമുടി കോതി മിനുക്കുന്ന മിനാരത്തിന്റെ കിളിവാതിലുകൾ. ഇടവഴി ചാർത്തിൽ നനഞ്ഞ മണ്ണിൽ നില്ക്കേ ഞാൻ കണ്ടു. വെയിലും മഞ്ഞും മഴയുമേറ്റ് തകർന്നടിഞ്ഞ് കരിവാളിച്ച കെട്ടിടാവശിഷ്ടങ്ങൾ. വഴിയിലുടനീളം ചിതറിവീണുകിടക്കുന്ന പാത്തിയോടിൻ നുറുങ്ങുകൾ.

മുഖാമി വളപ്പിൽ ചുറ്റിപ്പടർന്ന കാട്ടിൽ ഓരിക്കുറുക്കന്മാരുടെ അന്തിത്താവളം. ആരും തിരിഞ്ഞുനോക്കാത്ത ആ ചരിത്രാവശിഷ്ടങ്ങൾ എന്റെ നാട്ടുപാതയിൽ കരുവാളിച്ച സ്വപ്നങ്ങൾ പോലെ. എനിക്ക് തളരുന്നതായി തോന്നി. ദാഹവും.

എന്റെ തളർച്ചയുടെയും ദാഹത്തിന്റെയും പൊരുളറിയാത്ത കൊച്ചു മരുമകൻ ആശിഫ് അന്തംവിട്ടുനിന്നു. അവൻ പറയുന്നത് കേട്ടു: “ഇക്കാക്കായ്ക്ക് ടൗണിൽ പോകണ്ടേ? വരൂ–” അതെ, എനിക്ക് തിരിച്ചു പോകാൻ വൈകി.

പരംപൊരുൾ: നഗരവാസിക്ക് എന്തിന് ഈ പഴയ നൊമ്പരങ്ങൾ. പഴയ ഹജൂർ കച്ചേരി കെട്ടിടം പൊളിച്ചുമാറ്റുന്നത് നോക്കിനിന്നവനാണല്ലോ ഞാൻ. പഴയപ്രതാപം വിളിച്ചോതിനിന്ന ആ കെട്ടിടത്തിന്റെ സ്ഥാനത്ത് ഭീമാകാരമായ സിമന്റ് സൗധം പണിഞ്ഞതിന്റെ നിഴലിലാണല്ലോ എന്റെ അസ്തിത്വം.

കപ്പലോട്ടക്കാരനെ
കാത്തിരുന്ന മറിയക്കുട്ടിച്ച

വർത്തമാനപത്രത്തിലെ ഒരു വാർത്തയിൽ എന്തുകൊണ്ടോ മനസ്സ് അല്പനേരം തങ്ങിനിന്നു. കോസ്റ്റ് ഗാർഡ് അഡ്വഞ്ചർ ടീമിലെ ഏഴുപേർ ചെറിയൊരു പായക്കപ്പലിൽ കൊച്ചിയിൽനിന്നും ഒരു സാഹസികയാത്രയ്ക്ക് ഇറങ്ങിത്തിരിച്ചിരിക്കുന്നു. ആഴക്കടലിലൂടെ രണ്ടായിരം കിലോമീറ്റർ ദൂരം കാറ്റൊപ്പിച്ചും തുഴയൊപ്പിച്ചും നീന്തി ഗുജറാത്തിലെ ഓക്കാതുറമുഖത്തെത്തുകയാണ് ലക്ഷ്യം. മാർഗ്ഗത്തിലുള്ള തുറമുഖങ്ങളെ തൊട്ടുരുമ്മിയാവും ജലയാനം.

പുറപ്പെട്ടതിന്റെ പിറ്റേദിവസം അവർ ബേപ്പൂരിലുമെത്തി. നാട്ടുകാരും യൂത്ത് ഹോസ്റ്റൽ അസോസിയേഷൻ ഭാരവാഹികളും അവരെ സ്വീകരിച്ചു. അസിസ്റ്റന്റ് കമാന്റർ വി എസ് പത്താനിയയ്ക്ക് പൂമാല ചാർത്തിക്കൊണ്ട് എല്ലാ നാവികരേയും എതിരേറ്റു. നാട്ടുകാരുടെ സ്നേഹവായ്പുകളും ആശംസകളും ഏറ്റുവാങ്ങി അവർ വീണ്ടും പുറപ്പെട്ടു. പശ്ചിമതീര തുറമുഖങ്ങളിൽനിന്നെല്ലാം അവർക്കിതുപോലെ ഊഷ്മള വരവേല്പുകൾ ലഭിക്കും. ആ ചെറുപ്പക്കാരുടെ ജീവിതത്തിൽ അവിസ്മരണീയമായ ഒട്ടേറെ കടലനുഭവങ്ങൾ ഈ യാത്ര സമ്മാനിച്ചേക്കാം. വെറും കാറ്റുപായ നിവർത്തിക്കെട്ടി കാറ്റിന്റെ ഗതിവിഗതികൾ ക്കൊപ്പിച്ച് അലകടലിലൂടെ നീന്തിക്കടന്ന് പോവുക എന്ന സാഹസത്തിനാണല്ലോ ആ ചെറുപ്പക്കാർ രണ്ടും കല്പിച്ച് ഇറങ്ങിപ്പുറപ്പെട്ടിരിക്കുന്നത്.

എനിക്ക് എന്തെന്നില്ലാത്ത ആഹ്ലാദം തോന്നി. ചെറുപ്പത്തിന്റെ ചൂടും ചുണയും വറ്റാത്ത യുവാക്കളുടെ സാഹസിക കഥകൾ എനിക്കെപ്പോഴും താല്പര്യമുള്ള വിഷയമാണല്ലോ. വൃശ്ചികത്തിലെ ഇളംതണുപ്പേറ്റ്, പുലർകാലമഞ്ഞത്ത്, കോലായിലെ ചാരുകസേരയിൽക്കിടന്ന് പത്രം

വായിക്കുന്നവന്റെ മനസ്സിൽ സുഖകരമായ ഒരു ചൂടരിച്ചു കയറുന്നു. കാലാവസ്ഥയുടെ കുത്തും ചവിട്ടും കൂട്ടാക്കാതെ കടൽത്തിരകളിലേക്കിറങ്ങിപ്പോയ ചെറുപ്പക്കാർ, കാറ്റുപായവിടർത്തിയ കൊച്ചുവള്ളം ആഴക്കടലിൽ ആവുംമട്ട് നിയന്ത്രിച്ച് യാത്ര തുടരുന്നതിന്റെ ചിത്രം. പത്രത്താളുകളിലേക്കാളേറെ എന്റെ മനസ്സിൽ നിറഞ്ഞുനില്ക്കുന്നു. ഓർമ്മയിൽ ഒരു പഴയ പായ്ക്കപ്പലിന്റെ ദൃശ്യം പെട്ടെന്ന് തെളിഞ്ഞു വരുന്നു.

അറബിക്കടലിന്റെ വിരിമാറിൽ ആടിയുലഞ്ഞും തുഴഞ്ഞും കാലാവസ്ഥയുടെ നിറഭേദങ്ങൾക്കൊപ്പിച്ചും കടലിന്റെ ഭാവപ്പകർച്ചകൾക്കിണങ്ങിയും പിണങ്ങിയും ജീവിതം മുഴുക്കെ കടലിൽ കഴിച്ചുകൂട്ടുന്ന കുറേ നാവികർ. കൂട്ടത്തിലൊരാളെയും കാത്ത് തൃക്കോട്ടൂരിലെ കടപ്പുറത്ത് ഒരു കൊച്ചുകുടിലിൽ നാളുകളെണ്ണിക്കഴിഞ്ഞിരുന്ന ഒരു മാപ്പിളപ്പെണ്ണ്. കടൽക്കരയിൽ ചെന്നടിച്ചു ചിതറുന്ന ഓരോ തിരമാലയോടും കടപ്പുറത്തെ കുടിലിൽ കാത്തിരുന്ന പെണ്ണ് ചോദിക്കാറുണ്ടായിരുന്നുവോ? കപ്പലോട്ടക്കാരനായ കെട്ടിയവന്റെ തിരിച്ചുവരവും കാത്ത് നിന്ന പെണ്ണിന്റെ കണ്ണുകളിൽ പീളനിറഞ്ഞത് ഇവൻ കണ്ടിരുന്നു. കണ്ണീർ വറ്റിയ കൺതടത്തിലെ കാളിമ കണ്ട് ഇവന്റെ കുട്ടിക്കാലം അമ്പരന്നിട്ടുണ്ട്. ഒറ്റാന്തടിയായിക്കഴിഞ്ഞ തറവാട്ടിലെ തലമൂത്ത പെണ്ണ്. ചെറുപ്പത്തിന്റെ കുതൂഹലങ്ങളിൽ തൃക്കോട്ടൂർ കടപ്പുറത്ത് കുട്ടികൾക്കൊപ്പം കെട്ടിമറിയുമ്പോൾ ഉമ്മാമ പറയുന്നത് കേട്ടിട്ടുണ്ട്. "കുട്ട്യോളെ, കടപ്പുറത്തേക്ക് നിങ്ങളെ ഒപ്പരം ഓളുംണ്ടാവും. തിരയെണ്ണുന്നോളാ ഓള് –കെട്ട്യോന്റെ കപ്പല് കടപ്പുറത്തെത്തുന്ന നാളെണ്ണിക്കാത്തിരിക്കുന്ന പോയത്തക്കാരി."

ഉമ്മാമ ഒന്നും വിശദമായി പറഞ്ഞിരുന്നില്ല. ഞങ്ങൾ കുട്ടികൾ ആ വക കഥകളൊന്നും ശ്രദ്ധിച്ചില്ല എങ്കിലും മറിയക്കുട്ടിച്ച കുട്ടികളുടെ ഒപ്പം എല്ലാറ്റിനും തുണയായി ഉണ്ടാവും. എന്തുപറഞ്ഞാലും ചിരിക്കുന്ന മറിയക്കുട്ടിച്ച. തറവാട്ടംഗങ്ങൾക്ക് ഏത് കാര്യത്തിനും തുണകൂട്ടാവുന്ന മറിയക്കുട്ടിച്ച. ഓർമ്മവെച്ച കാലംമുതലേ തറവാട്ടിന്റെ തെക്കേ ഇറയത്തിനപ്പുറത്തെ അടുക്കള ചായ്പിന്റെയടുത്ത മുറിയിൽ ഉരൽപ്പുരയുടെ തൊട്ടടുത്ത്, രാവും പകലും കളിതമാശകൾ പറഞ്ഞ് കഴിച്ചുകൂട്ടുന്ന മറിയക്കുട്ടിച്ചയെ കാണാറുണ്ടായിരുന്നു. കടപ്പുറത്തെ തറവാട്ടുവക ഓലപ്പുരയിൽ പകൽ ഒറ്റയ്ക്ക് ചെന്നിരിക്കുന്നത് കാണാം. അപ്പോഴാണ് ഉമ്മാമ പറയാറുള്ളത്. "കുട്ട്യോളേ ഓൾ കെട്ട്യോനെ കാത്തു നിക്കാൻ പോയി. ഇനി കുട്ടികൾ കടപ്പുറത്ത് ചെന്ന് കളിച്ചോളൂ –വൈകുന്നേരം ഓള് മടങ്ങുമ്പം നിങ്ങളും ഒപ്പരം പോരി."

ആ കഥയുടെ ചുഴികളിൽ ഇറങ്ങിയത് പിന്നീട് വളരെക്കാലം കഴിഞ്ഞതിനു ശേഷമാണ്. തൃക്കോട്ടൂർ ജുമാഅത്ത് പള്ളിയിൽ മയ്യത്ത്

കട്ടിൽ ഇറക്കിവെച്ചപ്പോഴാണ് നഗരത്തിൽനിന്ന് വിവരമറിഞ്ഞ് ഇവൻ എത്തിയത്. ആരോ ചോദിച്ചു: "മയ്യത്ത് മുഖം കാണണോ? കഫൻ ചെയ്താണെങ്കിലും ബന്ധുക്കളെത്തിയാൽ തുറന്നുകാട്ടണമല്ലോ?"

"വേണ്ട." ഇവൻ പറഞ്ഞു. വിവരമറിഞ്ഞ ഉടനെ പുറപ്പെട്ടെങ്കിലും ഉച്ചയോടെ മയ്യത്തെടുത്തിരുന്നു. പ്രായമേറിയ മയ്യത്ത് ബന്ധുക്കൾ വിശേഷിച്ചാരും ഇല്ലാത്ത സ്ഥിതിക്ക് വെറുതെ വെച്ചുകാത്തിരിക്കേണ്ടതില്ലല്ലോ എന്ന് നാട്ടുകാരണവർ പറഞ്ഞു. മറിയക്കുട്ടിച്ചയുടെ മുഖം ഇവന് ഹൃദിസ്ഥമായിരുന്നുവല്ലോ. ചുക്കിച്ചുളിഞ്ഞ മുഖത്തെ എണ്ണമയം. ഇരുണ്ട കൺതടങ്ങൾ. ഇറുകിയ കണ്ണുകളുടെ കോണുകളിൽ പീള. തേഞ്ഞ പല്ലുകൾ, മെലിഞ്ഞവശമായ ശരീരം. ഒരിക്കലും വരാത്ത കണവനേയും കാത്തുകാത്ത് ഒറ്റാംതടിയായി ജീവിതത്തിന്റെ എത്രയോ രാപ്പകലുകൾ പിന്നിട്ട പെണ്ണിന്റെ കഥ ഞാനറിഞ്ഞതാണല്ലോ.

തറവാട്ടിലെ അംഗങ്ങൾക്കെല്ലാം ഒത്താശക്കാരിയായി കളിച്ചുചിരിച്ചും ചില നേരങ്ങളിൽ ഒറ്റയ്ക്കിരുന്ന് കരഞ്ഞും കഴിച്ചുകൂട്ടാറുള്ള മറിയക്കുട്ടിച്ചയുടെ കഥ ആരാണ് ഇവനെ കേൾപ്പിച്ചതെന്നറിയില്ല. കേട്ടകഥയിൽ മറിയക്കുട്ടിച്ചയുടെ കെട്ടിയവൻ ഒരു കടൽയാത്രക്കാരനായിരുന്നു. ഒരിക്കൽ പത്തേമ്മാരിയിൽവന്ന ആളുകളുടെ കൂട്ടത്തിൽ കണ്ട ചെറുപ്പക്കാരനെ തറവാട്ടിൽ പണ്ട് ജീവിച്ച ഒരു കാരണവർ വീട്ടിലേക്ക് വിളിച്ചുകൊണ്ടുവന്ന് തറവാട്ടിലെ ഒരംഗത്തിനെ നിക്കാഹ് ചെയ്തുകൊടുത്തു. മറിയക്കുട്ടിച്ച ആ ചെറുപ്പക്കാരന്റെ കഥ പിന്നീട് തറവാട്ടിലെ കുട്ടികളോടുപോലും പറയുമായിരുന്നു. "എന്റെ പിയ്യാപ്ല ആറുമാസം കടൽ, ആറുമാസം കര."

വരാനിരിക്കുന്ന ആറു മാസത്തിന്റെ സുഖനിമിഷങ്ങൾ കെട്ടിയവളോടൊത്ത് പങ്കിടാമെന്നു പറഞ്ഞ് ഇറങ്ങിപ്പോയ കണവൻ. കടലിന്റെ വിരിമാറിലേക്ക് പായ നിവർത്തിയ പത്തേമാരിയിൽ കയറിപ്പോയവൻ പിന്നെ തിരിച്ചുവന്നിട്ടില്ല. കാറ്റും മഴയും മഞ്ഞും വെയിലുമറിഞ്ഞ് മറിയക്കുട്ടിച്ച ദിവസങ്ങളെണ്ണി. "എനിക്കെന്റെ കപ്പിത്താൻ ഒത്തുവരും. ഞാനോന്റെ കപ്പലിൽ കേറിപ്പോകും."

തറവാട്ടിലെ ഏകാന്തതയിലിരുന്ന് ആരും കേൾക്കാതെ മൂളിപ്പാടുകയും കണ്ണീർ വാർക്കുകയും ചെയ്ത മറിയക്കുട്ടിച്ച എന്റെ മനസ്സിലെ മായാത്ത ചിത്രമാണല്ലോ. മലബാറിന്റെ കടൽക്കരയിലെ പാണ്ടികശാലകളും എന്റെ മനസ്സിലെ ചിത്രങ്ങളാണ്. പഴയ പാണ്ടികശാലകൾ, പുതിയ പാണ്ടികശാലകൾ, ആ പേരിലുള്ള തറവാടുകൾ. അറബിക്കടലിലൂടെ പത്തേമാരികളിൽ, പായ്ക്കപ്പലുകളിൽ തീരത്തെത്തി കച്ചവടം ചെയ്ത പൂർവ്വികർ. അവരുടെ പഴങ്കാലപ്പെരുമകൾ തീരത്തെ നുറുങ്ങിയ കൽഭിത്തികൾക്കിടയിലും ചിതറിക്കിടക്കുന്ന ചരിത്രാവശിഷ്ടങ്ങൾ

ക്കിടയിലും കണ്ണീരിന്റെ കാണാപ്പാടുകൾ സൃഷ്ടിച്ചതിന്റെ ചിത്രങ്ങൾ... ആഴക്കടലിന്റെ ഗർത്തങ്ങളിൽ ചെറുതോണിയിറക്കി കാറ്റുപായ നിവർത്തി തുഴഞ്ഞുപോകുന്ന ചെറുപ്പക്കാരുടെ വീര്യം ഒരിക്കലും തിരിച്ചുവരാതെ പോയ പഴയ നാവികന്റെ ചിത്രം മനസ്സിലുണർത്തി. ആ കപ്പലോട്ടക്കാരനേയും കാത്ത് കാലംകഴിച്ച മറിയക്കുട്ടിച്ചയുടെ കരിവാളിച്ച മുഖവും... പുലർകാല തണുപ്പിലും മനസ്സിൽ ചൂടരിച്ചുകയറുന്ന ആ പ്രഭാതത്തിൽ മലബാറിന്റെ കടലോരഗ്രാമത്തിലെ രോദനം എന്റെ ചെവിയിൽ മുഴങ്ങുന്നു...

പരംപൊരുൾ: കപ്പലോടിച്ച് കരകൾ കൈയടക്കിയ പറങ്കിക്കപ്പിത്താന് കാപ്പാട്ട് സ്മാരകം! പറങ്കിയെ പിണക്കിയ കുഞ്ഞാലിക്ക് കോട്ടക്കൽ സ്മാരകം. രണ്ടിന്റെയും പൊരുളുകൾക്കിടയിൽ കടലിൽ പോയ കണവന്മാരെ കാത്തിരുന്ന് കാലംകഴിച്ചവരുടെ കേൾക്കാകഥകൾ. ചരിത്രത്തിൽ ഒരിക്കലും വറ്റാത്ത ചോരപ്പാടുകൾ, കണ്ണീർച്ചാലുകൾ...

മറിയക്കുട്ടിച്ച ഉറക്കെ പാടുന്നു. പതുക്കെ കരയുന്നു:
“എനിക്കെന്റെ കപ്പിത്താൻ ഒത്തുവരും.
ഞാനോന്റെ കപ്പലിൽ കേറിപ്പോകും.”

കല്യാണവീട്ടിലെ കശപിശയും ടാക്സി കാറും

ഞങ്ങളുടെ നാട്ടുമ്പുറത്ത്, പുഴവക്കത്തെ ജുമാഅത്ത് പള്ളിയിൽ ഖത്തീബായി ഒരു കുഞ്ഞഹമ്മദ് മുസ്ല്യാർ ഉണ്ടായിരുന്നു. മരിക്കുമ്പോൾ, അദ്ദേഹത്തിന്, പുര നിറഞ്ഞുനില്ക്കുന്ന പെൺമക്കൾ ചേരട്ട തിന്നു വെളുപ്പിച്ച കരിച്ചോല മോന്തായവും നോക്കി നെടുവീർപ്പിടുന്നത്, കാണേണ്ട യോഗമുണ്ടായി. അതിനാലാണത്രേ അവസാനം 'ശഹാദത്തു ക്കലിമ' ചൊല്ലി ഈമാനോടെ മരിച്ചിട്ടും അദ്ദേഹത്തിന്റെ കണ്ണടയാതിരുന്നത്!

ദണ്ണപ്പായിൽ കിടക്കുമ്പോൾ അയാളുടെ ശരീരത്തെയും മനസ്സിനെയും ഏറെ വേദനിപ്പിച്ചത് ആമാശയത്തിലുണ്ടായ മാറാമുഴ പൊട്ടിയൊലിച്ചതിനാൽവന്ന നീറ്റലോ, നൊമ്പരമോ ആയിരുന്നില്ല. കുടൽമാലയിരുണ്ടുകൂടുന്ന ദുസ്സഹവേദനകൾ അദ്ദേഹം സർവ്വശക്തനെ വിളിച്ചു കടിച്ചിറക്കി. എന്നാൽ അകത്തെ ഇരുട്ടിൽ, ചെറ്റമറയ്ക്കകത്തെ വെറുംനിലത്ത് കീറാപ്പായിലിരുന്ന് നാളയെ നിസ്സഹായരായി ഉറ്റുനോക്കുന്ന പെൺമക്കളുടെ ഗതിയെന്ത്? പുഴവക്കത്തെ ജുമാഅത്ത് പള്ളിയിലെ 'മിമ്പറ'ക്കരികിലെ 'മഹ്റാബി'ന്നു മുമ്പിലിരുന്ന് അനന്തമായി സ്തോത്രങ്ങൾ ഉരുക്കഴിക്കുമ്പോഴും അദ്ദേഹത്തിന്റെ മനസ്സിൽ കടന്നലുകളായി മൂളിപ്പറന്ന് കുത്തേല്പിച്ചുകൊണ്ടിരുന്നതും ആ ചിന്തകളായിരുന്നുവല്ലോ, "നാലെണ്ണത്തിനെ നാലുവഴിക്കാക്കാൻ റബ്ബേ ഒരു വഴി കാണിക്കണേ"– അദ്ദേഹം എല്ലാ നേരങ്ങളിലും അതുതന്നെ പ്രാർത്ഥിച്ചു. ഒരു നേരമെങ്കിലൊരുനേരം വല്ലതും വെച്ചുണ്ടാക്കി വീതിച്ചൊപ്പിച്ചു ചെറ്റപ്പുരയിലെ അടുപ്പിൽ തീപ്പുകയുയർത്താറുള്ള മുസ്ല്യാരുടെ കെട്ടിയവളും പ്രാർത്ഥിച്ചു. "ഈറ്റ്യൈളെ കാര്യം കാക്കണേ."

ആയിടയ്ക്ക് മറ്റൊരു ദുരന്തവുംകൂടി ആ ചെറ്റപ്പുരയിലുണ്ടായി. മൂത്തമകൾ, അഞ്ചുള്ളതിൽ ഏറ്റവും മൂത്തത്, നാട്ടുകാരുടെ നല്ല മനസ്സുകൊണ്ടും കരുണകൊണ്ടും കൊല്ലങ്ങൾക്ക് മുമ്പ് ഒരു വഴിക്കിറക്കിപ്പറഞ്ഞയച്ചവൾ, ഒരുനാൾ, അവൾ പെറ്റ മൂന്നെണ്ണത്തിനെ ഒക്കത്തേന്തി വഴിനടന്ന് ദാഹിച്ചവശയായി തളർന്ന് വീട്ടിൽ വന്നുകയറുന്നു. അന്നാണ് കുഞ്ഞഹമ്മദ് മുസ്ല്യാർ ജീവിതത്തിലാദ്യമായി ബോധംകെട്ടത്. മകൾ പറയുന്നത് കേൾക്കേ അദ്ദേഹം തളർന്ന സ്വരത്തിൽ "ഇന്നാലില്ലാഹി" എന്ന ദുഃഖമന്ത്രവും ചൊല്ലുന്നു. കണവൻ മരിച്ചുകയറിവന്ന പെണ്ണല്ല; കിട്ടാനുള്ളത് കിട്ടാൻ കെട്ടിയവൻ പടിയിറക്കിവിട്ട പെണ്ണ്! മൂത്തമകൾ എന്തൊക്കെയോ പറയുന്നു. ഒന്നും അയാളുടെ ചെവിയിൽ കയറിയില്ല. അസുഖങ്ങൾ ഓരോന്നായി സടകുടഞ്ഞ് ആ ശരീരത്തെ നിത്യരോഗത്തിൽ തള്ളിയിട്ടും ഒടുവിൽ അയാളറിയുന്നു. ആമാശയത്തിൽ ഉരുണ്ടുകൂടിയ മുഴ. വൻകുടലിലും ചെറുകടലിലും വ്യാപിക്കുന്ന രോഗത്തിന്റെ നീരാളിക്കൈകൾ. വീട്ടിൽ തിരിച്ചെത്തി. മൂത്തമകളുടെ കുഞ്ഞുങ്ങൾ ഒരുനേരത്തെ കഞ്ഞിക്ക് ഉറക്കെ കരയുമ്പോഴും അദ്ദേഹത്തിന്റെ മനസ്സിലെ വിശ്വാസത്തിന്റെ പ്രകാശം എല്ലാ പരീക്ഷണങ്ങളെയും അതിജീവിക്കാൻ വെമ്പി മരണവേദനയിലും അദ്ദേഹം സദാ പ്രാർത്ഥിച്ചു: "റബ്ബേ... ഈറ്റ്യേള കാര്യം നിന്റെ തവക്കലിൽ. തെറ്റായ വഴിയിലേക്കിറങ്ങാൻ ഈറ്റുങ്ങൾക്ക് തോന്നിക്കരുതേ-എല്ലാവരെയും ഈമാനോടെ മൗത്താക്കിത്തരണേ.."

ദീർഘകാലം പുഴവക്കത്തെ ജുമാഅത്ത് പള്ളി ഖത്തീബായിരുന്ന കുഞ്ഞഹമ്മദ് മുസ്ല്യാർ ഒരുനാൾ മരിച്ചു. ആ ചെറ്റപ്പുരയിൽ എല്ലാം സഹിച്ചടങ്ങിക്കഴിഞ്ഞ ഒരു വീട്ടമ്മയും, ഭർത്താവിന്റെ വീട്ടിൽനിന്നും കിട്ടാനുള്ളത് വാങ്ങി വരാൻ മൂന്നു കുഞ്ഞുങ്ങളായ ശേഷവും പറഞ്ഞയച്ച-പുറത്താക്കിയ പെണ്ണും കെട്ടിക്കാറായ 'ബുലൂഗായ' നാലു പെൺകുട്ടികളും. ശബ്ദം പുറത്തുവരാത്തവിധം അവർ കരഞ്ഞിരിക്കാം. മരണമറിഞ്ഞുചെന്ന ഞങ്ങൾ പള്ളിയുടെ തൊട്ടരികെ തന്നെ ഖബർ വെട്ടി അദ്ദേഹത്തെ അടക്കം ചെയ്തു. മീസാൻകല്ലുകൾ നാട്ടി. ആവണക്കിൻതൈ കുഴിച്ചിട്ടു നനച്ചു. പിന്നെ പിരിഞ്ഞുപോകയും ചെയ്തു. സംഭവം ഞങ്ങൾ നാട്ടുകാർ മറന്നു. ഓർക്കാനും ഓർത്തു നെടുവീർപ്പിടുവാനും ഈ വക കാര്യങ്ങളിൽ പ്രത്യേകിച്ചൊന്നുമില്ലല്ലോ. പുഴവക്കത്തെ ജുമാഅത്ത്പള്ളിയിൽ വേറെ ഖത്തീബിനെ നിയമിച്ചു. പള്ളിഭരണത്തിന് ഒരു പള്ളിക്കമ്മിറ്റിയും നിലവിൽവന്നു. ഇതിനിടയിൽ ആരോ പറയുന്നത് കേട്ടിരുന്നു. ഒരു തമാശക്കഥ പറയുന്ന മട്ടിൽ പുഴക്കടവിൽ ഇരുന്ന് ആരെ ഉറക്കെ പറയുന്നതാണ് കേട്ടത്. "കുഞ്ഞഹമ്മദ് മുസ്ല്യാരുടെ മൂത്തമകളെ തലാക്ക് ചൊല്ലി. മൊഴി കൊടുത്തയച്ചു. ഓളെ പുതിയാപ്ല വേറെ എവിടെയോ ഒന്നിനെക്കൂടി നിക്കാഹ് ചെയ്തു. ഓന്റെ മൂന്നാൺകുട്ടികളും മുസ്ല്യാരെ പുരയിലാ-

പേടിക്കാനില്ല. ആൺകുട്ടികളാ."

ആ കഥയുടെ തുടർന്നുള്ള ഭാഗങ്ങളിലേക്ക് കടന്നുചെല്ലാൻ എന്തുകൊണ്ടോ എന്റെ മനസ്സ് മടിച്ചു. അങ്ങനെയിരിക്കെയാണ് ആ വാർത്ത ഞാനും അറിയുന്നത്. മുസ്ല്യാരുടെ കെട്ടിക്കാറായ നാലു പെൺകുട്ടികളിൽ മൂത്തതിനെ നിക്കാഹ് ചെയ്യാൻ ഒരാൾ സന്നദ്ധനായിരിക്കുന്നു. ആ ചെറുപ്പക്കാരന് കുട്ടിയെ ഇഷ്ടപ്പെട്ടുവത്രേ.

അന്നാണ് ഞാനും അവരെക്കുറിച്ചന്വേഷിക്കുന്നത്. മുസ്ല്യാരുടെ മരണശേഷം ഓരോ വീടുകളിൽ അടുക്കളപ്പണി ചെയ്താണ് കുട്ടികൾ നാൾ പുലർത്തുന്നത്. മൂത്തമകളും അടുക്കളപ്പണിക്ക് പോകുന്നു. ആരാന്റെ അടുക്കളയിൽ കുട്ടികളെയിരുത്തി പണിയെടുക്കുന്നു. ഉപേക്ഷിച്ച ഭർത്താവിൽനിന്ന് ചെലവിന് കിട്ടാൻ, കോടതി കയറാൻ, നിത്യപട്ടിണിക്കിടയിൽ നേരംകിട്ടാത്ത പെണ്ണ്, നാലിൽ, മൂത്തതിനെ സ്വീകരിക്കാൻ സന്നദ്ധനായ ആ ചെറുപ്പക്കാരനെക്കുറിച്ച് എന്തുകൊണ്ടോ ഞാനന്ന് തിരക്കി. കടൽ കടന്ന് അക്കരെ പോകുന്ന ചെറുപ്പക്കാരനാണ്. യത്തീമായ ഒരു പെൺകുട്ടിയെ കല്യാണം കഴിക്കാൻ വ്രതമെടുത്ത യുവാവാണത്രെ. എങ്കിൽ അത് എത്രയോ നല്ല കാര്യമാണല്ലോ. കുഞ്ഞഹമ്മദ് മുസ്ല്യാരുടെ പ്രാർത്ഥന സ്വീകരിക്കപ്പെടുകയാണോ! ഞങ്ങൾ നാട്ടുകാർ വീണ്ടും വേണ്ടത് ചെയ്യാൻ ഉത്സുകരായി. മുസ്ല്യാരുടെ കെട്ടിയവൾ നാട്ടിൽ വേണ്ടപ്പെട്ടവരെയൊക്കെ സമീപിച്ചു. പള്ളിക്കമ്മിറ്റിക്കാരെ കണ്ടു. അങ്ങനെ പിരിവെടുത്തും, സകലരുടെയും ഒത്താശകളെ ആശ്രയിച്ചും ആ കല്യാണം നടത്താൻ തീരുമാനിച്ചു. കുഞ്ഞഹമ്മദ് മുസ്ല്യാരുടെ ദയനീയകഥ കേട്ടറിഞ്ഞ ആ ചെറുപ്പക്കാരൻ പറഞ്ഞുവത്രേ: "ഒരു പാവം പെൺകുട്ടി ഞാൻ മൂലം രക്ഷപ്പെടുന്നെങ്കിൽ രക്ഷപ്പെടട്ടെ-"

അങ്ങനെയാണ് ആ കല്യാണത്തിന് പങ്കെടുക്കാൻ ഇവനും എത്തിയത്. ഞങ്ങൾ പെണ്ണിന്റെ വീട്ടിൽ ഒത്തുകൂടി. സദ്യയും മറ്റുമില്ല. ഓരോ ഗ്ലാസ് മധുരപാനീയം കുടിച്ച് ഞങ്ങൾ നാലഞ്ചുപേർ വരനെ തേടി പുറപ്പെട്ടു. നാട്ടുമ്പുറത്ത് വയൽവരമ്പിലൂടെ നടന്ന് ഞങ്ങൾ നിരത്തിലെത്തി. ദൂരെനിന്നും വടക്കോട്ടുള്ള ബസ് കൃത്യസമയത്തുതന്നെ വരുന്നത് കണ്ടു. ബസ്-എന്തോ സുകൃതം. നിർത്തി ഞങ്ങളെയൊക്കെ കയറ്റി. ഒരു ചിറയുടെയരികെയുള്ള സ്റ്റോപ്പിലാണ് ഞങ്ങൾക്കിറങ്ങേണ്ടത്. അവിടെനിന്നും ഒരു ഫർലോങ് പടിഞ്ഞാറോട്ടു നടന്നാൽ വരന്റെ വീട്ടിൽ ചെന്നുകയറാമെന്ന് കല്യാണത്തിന് ആളായി നിന്നിരുന്ന നാട്ടിലെ വേണ്ടപ്പെട്ട ആൾ പറഞ്ഞു. പുണ്യമുള്ള കാര്യമായതിനാൽ എത്ര നടക്കുവാനും ഞങ്ങൾ സന്നദ്ധരായിരുന്നു. നട്ടുച്ചയ്ക്ക് താർനിരത്തോരത്തിൽ ബസിറങ്ങി ഞങ്ങൾ പടിഞ്ഞാറോട്ടു നടന്നു. ചിറയിൽനിന്ന് വീശുന്ന തണുത്ത കാറ്റ് നട്ടുച്ച വെയിലിലുള്ള നടത്തത്തിന്റെ ക്ഷീണം കുറച്ചിരുന്നു. ഞങ്ങൾ വരന്റെ വീട്ടിൽ ചെന്നുകയറി. അതും ഒരു ചെറിയ

പുര തന്നെയായിരുന്നു. മുറ്റത്ത് പന്തലിട്ടിട്ടുണ്ട്. പന്തലിൽ നാട്ടുകാർ പലരും ഇരുന്ന് വെടിപറയുകയും ഉച്ചഭക്ഷണത്തിനുള്ള ഒരുക്കങ്ങൾ ചെയ്യുകയുമാണ്. ഞങ്ങൾ നാലഞ്ചുപേർ കൊള്ളുകയറിച്ചെന്ന് പന്തലിൽ കയറിയപ്പോൾ നാട്ടുകാരണവരോ, വീട്ടുകാരനോ ആരാണെന്നറിഞ്ഞില്ല; ഒരാൾ ചോദിച്ചു: "തേടിവരുന്ന കൂട്ടരാണോ?"

"അതെ-" ഞങ്ങൾ പറഞ്ഞു: "വേഗം പുറപ്പെട്ടാൽ വെയിലാറി ഇരുട്ടുംമുമ്പ് നമുക്ക് പുതുക്കം കൂടി തീർക്കാം-"

"നല്ലത്-" പന്തലിലിരുന്ന മറ്റൊരാൾ ചോദിക്കുന്നു: "നിങ്ങൾ എങ്ങനെയാ വന്നത്?"

"ബസിന് വന്നു. ചിറയ്ക്കരികെയിറങ്ങി. അവിടുന്നിങ്ങോട്ടു നടന്നു." -തേടിച്ചെന്നവരിൽ ഒരാൾ പറയുന്നു. അത് കേട്ടിട്ടോ എന്തോ പന്തലിലിരുന്ന ബന്ധു ചോദിച്ചു; "കാറ് ഈ വീട്ടുമുറ്റംവരെ വരും. പുതിയാപ്പിളയെ കാറിലേ അയക്കൂ. തേടിവന്ന നിങ്ങൾ പോയി കാറും പിടിച്ച് വരൂ - എന്നിട്ടേ പുതിയാപ്പിളയെ ഇറക്കൂ-"

ഞങ്ങൾ അന്തംവിട്ടു. കല്യാണപ്പന്തലിലിരിക്കുന്ന വരന്റെ ആൾക്കാർ മുഴുക്കെ ഞങ്ങൾ കാറുമായി പുതിയാപ്പിളയെ കൂട്ടാൻ വരണമെന്ന് നിർബ്ബന്ധിക്കുന്നു. നാട്ടുകാരുടെ കാരുണ്യം ആശ്രയിച്ചു നടത്തുന്ന കല്യാണം-ടാക്സി കാറിന്റെ കാശ് ലാഭിക്കാൻ നോക്കുന്നത് സ്വാഭാവികമാണല്ലോ. പക്ഷേ, നിർബ്ബന്ധം ഏറിയപ്പോൾ ഞങ്ങൾ ടാക്സി കാർ ലഭിക്കുന്ന നഗരാതിർത്തിവരെ ചെന്ന് കാറുമായി വന്നു. കാറ് പടിക്കലെത്തിയപ്പോൾ മാത്രമേ പുതിയാപ്പിളയെ ഇറക്കുന്ന കാര്യം ആ വീട്ടുകാർ ചിന്തിച്ചുള്ളൂ. എങ്കിലും യത്തീമായ ഒരു പെൺകുട്ടിയെ അവൾ പാവമാണെന്നറിഞ്ഞുകൊണ്ടുതന്നെ സ്വീകരിക്കാൻ ഇറങ്ങിപ്പുറപ്പെട്ട ചെറുപ്പക്കാരനാണല്ലോ-ഞങ്ങൾ പുതിയാപ്പിളയെ കാറിൽ കയറ്റി. പുതിയാപ്പിളയുടെ ചങ്ങാതിമാർ അവർക്കുള്ള ജീപ്പ് ഒരുക്കിയിരുന്നു. എല്ലാവരും പുറപ്പെട്ടു. പെണ്ണിന്റെ വീട്ടിലെത്തിയപ്പോൾ, അവിടെ ദാഹജലം നല്കി സ്വീകരിക്കാൻ കുറേ ആൾക്കാർ നിന്നിരുന്നു. അപ്പോഴാണ് ഞാനറിഞ്ഞത് പെണ്ണിന് പത്തുപവന്റെ ആഭരണങ്ങൾ കൊടുക്കണം. ഇടനിലക്കാരൻ പറഞ്ഞിരുന്നുവത്രെ. കൂടാതെ പതിനായിരം ഉറുപ്പികയും. എല്ലാം സ്വകാര്യമാക്കി വെക്കണമെന്ന് ചെക്കന്റെ ആൾക്കാർ പ്രത്യേകം പറഞ്ഞു ശട്ടം ചെയ്തിട്ടുണ്ടത്രെ. പിന്നെയും ഒരു കാര്യമറിഞ്ഞു. എങ്ങനെയെങ്കിലും ഒന്നിനെയെങ്കിൽ ഒന്നിനെ പറഞ്ഞയയ്ക്കാൻ, മുസ്ല്യാരുടെ കെട്ടിയവൾ തയ്യാറായി. ഇടനിലക്കാരന് പുഴവക്കത്തെ "ഇരിക്കച്ചാള" എഴുതിക്കൊടുത്ത് ആ പണംകൊണ്ട് പത്തുപവനും പതിനായിരവുമൊപ്പിക്കാമെന്ന് ആ പാവം പെണ്ണ് ധരിച്ചുവശായി-കല്യാണം കഴിഞ്ഞ അടുത്താഴ്ച രജിസ്റ്റർക്കച്ചേരിക്ക് പുറപ്പെടാമെന്നുള്ള നിബന്ധന സ്വീകരിച്ചാണത്രെ പതിനായിരം എണ്ണിവാങ്ങി അവർ ആ ചെറുപ്പക്കാരന്റെ ആൾക്കാർക്ക് ഒപ്പിച്ചുകൊടു

ത്തത്. എല്ലാംകേട്ട ഞാൻ ടാക്സിക്കാരന് പണമെണ്ണിക്കൊടുക്കുന്ന നാട്ടുകാരന്റെ മുഖത്തു നോക്കി. അപ്പോഴാണ് അകത്തെ പെണ്ണുങ്ങൾക്കിടയിൽ ഒരു ബഹളം. ആ ബഹളത്തിനിടയിൽ കഴുത്തിൽ പൂമാലയും ചൂടി നമ്മുടെ ചെറുപ്പക്കാരൻ പുതിയാപ്പിളയും നില്ക്കുന്നു. അറ സാമാനങ്ങൾ മുഴുക്കെ പഴയത്. കിടക്കയും കട്ടിലും പഴയത്. അളമാര പഴയത്. എവിടെനിന്നെല്ലാമോ വാങ്ങിയൊപ്പിച്ചുവെച്ചത്. ആരോ പറയുന്നതു കേട്ടു. "ഇത്ര നാറികളായിനെങ്കിൽ ഞങ്ങൾ ഈ ബന്ധത്തിന് നില്ക്കൂലായിനും. ചെറുപ്പക്കാരൻ ദുബായിന്ന് വന്ന ചെക്കനാ. പത്തുംപതിനായിരവും തന്ന് വാരിക്കൊണ്ടുപോകാൻ ആൾക്കാർ വന്നതാ എന്നിട്ടിപ്പോ ചെന്നുപെട്ടത്... ആരാ ഇത് പറ്റിച്ചത്?"

ഇറങ്ങിപ്പോരാൻ തയ്യാറായി പുതുമണവാളൻ ചെക്കൻ നില്ക്കുന്നത് കണ്ടു. അന്തംവിട്ടുനില്ക്കുന്ന പുതുക്കപ്പെണ്ണിന്റെ നിറമിഴികൾ ഞാൻ കാണുന്നു. വീണ്ടും ആരോ പറയുന്നു: "മുസ്ല്യാരെ വിചാരിച്ചിട്ടാ പതിനായിരമെങ്കി പതിനായിരം വാങ്ങിയത്. എന്നാലും ഒരു തറവാടിത്തം വേണ്ടേ..? പുതുപെണ്ണിനെ കൂട്ടാൻ പുതിയാപ്പിളന്റെ പെങ്ങന്മാർ വരണമെങ്കിൽ ഒരുക്കിവെച്ചോളീൻ – ഒരു പുതിയ കട്ടിൽ – ഒരു പുതിയ മേശ– പിന്നെ പുതിയ കിടക്കയും വിരിപ്പും മേശവിരിപ്പും. പറഞ്ഞില്ലാന്ന് വേണ്ട – ഒരു കണ്ണാടി അളുമാരയും."

വേറെയാരോ പറയുന്നു: "പുതിയാപ്പിളയ്ക്ക് ലോഗ്യക്കാരില്ലേ...? അവരുടെ മുഖത്ത് നോക്കണ്ടേ...? ഇങ്ങനെ നാഥനില്ലാക്കളി കളിച്ചാ പറ്റ്വോ?"

പുതുക്കപ്പെണ്ണിനെ ഇറക്കിക്കൊണ്ടുപോകണമെങ്കിൽ അത്യാവശ്യം വേണ്ട ഇനങ്ങൾ ഒപ്പിച്ചുകൊടുക്കേണ്ടതെങ്ങനെയെന്ന ബദ്ധപ്പാടിൽ നില്ക്കുന്ന പെണ്ണിന്റെ ഉമ്മ. ചുറ്റും കൂടിയ ആൾക്കാർക്കിടയിൽ സകലതും നഷ്ടപ്പെട്ടവളായി നില്ക്കുന്ന പുതുപ്പെണ്ണ്. അകവാതിലും ചാരി ഒക്കത്ത് ഒരു കുട്ടിയേയും ചുമന്ന് നിസ്സഹായയായി നില്ക്കുന്ന മൂത്ത ജ്യേഷ്ഠത്തി. പിന്നെ ആരും കാണാത്ത മൂലകളിൽ ഒളിക്കാൻ ശ്രമിക്കുന്ന മൂന്നു പെൺകുട്ടികൾ..

കല്യാണപ്പന്തലിലെ തണുത്തുറഞ്ഞ മൂലയിൽ എല്ലാം നോക്കിയമ്പരന്ന് നിസ്സഹായനായി ഇവനന്ന് എത്രനേരം നിന്നു! പ്രശ്നങ്ങൾ പറഞ്ഞൊതുക്കാൻ ശ്രമിക്കുന്നവരുടെ തൊണ്ട വരണ്ടു. ആൺവീട്ടുകാരുടെ ശബ്ദം പേടിപ്പെടുത്തും വിധം അവിടെ മുഴങ്ങുകയായിരുന്നു.

പരംപൊരുൾ: മെഡിസിന് പഠിക്കുന്ന മമ്മാലിക്ക് ഇനിയുള്ള പഠിത്തത്തിന്റെ മുഴുവൻ ചെലവും, ഡോക്ടറായി വന്നാൽ ഒരു നഴ്സിങ് ഹോം. പോരെങ്കിൽ–ഒരു മാരുതിയും പിന്നെ...? പിന്നെയെന്ത് വേണം പറഞ്ഞോളൂ. മാർക്കറ്റ് വിലയനുസരിച്ച് എന്തും നല്കാൻ തയ്യാറുണ്ടല്ലോ.

കലാതിലകങ്ങളും മേനിക്കണ്ടപ്പന്മാരും

നഗരാതിർത്തിയിലെ ഒരു സുഖസീമയിൽ, നിരനിരയായി കെങ്കേമമായിപ്പണിത നഗരസുഖിമാന്മാരുടെ നിരവധി വീടുകളിലൊന്നിൽ, കുടിപാർത്തുവരുന്ന ഒരു ചങ്ങാതി തൊട്ടയൽപക്കത്തെ കളിമ്പക്കാരനായ ഒരു കുട്ടിയുടെ ഒരു നാളത്തെ ദിനചര്യ ഇപ്രകാരം വിവരിക്കയുണ്ടായി. കൂട്ടത്തിൽ പറയട്ടെ ഞങ്ങൾ നഗരവാസികൾ അയൽപക്കത്താരു താമസിക്കുന്നു; അവിടെയെന്ത് നടക്കുന്നു എന്ന് ചിന്തിക്കാറേയില്ല. ഈ ചങ്ങാതി ഗ്രാമത്തിൽനിന്നുവന്ന ആളാണ്. ചങ്ങാതിയും അയാളുടെ ഭാര്യയും നാട്ടിൽനിന്നും കൊണ്ടുവരുന്ന പൊടിയരിക്കഞ്ഞികൊണ്ട് അന്തിപ്പട്ടിണി തീർക്കണമെന്ന കമ്പം ഇപ്പോഴും വിടാത്തവരാണ്. പൊടിയരിക്കഞ്ഞിക്ക് ചുട്ട പപ്പടവും കടുമാങ്ങയും നാടൻ നേന്ത്രക്കായ ചുട്ടതും തേങ്ങാപ്പൂളും വേണമെന്ന വാശിക്കാരാണ്. നാട്ടിൽ കൊയ്യാനും മെതിക്കാനും നാളികേരം വലിക്കാനും ഒക്കെയുള്ള കൂട്ടത്തിലാണ് തങ്ങളെന്ന് സദാ വീമ്പുപറയുന്നവരുമാണ്. വെറും വീമ്പു പറച്ചിലല്ല അല്പ സ്വല്പം അങ്ങനെയൊക്കെയുള്ള കൂട്ടത്തിലാണ് അവരെന്ന് അവരുടെ പെരുമാറ്റവും നിത്യജീവിതപ്പൊലിമകളും ഞങ്ങളെ ബോദ്ധ്യപ്പെടുത്തുകയുണ്ടായി. ആദ്യം അയൽപക്കത്തെ സ്ഥിതി അയാളുടെ ഭാര്യയാണത്രെ ശ്രദ്ധിച്ചത്. വേറെ പണിയൊന്നും ഇല്ലാത്തതിനാലും മറ്റു വീടുകളിലെ മങ്കമാരുടെയിടയിൽ ഇടപഴകാൻ മാത്രം ഉള്ള ത്രാണി തനിക്കില്ലായെന്ന് ഉറപ്പുള്ളതിനാലും നമ്മുടെ നാട്ടുമ്പുറക്കാരി അവരുടെ വീട്ടിൽ ഒറ്റയ്ക്ക് വെച്ചുണ്ടുറങ്ങിക്കഴിയുന്നു. ബാക്കി നേരത്താണ് അയൽപക്കത്തെന്ത് നടക്കുന്നുവെന്ന നോട്ടം. കാലത്ത് ആഫീസിലേക്ക് കാലുറയും

ധരിച്ചിറങ്ങിപ്പുറപ്പെട്ട കണവനോട് കെട്ടിയവൾ പറഞ്ഞു: "എന്ത് സങ്കടാ അയൽപക്കത്തെ ആ കുട്ടിയുടെ കാര്യം, എനിക്ക് കളിക്കണമ്മേ എന്ന് കരഞ്ഞ് പറയുമ്പം പറയ്യാ. നല്ല കാര്യായ്പ്പോയ്. പഠിക്ക്. ഫസ്റ്റ് റാങ്ക് വാങ്ങൂന്ന് ബറ്റ് കെട്ടിയ കുട്ടിയാ കളിക്കാമ്പോണത്–"

പുറപ്പെട്ടിറങ്ങിയ ധൃതിയിൽ അയൽപക്കത്തെ കുട്ടിയെക്കുറിച്ച് ഭാര്യ പറഞ്ഞത് ശ്രദ്ധിച്ചേയില്ല. കുട്ടികളില്ലാത്ത പെണ്ണിന് മറ്റു കുട്ടികളിൽ കൗതുകമുണ്ടാവുക സ്വാഭാവികമാണല്ലോ എന്നുമാത്രം ചിന്തിച്ച് അന്ന് നഗരവീഥികളിലൂടെ സ്കൂട്ടറോടിച്ച് ആഫീസ് പൂകി. രാത്രി വീട്ടിൽ വന്നപ്പോഴും നാട്ടുമ്പുറനാരി പറയുന്നു: "ഒരു ജയിലാ ആ കുട്ടിക്ക്– എനിക്ക് സങ്കടം തോന്ന്വാണ്. എന്തിനാ അതിനെയിങ്ങനെയിട്ടു പൂട്ടുന്നത്?"

മിർസാഗാലിബിന്റെ ഗസലുകളാസ്വദിച്ച് വരാൻ പോകുന്ന ഇംഗ്ലീഷ് വാർത്തയിലാരാണ് പ്രത്യക്ഷപ്പെടുക റിനിസെമാണോ അതല്ല ഗീതാഞ്ജലി അയ്യരോ എന്ന് സുഖാലസ്യത്തോടെ ചിന്തിച്ച് സമയത്തിന്റെ തേരിലേറി സവാരി നടത്തേണ്ട നേരത്താണ് നാട്ടുപെണ്ണിന്റെ ഒരു നേരമ്പോക്ക് വാർത്ത. അയൽപക്കക്കാരുടെ കൊച്ചുമിടുക്കൻ, പപ്പയ്ക്കും മമ്മിക്കും പുന്നാരയായി അവർ കൊണ്ടുനടക്കുന്ന പൂമ്പയ്യൻ! അവിടെ ജയിൽജീവിതം നയിക്കുന്നുവെന്നോ! അയാൾ നാണിക്കുട്ടിയെ അടിമുടി നോക്കി. നീണ്ട വാർക്കൂന്തൽ ചീകി മിനുക്കി പിന്നോട്ട് പിന്നിയിട്ട പെണ്ണ് സോഫാസെറ്റിയുടെ ചുവട്ടിൽ ചമ്രം പടിഞ്ഞിരിക്കുന്നു. പെണ്ണ് നെറ്റിയിൽ ചന്ദനവും പൂശിയിട്ടുണ്ടല്ലോ. സന്ധ്യാനാമം ജപിക്കുന്നതിനിടയിലും പെണ്ണിന്റെ കണ്ണ് അയൽപക്കത്തോളം ചെന്നിരിക്കുമോ? അയാൾ ചൊടിച്ചു: "നീ ആരെക്കുറിച്ചാണ് പറയുന്നത്?"

"തൊട്ടപ്പുറത്തെ മിനിക്കുട്ടിയെപ്പറ്റിത്തന്നെ."

ടയറിന്റെ പരസ്യപരാക്രമണമായിരുന്നു അപ്പോൾ സ്ക്രീനിൽ. അയാൾ എഴുന്നേറ്റ് പോർട്ടിക്കോവിൽ ചെന്നുനിന്നു. ജീവിതത്തിലാദ്യമായി അയൽപക്കത്തേക്ക് കണ്ണും കാതും ചെന്നു. അവിടെ വീട്ടിനു മുകളിൽ ആന്റിനയുണ്ടല്ലോ. പക്ഷേ, ഉയർന്നുപൊങ്ങുന്നത് മിനിക്കുട്ടിയുടെ ശബ്ദം. ആ കുരുന്ന് ഉറക്കെയുറക്കെ നഴ്സറി ക്ലാസിൽ പഠിക്കുന്നതൊക്കെ തൊണ്ടപൊട്ടുമാറുച്ചത്തിൽ ചൊല്ലുന്നതാണല്ലോ കേൾക്കുന്നത്. പതുക്കെ കണ്ണും അങ്ങോട്ടു ചെന്നു. സോഫയുടെ അപ്പുറത്തുമിപ്പുറത്തും പപ്പയും മമ്മിയും. നടുവിൽ പന്തം കണ്ട പെരുച്ചാഴിയെപ്പോലെ പൊന്നോമന. മമ്മി കൂടെക്കൂടെ പറയുന്നതും കേൾക്കുന്നു: "ദാറ്റ്സ് കറക്ട്... നോ റോങ്ങ്–മഞ്ജുവിന്റെ മോളെക്കാളും മിടുക്കിയാവണം. ഇത്തവണ ക്ലബ്ബിൽ അവരുടെ മോന്ത ഞാൻ കറുപ്പിക്കും. ഫസ്റ്റ് റാങ്ക് മിനിമോള് വാങ്ങും. ഞാനത് വാങ്ങിപ്പിക്കും–"

"എയർലി മോർണിങ്ങില് മാധവൻ വരും. ഒന്നുകൂടി ടച്ചപ്പ് ചെയ്യണം.

ഞാൻ ഏർപ്പാടാക്കി. മന്ത്‌ലി ഫൈവ് ഹൻഡ്രഡ് പോയാലെന്താ–ഇത് ഞാൻ നേടും" പപ്പയും എന്തൊക്കെയോ പിറുപിറുക്കുന്നുവല്ലോ. ഉറക്കപ്പിച്ച് പറയുന്നതല്ല എന്ന് കേട്ടപ്പോൾ തോന്നി. അയാൾ വീണ്ടും ഡ്രോയിങ് റൂമിൽ വന്നിരുന്നു. മനസ്സിൽ ഒരു വല്ലായ്മ. ഗീതാഞ്ജലി അയ്യർ പറയുന്ന നാട്ടുവർത്തമാനങ്ങളൊന്നും ചെവിയിലിറങ്ങുന്നുമില്ല. കാർപ്പെറ്റിൽ ചമ്രം പടിഞ്ഞിരിക്കുന്ന നാട്ടുമ്പുറക്കാരി പറയുന്നു:

"ഞാനിത് കുറേ ദെവസായി കാണുന്നു. നന്നെ പുലർച്ചെതൊട്ട് കുട്ടിയെ പഠിപ്പിക്കുന്ന തെരക്കാ. കണ്ണും പൊളിച്ചു വന്നാലുടനെ കൈയും മുഖവും കഴുകിവന്ന കുട്ടിക്ക് കാപ്പി കൊടുക്കാൻ നേരത്ത്, പിന്നെ കുളിപ്പിക്കാൻ നേരത്ത്, ഉടുപ്പുമാറ്റി ഒരുക്കുന്ന നേരത്ത്, റിക്ഷാക്കാരൻ കുട്ടിക്കൊണ്ടുപോകുന്ന നേരത്ത് അപ്പോഴൊക്കെ പഠിത്തം തന്നെ. പിന്നെ ക്ലാസിലും. വൈകുന്നേരം തിരിച്ചു വന്നാലുടനെ തുടങ്ങും മമ്മി. രാത്രി പപ്പയെത്തിയാലുടനെ പപ്പയും. പപ്പയും പറഞ്ഞുകൊടുക്കലും പഠിപ്പിക്കലും മാത്രം. ഇന്നലെ വൈകുന്നേരവും കുട്ടി കരയുന്നത് കേട്ട് ഞാൻ നോക്ക്യപ്പം എന്താന്നറിയോ. തൊട്ടപ്പുറത്ത് കുട്ടികൾ ബാറ്റ് കളിക്കുന്നതും നോക്കി ഇരുമ്പഴിയും പിടിച്ച് കുട്ടി കരയ്യാണ്. മമ്മി വിടുന്നില്ല. പഠിപ്പിക്കാൻ മെനക്കെടാണ്. അനുസരിക്കാഞ്ഞപ്പം ചന്തിക്ക് നുള്ളുന്നതും കണ്ട്–"

അവൾ പറയുന്നത് നിർത്താൻ ഭാവമില്ല. അയാൾക്ക് കേട്ടപ്പോൾ വല്ലാത്ത പൊറുതികേട്. ആ പിഞ്ചുകുട്ടിയുടെ തലയിൽ ഒന്നാം റാങ്ക് അടിച്ചുകയറ്റാൻ പാടുപെടുന്ന അയൽപക്കത്തെ പപ്പയുടെയും മമ്മിയുടെയും ബദ്ധപ്പാടുകൾ അയാൾ ഊഹിക്കുന്നു. വീട്ടുതടങ്കലിൽ ഒന്നാം റാങ്ക് നേടാൻ ശിക്ഷിക്കപ്പെട്ട കുട്ടിയുടെ ദാരുണ കൗമാരം അയാൾക്ക് ഊഹിക്കാനാവുമല്ലോ. അതയാൾ വാചാലതയോടെ ഞങ്ങളുടെ സദസ്സിൽ അവതരിപ്പിച്ചത് കേട്ട് ഞങ്ങൾ അന്തം വിട്ടു.

ഭേദപ്പെട്ടവർ മാത്രം ഗ്രാമസിക്കുന്ന നഗരത്തിലെ വമ്പന്മാരുടെ കോളനിയിലൂടെ അന്ന് പ്രഭാതത്തിൽ അയാൾ നടന്നു. അന്നൊരു ഒഴിവുദിവസമായിരുന്നു. മനസ്സിൽ നാട്ടുമ്പുറക്കാരി ഭാര്യ നല്കിയ അയൽപക്കക്കാരുടെ ജീവിതചിത്രങ്ങൾ. ആ കോളനിയുടെ തെക്കേയറ്റത്തായിരുന്നു ക്ലബ്ബ്. അവിടെ ചിലങ്കകളുടെ നൂപുരധ്വനിയുയരുന്നത് ശ്രദ്ധിച്ചു. മുറ്റത്ത് നില്ക്കുന്ന നൃത്താദ്ധ്യാപകൻ അയാളുടെ സുഹൃത്തായിരുന്നു. കുശലപ്രശ്നങ്ങൾക്കിടയിൽ അദ്ധ്യാപകൻ പറയുന്നു: "യുവജനോത്സവം അടുത്തതാണല്ലോ. ഇത്തവണ നമ്മുടെ കോളനിയിലെ കുട്ടികളായിരിക്കണം കലാതിലകങ്ങളും കലാപ്രതിഭകളും, ഭരതനാട്യത്തിൽ ഒന്നാംറാങ്ക്. കഥകളിയിൽ ഒന്നാം റാങ്ക്. ഒപ്പനയിൽ ഒന്നാം റാങ്ക്. കുമ്മാട്ടിക്കളിയിൽ ഒന്നാംറാങ്ക്. കുമ്മിയടിയിൽ ഒന്നാം റാങ്ക്. കുച്ചുപ്പുടിയിലും ഒന്നാം റാങ്ക്. തെയ്യത്തിനും ഒന്നാം റാങ്ക്."

നൃത്താദ്ധ്യാപകൻ ചിരിച്ചു. പിന്നെയും പറഞ്ഞു; "സ്കൂളിൽ പരിശീലനമൊക്കെ കൊടുക്കും. പക്ഷേ, അത് പോരാ-റാങ്ക് നേടണം. അപ്പോൾ ഞാൻതന്നെ പഠിപ്പിക്കണം. എന്റെ ട്രൂപ്പും മിനക്കെട്ടാൽ രണ്ടുമാസംകൊണ്ട് ഒരു കോഴ്സ്-"

കുട്ടികളുടെ കലാഭിരുചികൾ കണ്ടെത്തി പഠിപ്പിക്കേണ്ട കഥകളിയും ഭരതനാട്യവും ഗുളികപ്രായത്തിലാക്കി കുട്ടികളുടെ കാലിൽ കെട്ടിയിടുന്ന മറ്റൊരു പ്രക്രിയ. ഒന്നാംറാങ്കിന്റെ തൂവലും തൊപ്പിയും തന്റെ കുട്ടിക്ക് എന്ന പൊങ്ങച്ചം. നാട്ടുമ്പുറക്കാരി പറഞ്ഞത് നേരുതന്നെ. പഠിക്കാൻ ശിക്ഷിക്കപ്പെടുന്ന കുട്ടികൾ. കലാതിലകങ്ങളാകാൻ ക്രൂശിക്കപ്പെടുന്ന കുരുന്നുകൾ. അലങ്കാരത്തിന്റെയും അന്തസ്സിന്റെയും മേനിപറച്ചിലിന്റെയും ഉറവിടം സ്വന്തം വീട്ടിലെ കുഞ്ഞിന്റെ റാങ്കുനേടലിന്റെ തിണ്ണബലത്തിലാണെന്നുവന്നാൽ, ക്ലബ്ബിലും സമൂഹത്തിലും ആളാവാൻ പപ്പയും മമ്മിയും പിന്നെ എന്താണ് ചെയ്യേണ്ടത്? മറ്റവനേക്കാൾ മുമ്പൻ ഞാനാവണമെങ്കിൽ എന്റെ മോനും കിട്ടണമല്ലോ ഒന്നാംറാങ്ക്. അത് കാലിൽ ചിലങ്ക കെട്ടിയിട്ടായാലും തലയിൽ മണ്ണ് നിറച്ചിട്ടായാലും...

പരംപൊരുൾ: ക്ലബ്ബിൽ രണ്ടുവീട്ടമ്മമാർ പല്ലിറുമ്മുന്നതും പല്ലിളിക്കുന്നതും കുട്ടികളുടെ മേനിപറഞ്ഞുകൊണ്ടാണല്ലോ എപ്പോഴും.

വടക്കൻ ഗ്രാമത്തിലെ ഒരു ആഘോഷരാത്രി

ഗ്രാമത്തിലെ ജുമാഅത്ത് പള്ളിയുടെ മുൻവശത്ത് കാറ് വന്നു നില്ക്കുമ്പോൾ ആളുകൾ മഗ്രിബ് നമസ്കാരം കഴിഞ്ഞിറങ്ങുന്നു. പള്ളി പൂമുഖത്തിന്നരികിലെ ഒതുക്കുകല്ലിന് തൊട്ടടുത്ത് കാറുനിന്നു. സ്വീകരണക്കമ്മിറ്റിയംഗങ്ങളിൽ ചിലർ പള്ളിക്കെട്ടിനടുത്ത് കാത്തു നില്ക്കുന്നുണ്ടായിരുന്നു. ഞങ്ങൾ ചിലർ നമസ്കാരത്തിന് കയറും മുമ്പ് അവർ കരിക്ക് വെട്ടി കുടിക്കാൻ തന്നു. 'സന്ധ്യാപ്രാർത്ഥന സാവകാശം' എന്ന മട്ട് പാടില്ലല്ലോ. സ്വീകരണക്കമ്മിറ്റിക്കാർ എല്ലാ ഒത്താശയും ചെയ്തുതന്നു. യോഗം ആരംഭിക്കാൻ ഇനിയും സമയമുണ്ടല്ലോ. തലമൂത്ത ഒരംഗം സ്നേഹപൂർവ്വം ഞങ്ങളെ ക്ഷണിച്ചു കൂട്ടിക്കൊണ്ടുപോയി. പള്ളിയുടെ തൊട്ടടുത്ത പറമ്പിലായിരുന്നു സ്റ്റേജ് കെട്ടിയത്. അവിടെ വൈദ്യുതിവിളക്കുകൾ പ്രകാശം പരത്തുന്നു. ഉച്ചഭാഷിണിക്കാരൻ തന്റെ യന്ത്രസംവിധാനങ്ങൾ സ്റ്റേജിൽ സജ്ജമാക്കുന്ന തകൃതികൾ ഞങ്ങൾക്കും കേൾക്കാം. പള്ളിയുടെയരികിലെ ഇടവഴിയിലൂടെ നടന്ന് ആ വീട്ടിൽ കയറി. പഴയ മാതൃകയിലുള്ള നല്ലൊരു ഭവനം. ഉമ്മറക്കോലായയുടെ പടിഞ്ഞാറെ അതിരിൽ കാലും മുഖവും കഴുകാനുള്ള സൗകര്യങ്ങളൊക്കെയുണ്ട്. ഉമ്മറത്തിന്റെ കിഴക്കേ ഭാഗത്തായിരുന്നു ഞങ്ങളെ ഇരുത്തിയത്. അവിടെ സോഫാസെറ്റികളും ചാരുകസേരകളും ഉണ്ട്. ടീപ്പോയിൽ പഴവർഗ്ഗങ്ങൾ നിരത്തിയ പ്ലെയിറ്റുകൾ. ഗ്ലാസിൽ കുടിക്കാൻ വത്തയ്ക്കാ കലക്കിയത്. പ്ലെയിറ്റിലെ അണ്ടിപ്പരിപ്പും മുന്തിരിയും കൊറിച്ച് ഞങ്ങൾ നാട്ടുവർത്തമാനങ്ങൾ പറഞ്ഞു. ആ നാട്ടുമ്പുറത്ത് ആളുകൾ അന്യോന്യം കഴുത്തറക്കുന്നതും കുത്തി കുടൽമാല പിളർത്തുന്നതും പുരകുടികൾ തീവെച്ചു നശിപ്പിക്കുന്നതും

ഒരു സാധാരണ സംഭവമായിരുന്നുവല്ലോ. ഒരിക്കലും ആ നാട്ടുമ്പുറത്തെ ശുദ്ധന്മാരായ ജനങ്ങൾ അന്യോന്യം കുഴുത്തറക്കുകയില്ലാ എന്നുതന്നെ ഞങ്ങൾ പറഞ്ഞു. ചുറ്റുവട്ടത്തെ കൂട്ടുകാരുടെ പുരകുടികൾ ചുട്ടുചാമ്പ ലാക്കുവാൻ പന്തവും കത്തിച്ച് നെട്ടോട്ടമോടുന്ന പകനുരയും മനസ്സു കളുടെ ഉടമസ്ഥന്മാരല്ല ചുറ്റും വർത്തമാനം പറഞ്ഞു നില്ക്കുന്നതെന്ന് ഞങ്ങളറിയുന്നു. കുലനിറഞ്ഞ തെങ്ങിൻതോപ്പുകളിൽ അനധികൃതമായി കയറി മുച്ചൂടും നശിപ്പിക്കാൻ അവസാനത്തെ 'വെളിച്ചിലും' പിഴുതെറി യുന്നവർ. പറമ്പിലെ വാഴത്തോപ്പുകളിൽ കയറി കൈയിലെ പിടിവാൾ ചുഴറ്റി അരിഞ്ഞുവീഴുന്ന വാഴത്തണ്ടുകളെ നോക്കി അരിശത്തോടെ ആർത്തട്ടഹസിക്കുന്നവർ. കൊയ്യാറായ പാടത്തെ നെൽക്കതിരുകൾ ചവിട്ടി മെതിച്ച് സകലതും വയൽച്ചളിയിൽ നശിപ്പിക്കാൻ പാടുപെടു ന്നവർ. തുറന്നു വെച്ച കടയിൽ പാഞ്ഞുകയറി പലവ്യഞ്ജനച്ചാക്കുകൾ വാരി പുറത്തേക്കെറിയുന്നവർ. ഇന്നലെവരെ കണ്ടും കളിപറഞ്ഞും ചിരിച്ചും സ്നേഹിച്ചും കലഹിച്ചും കഴിഞ്ഞവർ പെട്ടെന്ന് ഒരു ശപിക്കപ്പെട്ട മുഹൂർത്തത്തിൽ കരവാളേന്തി കഴുത്തറുക്കാൻ പുറപ്പെട്ടിറ ങ്ങിയപ്പോൾ അതിന്റെ തീയാളിക്കത്തിക്കാൻ അരയും തലയും മുറുക്കിയവർ. അയൽക്കാരന്റെ നേരെ തോക്കേന്തിയവർ. ഇല്ല ഞങ്ങൾക്ക് ചുറ്റും ഇരുന്ന് തമാശകൾ പറഞ്ഞ് ആഘോഷപരിപാടികളുടെ വിശദാംശങ്ങൾ വിവരിക്കുന്നവർ ഒരിക്കലും അത്തരക്കാരായിരുന്നില്ല. ആ ഗ്രാമം ഒരിക്കലും തീയാളിക്കത്തിയ, മനുഷ്യരുടെ ആർത്തരോദനങ്ങൾ ഉയർന്ന, ശപിക്കപ്പെട്ട ഗ്രാമമായിരുന്നില്ല. എങ്കിലും പുറപ്പെട്ടപ്പോൾ ഞങ്ങളിലാരോ പറഞ്ഞുവല്ലോ. അവിടെയായിരുന്നില്ലേ ഈയിടെ മനുഷ്യരുടെ തലകൾ നിത്യേന അരിഞ്ഞുവീഴ്ത്തി പരസ്പരം എണ്ണം പറഞ്ഞ് ഊറ്റംകൊണ്ട സംഘടനകൾ അവരുടെ കൊടിക്കൂറകളുമായി തലങ്ങും വിലങ്ങും അട്ടഹസിച്ച് അലറിപ്പാഞ്ഞ് നടന്നത്? ഗ്രാമത്തിന്റെ ഹൃദയത്തിലെ ആ വീട്ടുകോലായിലെ വിശാലമായ മുറികളിൽ ഇരുന്ന് ഞങ്ങൾ വത്തയ്ക്കാ കലക്കിയത് കുടിച്ചു. ചുറ്റുംനിന്ന ഗ്രാമീണർ അന്നത്തെ രാത്രിയിലെ ആഘോഷപരിപാടികളുടെ പൊലിമകൾ വിവരിച്ചു. യോഗസ്ഥലത്തുനിന്നും ഉച്ചത്തിൽ സംഗീതമുയരുന്നതും ഞങ്ങൾ കേട്ടു. കൂട്ടത്തിലാരോ പറഞ്ഞു: "നഗരത്തിൽനിന്നു വന്ന പ്രാസംഗികന്മാർക്ക് പെട്ടെന്ന് തിരിച്ചുപോകേണ്ടതുണ്ട്. നമുക്ക് യോഗം പെട്ടെന്ന് ആരംഭിക്കണം."

"അതിനെന്താ?"

വീട്ടുകാരനോ, സംഘാടകനോ ആയ ആതിഥേയൻ ചിരിക്കുന്നു. പിന്നെ പറഞ്ഞു: "ചായ കുടിക്കോ?"

"ചായയോ?"

വത്തയ്ക്കാ കുടിച്ച് വയർ നിറഞ്ഞിരുന്നു. കാറിൽ വന്നിറങ്ങിയ

ഉടനെ തന്ന കരിക്ക് വെള്ളവും വയറ്റിൽ കുലുങ്ങുന്നുണ്ടായിരുന്നു. എങ്കിലും ഞങ്ങൾ ചായ കുടിക്കാൻ ഇരുന്നു. വടക്കൻ ഗ്രാമത്തിന്റെ സൗഹൃദം അതിന്റെ ധാരാളിത്തവും പെരുമയും വിളിച്ചോതുന്ന ചായസല്ക്കാരമായിരുന്നു.

കല്ലുമ്മക്കായ നിറച്ചത്, മുട്ട പുഴുങ്ങിപ്പൊരിച്ചത്, ഞാലിപ്പൂവന്റെ ചെറുപഴങ്ങൾ, വസ്സി നിറയെ പലഹാരങ്ങളുണ്ടായിരുന്നു. അവ ഓരോന്നും എണ്ണിപ്പറഞ്ഞ് ഞങ്ങളെ തീറ്റിക്കാൻ ആതിഥേയൻ ധൃതി കൂട്ടുന്നു. ഒപ്പമിരുന്ന യോഗഭാരവാഹികൾ തമാശകൾ പറഞ്ഞ് ഞങ്ങളെ രസിപ്പിക്കുകയും ചെയ്തു. അപ്പോൾ നഗരത്തിൽനിന്നും വന്ന എന്റെ ചങ്ങാതി പറയുന്നത് കേട്ടു. "നോക്കൂ ഇവരുടെ സംസാരരീതി ശ്രദ്ധിക്കൂ -സ്നേഹവും ബഹുമാനവും കൂടിക്കുഴഞ്ഞ സംസാരരീതി. വടക്കൻ കേരളത്തിന്റെ മനോഹരമായ സംസാരരീതി, കടത്തനാടൻ മണ്ണിന്റെ തൻപോരിമയും തനിമയും തിളങ്ങുന്ന വർത്തമാനം."

അതിഥിയെ സ്വീകരിച്ച്, സല്ക്കരിച്ച് സ്നേഹംകൊണ്ട് വീർപ്പുമുട്ടിച്ച്, ഉന്മത്തനാക്കുന്ന പെരുമാറ്റത്തിന്റെ പൊരുൾ പൊത്തനയും എടുത്തു കാണിക്കുന്ന വാക്കുകൾ. "പട്ടാങ്ങിന്റെ പാട്ടുപോലെയുള്ള സംസാര രീതി-ശ്രദ്ധിക്കൂ" ഞാൻ ശ്രദ്ധിച്ചു. ശരിയായിരുന്നു.

ചങ്ങാതി വീണ്ടും പറയുന്നു. "ഇങ്ങനെ സംസാരിക്കുന്ന ഗ്രാമങ്ങ ളിലെ ആൾക്കാർ പരസ്പരം കത്തിയോങ്ങുമെന്ന് കരുതാനാവുമോ? അവരങ്ങനെ ചെയ്യുമോ?"

ഒരിക്കലും ഇല്ലാ എന്ന് ഉറക്കെ വിളിച്ചുപറയാൻ തോന്നി. ആരോ അവരെ ഇരുട്ടിൽ പൊടുന്നനവെ മുക്കിക്കൊല്ലാൻ ശ്രമിച്ചതാണ്. അതാരാണെന്നും നമുക്കറിയാമല്ലോ. എന്നുവെച്ചാൽ നാം ജീവിച്ചു മത്സരിച്ചു നാൾ പുലർത്തുന്ന കാലത്തിനറിയാമല്ലോ. ചായക്കോപ്പകൾ എടുത്തുമാറ്റി.

ഒഴിഞ്ഞ വസ്സികളും എടുത്ത് മാറ്റി. തീറ്റമേശയ്ക്കരികെനിന്നും എഴുന്നേല്ക്കാൻ ഭാവിക്കുമ്പോൾ വീട്ടുകാരൻ പറയുന്നതു കേട്ടു: "യോഗം കഴിഞ്ഞാൽ ഉടനെ പോകേണ്ടതല്ലേ? അപ്പോൾ ഭക്ഷണം കഴിക്കാനൊന്നും നേരമുണ്ടാവില്ല. നിങ്ങളൊക്കെ ഈ നാട്ടുമ്പുറത്ത് വന്നിട്ട്–"

മേശപ്പുറത്ത് ചൂടുള്ള ഭക്ഷണവിഭവങ്ങൾ വീണ്ടും നിരന്നു. ഗ്രാമത്തിൽ ബിരിയാണിയുടെ മസാലഗന്ധം ഉയരുമെന്ന് കരുതിയി രുന്നില്ല. കൂടെ വന്ന സുഹൃത്തുക്കൾ ചൂടുള്ള ബിരിയാണി പതുക്കെപ്പെ തുക്കെ വാരിവിഴുങ്ങാൻ തുടങ്ങി. വെന്ത് മലർന്ന കോഴിനെഞ്ച് ബിരിയാണി മസാലയിലും വറ്റിലും കൂട്ടിക്കുഴച്ച് ഞാൻ കൊതിയോടെ തട്ടി. വയർ നിറഞ്ഞ് തുളുമ്പിയിരുന്നു. ഇളനീരും വത്തയ്ക്കാവെള്ളവും കടുക്കനിറച്ചതും ചുടുചായയും നിറഞ്ഞ വയറ്റിൽ നല്ല നെയ്യിലും ഇളയ

കോഴിയിലും വെന്തുരുകിപ്പാകമായ ബിരിയാണി വൈമനസ്യം തീരെയില്ലാതെ സുഖകരമായി ചെന്നു. എനിക്ക് അസാരം വിയർത്തു. സാഹിത്യതല്പരനായ ചെറുപ്പക്കാരൻ നാട്ടുമ്പുറത്തെ കൈയെഴുത്തുമാസിക ഞങ്ങൾക്ക് കാണിച്ചുതന്നു. ഗ്രാമത്തിന്റെ സാഹിത്യകൗതുകം കാത്തുസൂക്ഷിക്കുന്ന കുട്ടികൾ ഞങ്ങൾക്ക് ചുറ്റും കൂടിനിന്നു. നാരങ്ങാത്തുള്ളികൾ നിറഞ്ഞ കരിഞ്ചായയ്ക്കും ആതിഥേയന്റെ സൗഹൃദം ധാരാളം മധുരം ചാലിച്ചിരുന്നു. സുഖാലസ്യത്തിന്റെ തരുണ നിമിഷങ്ങളെ താലോലിച്ചായിരുന്നു ഞങ്ങൾ യോഗസ്ഥലത്ത് എത്തിയത്.

ജുമാഅത്ത് പള്ളിയുടെ തൊട്ടടുത്ത മദ്രസയുടെ മുറ്റം. തെങ്ങിൻതോപ്പ്. ട്യൂബ്ലൈറ്റുകൾ വെളിച്ചം തൂവിനില്ക്കുന്ന സമ്മേളനനഗരി. ഞങ്ങൾ കോണിപ്പടികൾ കയറി സ്റ്റേജിലെ കസേരകളിൽ ഇരുന്നു. ഗ്രാമത്തിലെ ആണും പെണ്ണും സമ്മേളന നഗരി നിറഞ്ഞുനിന്നിരുന്നു. നഗരിയുടെ അതിരുകളിൽ ഉയർന്ന് നില്ക്കുന്ന തിണ്ടുകളിൽ ധാരാളം സ്ത്രീകളും ഒത്തുകൂടിയിട്ടുണ്ടായിരുന്നു. സ്റ്റേജിന്റെ തൊട്ടുമുന്നിൽ ചമ്രം പടിഞ്ഞിരിക്കുന്നത് കുട്ടികളായിരുന്നു. നല്ല ഉടുപ്പുകളും കുപ്പായങ്ങളുമൊക്കെയിട്ട് വന്ന ചെറുകുട്ടികൾ സ്റ്റേജിന്റെ തൊട്ടുതാഴെ തമ്മിൽ തൊട്ടുരുമ്മിയിരിക്കുന്നു. ഗ്രാമത്തിലെ ഒരു മദ്രസയുടെ വാർഷികാഘോഷമായിരുന്നു. കുട്ടികളുടെ കലാപരിപാടികൾ. യോഗം ആരംഭിക്കുന്നതിനുമുമ്പ് മദ്രസയിലെ വിദ്യാർത്ഥികളും വിദ്യാർത്ഥിനികളും ചേർന്നുനിന്ന് സ്വാഗതഗാനം മധുരമായാലപിച്ചു. കാര്യപരിപാടിയിലെ ഇനങ്ങളിലേക്ക് എന്റെ കണ്ണ് തിരിഞ്ഞു. പുലരുംവരെ കുട്ടികളുടെ കലാപരിപാടികൾ. ഗാനം, ഒപ്പന, നൃത്തനൃത്ത്യങ്ങൾ, നാടകം അങ്ങനെ നീണ്ടുപോകുന്ന കുട്ടികളുടേതു മാത്രമായ കലാപരിപാടികൾ, നാട്ടുമ്പുറത്തെ ഒരു മദ്രസ അതിന്റെ വാർഷികം കലാപരിപാടികളോടെ അവതരിപ്പിക്കുന്നു. നാടകം ഒടുവിലത്തെ ഇനമായിരുന്നു. പെട്ടെന്ന് ഞാനന്റെ ചെറുപ്പത്തിലേക്ക് പാറിപ്പോയി. ഓത്തുപുരയിൽ കൈയെഴുത്താഘോഷവും മറ്റ് ആഘോഷവുമായി, ദുൽഹജ്ജ് മാസത്തിലെ ഏഴും എട്ടും തീയതികളിൽ തിമിർത്താഹ്ലാദിച്ചിരുന്ന ചെറുപ്പം. കൈയെഴുത്താഘോഷത്തിന്റെ വരവുകൾ. മുട്ടുംവിളികൾ, കോൽക്കളികൾ. മല്ലിമ്മിയുടെ വീട്ടിലെ സദ്യ. കൈയിൽ എഴുതിയ ഉസ്താദിന്റെ പക്കൽ സമർപ്പിക്കുന്ന നാണയത്തുട്ടുകൾ. മദ്ദിന്റെ ദിവസം മല്ലിമ്മിയുടെ വീട്ടിൽനിന്നും വാരിവിഴുങ്ങിയ തേങ്ങാച്ചോറിന്റെയും ഇറച്ചിക്കറിയുടെയും ഓർമ്മ... പെട്ടെന്ന് ചെറുപ്പത്തിന്റെ ഒരു കൈപ്പും മനസ്സിൽ നുരഞ്ഞുചിന്തി. സ്കൂൾ വിദ്യാഭ്യാസത്തിന്റെ കാലത്തെ ഒരു മദ്രസ. ആ മദ്രസയിലെ ക്ലാസ്മുറികൾ. വാർഷികത്തിനൊരുങ്ങിയ മദ്രസ. ആരോ കലാപരിപാടി അവതരിപ്പിക്കാൻ മുതിർന്നപ്പോൾ, സമുദായത്തിലെ ഒരു അന്ധവിശ്വാസത്തിന്റെ നേരെ വിരൽചൂണ്ടുന്ന നാടകം അവതരിപ്പിക്കാൻ ശ്രമിച്ചപ്പോൾ–

ഇല്ല-കാലം എത്രമാറി. എതിർപ്പിന്റെ കുന്തമുനകൾ ഒടിയുന്ന ശബ്ദം എന്റെ മനസ്സിൽ മുഴങ്ങുന്നു. കാലം എല്ലാ എതിർപ്പുകളെയും തട്ടിത്തെറിപ്പിച്ച് പ്രകാശത്തിലേക്കു തന്നെ കുതിക്കുന്നു. സ്റ്റേജിലിരുന്നുകൊണ്ടുതന്നെ ആ കുട്ടികളുടെ സംഗീതം ഞങ്ങൾ ആസ്വദിച്ചു. കഥാപ്രസംഗങ്ങളും ഞങ്ങൾ താല്പര്യത്തോടെ കേട്ടുരസിച്ചു. പുലരുംവരെ ആ ഗ്രാമശീതളിമയിലിരുന്ന് മദ്രസയുടെ വാർഷികാഘോഷ കലാപരിപാടികൾ കണ്ടാസ്വദിക്കാൻ ഞങ്ങൾക്ക് മോഹമുണ്ടായിരുന്നു. പക്ഷേ, നഗരത്തിൽനിന്നും വന്ന ഞങ്ങൾക്ക് തിരിച്ചുപോകാനാണല്ലോ ധൃതി. തിരിച്ചുപോരുമ്പോഴും കാറിലിരുന്ന് സുഹൃത്തുക്കൾ ചോദിക്കുന്നുണ്ടായിരുന്നു. വടക്കേ ബാറിലെ കലാപാഗ്നികൾ കത്തിക്കരിയിച്ച ഗ്രാമങ്ങളിലൂടെയാണോ നാം യാത്ര ചെയ്യുന്നത്? മനുഷ്യൻ പരസ്പരം കഴുത്തറുത്ത് ചോര വീഴ്ത്തിയ മണ്ണിലെ ചോരപ്പശിമയിലാണോ നമ്മുടെ പ്രസംഗപീഠം പണിതത്? മനസ്സ് പറയുന്നു. ആയിരുന്നില്ല. ഒരിക്കലും അങ്ങനെ ആയിരുന്നില്ല.

പരംപൊരുൾ: നഗരത്തിൽ നിന്നെത്തിയ ഞങ്ങൾക്ക് ആ ഗ്രാമവാസികൾ ഉപഹാരപ്പൊതികൾ സമ്മാനിച്ചു. അതെന്താണെന്നറിയാൻ തിടുക്കമുണ്ടായിരുന്നു. എങ്കിലും വീട്ടിലെത്തിയപ്പോഴാണ് ആ സമ്മാനപ്പൊതി അഴിച്ചത്. *ഖുർ ആൻ* പരിഭാഷയുടെ ഗ്രന്ഥം. എനിക്ക് ലഭിക്കുന്ന പാരിതോഷികങ്ങൾ നല്ല നല്ല ഗ്രന്ഥങ്ങളാവണേ എന്നു പറഞ്ഞ മഹാനാരാണ്?- ബർണാഡ്ഷാ.

കഴുകന്മാരുടെ താവളത്തിന് ചുറ്റും

യാത്രയയപ്പുകൾ എല്ലായ്പ്പോഴും ഒരുപോലെതന്നെ. യാത്ര ചോദിച്ച് പുറപ്പെടാൻ അനുവാദത്തിനു നില്ക്കുന്ന മക്കളെ ആശ്ലേഷിക്കുന്നു. അവരുടെ നിറുകയിലും കവിൾത്തടത്തിലും ഉമ്മ വെക്കുന്നു. അവരിറങ്ങാൻ നേരത്ത്, യാത്രയിലും വിദേശവാസത്തിലും ഇനിയുള്ള നാളുകളിൽ മുച്ചൂടും ഈശ്വരാനുഗ്രഹമുണ്ടാവാൻ പ്രത്യേകം പ്രാർത്ഥിക്കുന്നു. ഒത്തുകൂടിയ ബന്ധുക്കൾ എല്ലാ നന്മകളും നേർന്ന് യാത്രയാക്കുമ്പോൾ ഉൾത്തേങ്ങലുകൾ കടിച്ചമർത്തി മക്കളോടൊപ്പം വിമാനത്താവളംവരെ അനുഗമിക്കാറുണ്ട്. ആദ്യത്തെ മകന്റെ കന്നിയാത്ര യയപ്പുവേളയിലും ഒടുവിലത്തെ മകൾ ഈയിടെ ആദ്യമായി യാത്ര പുറപ്പെട്ടപ്പോഴും ഹൃദയമിടിപ്പുകൾ ഒരേ മട്ടിൽ തന്നെയായിരുന്നു. സെക്യൂരിറ്റി ചെക്കിന്റെ ഇടനാഴി കടന്ന് പോകുംമുമ്പ് മകളെ പുണർന്ന് ശിരസ്സിൽ കൈവെച്ച് എല്ലാ മംഗളങ്ങളും ഹൃദയപൂർവ്വം നേർന്ന് വിടനല്കിയപ്പോഴും വർഷങ്ങൾക്കുമുമ്പ് അവളുടെ മൂത്താങ്ങള പോകുന്ന നിമിഷത്തിൽ ഉണ്ടായ ഗദ്ഗദങ്ങൾ എന്റെ വാക്കുകളിൽ വിതുമ്മിനിന്നു.

മറുകരയിൽ അവളുടെ കണവൻ കാത്ത് നില്ക്കുന്നുണ്ട്. ചെറുപ്പക്കാരുടെ ജീവിതകാമനകളുടെ ലോകങ്ങൾക്ക് എന്റെ ഹൃദയദൗർബല്യങ്ങൾകൊണ്ട് അതിരിടേണ്ട കാര്യമില്ലല്ലോ. സെക്യൂരിറ്റി ചെക്കിന്റെ ഇടനാഴി കടന്ന് അവൾ കണ്ണിൽനിന്നു മറയുവോളം ഞങ്ങൾ ബാഗേജ് കൗണ്ടറിന്റെയടുത്ത കണ്ണാടി വാതില്ക്കൽ നിന്നു. പിന്നെ ആരോ പറയുന്നതുകേട്ടു: "നമുക്ക് മുകളിൽ ചെന്നു നില്ക്കാം. വിമാനം പറന്നുപൊങ്ങിയാൽ തിരിച്ചുപോരാം–"

എയർപോർട്ടിന്റെ മുകളിലെ വിശാലമായ ഹാളിൽ നിന്നാൽ വന്നിറങ്ങുകയും പറന്നുപൊങ്ങുകയും ചെയ്യുന്ന വിമാനങ്ങൾ കാണാം. മകൾക്ക് കയറാനുള്ള വിമാനം എയർപോർട്ടിൽ വന്നിറങ്ങുന്നതും കണ്ടു. അല്പം കഴിഞ്ഞാൽ ഡിപ്പാർച്ചർ ലോഞ്ചിൽ കാത്തിരിക്കുന്ന യാത്രക്കാരോടൊപ്പം അവളും വിമാനത്തിൽ അതിന്റെ ചട്ടവട്ടങ്ങൾക്കൊപ്പിച്ച് കയറും. യാത്രയാക്കാൻ വന്നവരായി ധാരാളം പേർ ആ മട്ടുപ്പാവിൽ ഉണ്ടായിരുന്നു. വിമാനമിറങ്ങിവരുന്ന യാത്രക്കാർ പെട്ടിയും പ്രതീക്ഷിച്ച് നില്ക്കുന്നതും ബെൽട്ടിലൂടെ കറങ്ങിവരുന്ന പെട്ടികൾ സ്വന്തമാക്കുന്നതും ഞങ്ങൾ കണ്ടു. ആരോ അപ്പോഴും പറയുന്നത് കേട്ടു: "അതാ അതിലൂടെ വ്യൂഫൈൻഡറിലെ കണ്ണാടിയിലൂടെ കസ്റ്റംസ് പരിശോധനാരംഗങ്ങൾ കാണാം."

യാത്രക്കാരുടെ പെട്ടിയും സാമാനങ്ങളും കസ്റ്റംസുകാരുടെ മേശപ്പുറത്തേക്ക് നീക്കിയിടുന്നതും കസ്റ്റംസുകാർ പരിശോധിക്കുന്നതും കണ്ടു. കാഴ്ച കാണാൻ കണ്ണാടിമറയ്ക്കപ്പുറത്ത് ഒട്ടനവധി പേർ തിങ്ങിനിന്നിരുന്നു. തുറന്നിടുന്ന പെട്ടികൾ-വാരിവലിച്ച് പുറത്തിടുന്ന സാധനങ്ങൾ. വിദേശത്തുനിന്ന് വന്നിറങ്ങിയ യാത്രാവിമാനത്തിൽ തങ്ങളുടെ സ്വന്തക്കാർക്കായി സമ്മാനിക്കാൻ വാങ്ങിക്കൊണ്ടുവരുന്ന പാരിതോഷികങ്ങൾ അടങ്ങുന്ന പെട്ടികൾ കസ്റ്റംസുദ്യോഗസ്ഥന്മാരുടെ മുമ്പിൽ തലങ്ങും വിലങ്ങും വാരി വിതറിയിട്ട കാഴ്ചകൾ. വ്യൂഫൈൻഡർ ഗ്ലാസ്മറയ്ക്കപ്പുറത്തെ തൂണുചാരി ഞാനാ രംഗങ്ങൾ കാണുകയായിരുന്നു. തുറന്നിട്ട പെട്ടിയിൽ കൈയിട്ട് ചില സാധനങ്ങൾ കൈവശപ്പെടുത്തി സഞ്ചിക്കകത്തിട്ട് ഒരാൾ കസ്റ്റംസ് കൗണ്ടറിന്റെ പിന്നാമ്പുറത്തെ മുറിയിലേക്ക് കൊണ്ടുപോകുന്നത് കണ്ടു. സ്വന്തം പെട്ടിയിലെ വിലപ്പെട്ട വസ്തുക്കൾ കൂസലില്ലാതെയെടുത്ത് കൊക്കിലൊതുക്കുന്നവരെ നോക്കി നിസ്സഹായനായി നെടുവീർപ്പിടുന്ന യാത്രക്കാരൻ, കൊണ്ടുവന്ന സാധനങ്ങളുടെ പട്ടിക വിവരിച്ചുപറഞ്ഞ് കസ്റ്റംസുദ്യോഗസ്ഥന്റെ മുഖത്തേക്ക് ദയനീയമായി നോക്കുന്ന ചെറുപ്പക്കാരൻ, കൗണ്ടറിനു ചുറ്റുംകൂടി നില്ക്കുന്ന അപരിചിതരുടെ ചോദ്യങ്ങൾ കേട്ട് വിളറിവെളുത്ത് അവരുടെ ചെയ്തികൾ നിസ്സഹായരായി നോക്കിനില്ക്കുന്നവൻ. ഒരുപക്ഷേ, ആദ്യമായി മറുനാട്ടിൽനിന്നും പ്രതീക്ഷയോടെ വന്നിറങ്ങിയവനാകാം. നാട്ടിലെ സ്വന്തപ്പെട്ടവർക്ക് വാങ്ങിയ വിലപിടിപ്പുറ്റ വസ്തുക്കൾ, ഉടുപ്പുകൾ, വീട്ടാവശ്യത്തിനുള്ള സാധനസാമഗ്രികൾ, പാട്ടുപെട്ടികൾ, കളിക്കോപ്പുകൾ. ചിതറിയിട്ട ഉരുപ്പടികൾ വീണ്ടും പെട്ടിയിൽ വാരിയിട്ടു ഒതുക്കിയെടുക്കാൻ പാടഞ്ചും പെടുന്നവരുടെ പരിഭ്രമത്തിന്റെ നിമിഷങ്ങൾ. എനിക്ക് ഏറെനേരം ആ രംഗങ്ങൾ നോക്കിനില്ക്കാനായില്ല. ദുബായിൽ നിന്നോ ഖത്തറിൽ നിന്നോ അപ്പോൾ വന്നിറങ്ങിയ വിമാനത്തിലെ യാത്രക്കാരാണല്ലോ അവർ.

കസ്റ്റംസ് ഹാളിൽ സ്വന്തം ഹൃദയവേദനകൾ കടിച്ചമർത്തി. മനസ്സിൽ താലോലിച്ച പ്രതീക്ഷകൾ ചിലതെങ്കിലും സ്വന്തമാക്കി വിട്ടുതരണേ എന്ന് ഉദ്യോഗസ്ഥന്മാരുടെ മുമ്പിൽ മിഴിനീരോടെ കെഞ്ചിയാചിക്കുന്ന ചെറുപ്പക്കാർ. എനിക്ക് തൊണ്ട വരൾച്ചയനുഭവപ്പെട്ടു. കൈകാലുകൾ തളരുന്നതായി തോന്നി. വ്യൂഫൈൻഡിങ് ഹാളിലെ കസേരകളിൽ ഒന്നിൽ ഞാൻ തളർന്നിരുന്നു. എന്റെ ക്ഷീണകാരണങ്ങളുടെ ഉറവിടമറിയുന്ന കെട്ടിയവൾ പറഞ്ഞു: "മോൾടെ വിമാനം പുറപ്പെടാറായി. വരൂ."

വിമാനത്തിലെ ചലനമാരംഭിച്ചിരുന്നു. പതുക്കെയത് നീങ്ങി നീന്തി എയർപോർട്ടിന്റെ മറുകരയിലേക്ക് പോകുന്നതും തിരിച്ച് ഹുങ്കാര ശബ്ദത്തിൽ ഓടി വന്ന് പറന്നുപൊന്തി അന്തരീക്ഷത്തിൽ മായുന്നതും നോക്കി ഞങ്ങൾ നിന്നു. ഞങ്ങൾ പുറത്തേക്കിറങ്ങുകയായി. അപ്പോഴും കണ്ണുകൾ താഴത്തെ കസ്റ്റംസ് ഹാളിലേക്ക് തിരിഞ്ഞു. ചിതറിയിട്ട സാധനങ്ങൾ. തുറന്നിടുന്ന പെട്ടികൾ-വാരിവലിച്ചു പുറത്തിടുന്ന തുണിത്തരങ്ങൾ, ഉടുപ്പുകൾ... രംഗങ്ങൾ ഭാര്യയും കണ്ടിരിക്കാം. അവൾ തന്നത്താൻ പറയുന്നതു കേട്ടു: "ഇത്ര പങ്കപ്പാടൊക്കെ നമ്മുടെ മക്കളും സഹിച്ചിട്ടുണ്ടാവില്ലേ? എന്തെല്ലാം കണ്ടും കടന്നുമാണ് മക്കൾ എന്തെങ്കിലും സാധനങ്ങളുമായി പുരയിലെത്തുന്നത് - എന്നാൽ പുറത്ത് ഇതിനേക്കാൾ വലിയ കൊള്ള നടക്കുന്നുണ്ട്. പിടിച്ചുപറി, കൊത്തിപ്പറിക്കൽ, അതും കടന്നാണ് നാട്ടിൽ കുട്ടികളെത്തുന്നത്."

അവളത് പറയുന്നത് കേട്ടപ്പോഴാണ് ഈയിടെ നാട്ടിൽ വന്ന ലത്തീഫ് പറഞ്ഞ കഥ ഞാനോർത്തത്. എയർപോട്ടിൽ ഏർപ്പാട് ചെയ്ത ടാക്സി കാറിൽ തിരിച്ചുവരികയായിരുന്നു. മനസ്സിൽ ലത്തീഫ് പറഞ്ഞ കഥയിലെ നുറുങ്ങുനുറുങ്ങു സംഭവങ്ങൾ. അതിന്റെ ചോരപ്പാടുകൾ-ലത്തീഫ് വന്നിറങ്ങിയത് ഒരു വലിയ എയർപോട്ടിലായിരുന്നു. വിദേശവിമാനങ്ങൾ വന്നുംപോയും നിമിഷങ്ങളെ പ്രകമ്പനം കൊള്ളിക്കുന്ന എയർപോർട്ട്. കസ്റ്റംസിലെ പരിശോധനകൾ ഏറെയൊന്നും വേണ്ടിവന്നില്ലത്രെ. വിദേശത്തെ ജോലി നഷ്ടപ്പെട്ടു തിരിച്ചുവരികയാണല്ലോ ലത്തീഫ്. പെട്ടിയിലും ഭാണ്ഡത്തിലും ഏറെയൊന്നും വഹകൾ ഇല്ലായിരുന്നു. എങ്കിലും അതുവരെ ചെയ്ത ജോലിക്ക് കിട്ടിയ പ്രതിഫലം മൊത്തം കൈയിലുണ്ട്. മുണ്ടുമുറുക്കിയുടുത്തും ഒരു നേരമാക്കി കുറച്ചും കൂട്ടിവെച്ച കുറച്ച് നാണ്യം. നാട്ടിൽ ജോലിയില്ലാതെ കറങ്ങുമ്പോൾ ഒരു പിടിവള്ളി എന്ന നിലയ്ക്ക് എന്തെങ്കിലും ആരംഭിക്കാമെന്ന ആശയും വെച്ച് കൈയിൽ കരുതിയ ചില്ലറതുകകൾ. വിദേശത്തുനിന്നും ആദ്യത്തെ തിരിച്ചുവരവായിരുന്നു. വിമാനത്താവളത്തിലെ ടാക്സി പിടിച്ച് അടുത്ത വിമാനത്താവളത്തിലെത്തി നാട്ടിലേക്ക് പുറപ്പെടാമെന്നാണ് പദ്ധതി. അതിനായുള്ള മാർഗ്ഗങ്ങൾ അന്വേഷിച്ചുനില്ക്കുന്ന നേരത്ത് പരിചയക്കാരനായ ഒരാൾ. പരിചയം ഭാവിച്ച് പലർ. ലത്തീഫിനെപ്പോലെ നാട്ടിലേക്ക്

അടുത്ത ഫ്ളൈറ്റിന് പോകേണ്ട കുറേപ്പേർ. പരിചയം ഭാവിച്ച ചെറുപ്പക്കാരെല്ലാം മലയാളികളായിരുന്നു. അവർ ഒത്താശകളുമായി ഒത്തുകൂടി. അവർ പറഞ്ഞ വാഹനങ്ങളിൽ കയറി. അവർ കാണിച്ചുതന്ന അഭയസ്ഥാനത്തിൽ തങ്ങി.

പിന്നീടാണ് പരിചയം ഭാവിച്ചവരുടെ മട്ടുംമാതിരിയും മാറിയതത്രേ. കൂട്ടത്തിലൊരാൾ ചോദിച്ചുവത്രെ: "ബോംബെയിൽ പിടിച്ചുപറിയും കൊള്ളയും, കളവും നടത്തുന്നവരെപ്പറ്റി പത്രത്തിൽ വായിച്ചിട്ടില്ലേ?"

അഭയസ്ഥാനത്തിലെത്തിയവരിൽ ഒരപരിചിതൻ പറഞ്ഞു: "വായിച്ചിട്ടുണ്ട്." "എങ്കിൽ അത് ഞങ്ങളാണ്–" ഒത്താശക്കാരായി കൂടിയവർ ആർത്തു ചിരിച്ചു. അവർ കഠാരകൾ മൂർച്ച കൂട്ടുന്നത് കണ്ടത്രെ. ലത്തീഫ് പറഞ്ഞു: "തടിയെങ്കി തടി കിട്ട്യാ മതി എന്നായി. കൈയിലുള്ളതെല്ലാം അവർ പിടിച്ചെടുത്തു. ബസിന് കയറ്റി നാട്ടിലേക്ക് വിട്ടു. എതിർത്താൽ ശവം റെയിൽപാളത്തിൽ കാക്ക കൊത്തും എന്ന് പറഞ്ഞ് അവർ ചിലരെ ചവിട്ടുകയും കുത്തുകയും വേദനിപ്പിക്കുകയും ചെയ്തു–"

ലത്തീഫിന്റെ കഥയിൽ വേറെയും സംഭവങ്ങൾ ഉണ്ടായിരുന്നു. എല്ലാറ്റിനും കണക്ക്. സേവനത്തിന് ഫീസ്–താമസത്തിനും യാത്രയ്ക്കും ഫീസ്. കൈയിലുള്ളതെല്ലാം അവർക്ക് കിട്ടണം. കൊടുത്തില്ലെങ്കിൽ – ലത്തീഫ് ഭയത്തോടെ ചുറ്റും നോക്കുന്നു. പിന്നെ അടക്കിപ്പിടിച്ചു പറയുന്നു:

"തടിയുണ്ടെങ്കിൽ നയിച്ചും തിന്നാമെന്ന് കരുതി. രക്ഷപ്പെട്ടു–"

അകത്തെ കുത്തുകൾ കണ്ടവൻ പുറത്തെ കഴുകപ്പടയുടെ രക്തദാഹത്തിന്റെ ക്രൂരങ്ങളായ കഥകളാണല്ലോ കേട്ടത്. വീടും മക്കളും അച്ഛനമ്മമാരും സ്വന്തം അദ്ധ്വാനത്തിന്റെ വിയർപ്പിൽ ആഹ്ലാദിക്കണമെന്ന് കരുതുന്ന മക്കൾ. വിയർപ്പൊഴുക്കിയ സമ്പാദ്യവുമായെത്തുന്നവർ അഭിമുഖീകരിക്കേണ്ട കൊള്ളക്കാർ–ടാക്സി ഞങ്ങളുടെ താമസസ്ഥലത്തെത്തിയപ്പോഴും മനസ്സിൽ ലത്തീഫിന്റെ കഥയുടെ ചുഴലികൾ... കൊള്ളമുതൽ പങ്കിടുന്ന ഒത്താശക്കാരുടെ ക്രൂരങ്ങളായ അട്ടഹാസങ്ങൾ.

പരംപൊരുൾ: കഴുകന്മാർക്ക് ഭുജിക്കാൻ ശവം കൊണ്ടുവെക്കുന്ന പതിവുണ്ട്. മഹാനഗരത്തിലെ ഒരു പ്രത്യേക വിഭാഗക്കാർക്ക്. അത് അവരുടെ ശവസംസ്കാരച്ചടങ്ങിന്റെ ഭാഗമാണ്. ജീവനോടെ കൊത്തിവിഴുങ്ങുന്ന മനുഷ്യക്കഴുകന്മാർ വട്ടമിട്ടു പറക്കുന്ന നഗരിയിൽ അവയും അവയ്ക്കായുള്ള കർമ്മം പാലിക്കുന്നു. ശവങ്ങളെ മാത്രം കൊത്തിവിഴുങ്ങുന്ന കഴുകന്മാർ.

നോമ്പുകാലത്തെ നാട്ടുനടപ്പുകളും വേണ്ടാപ്പകിട്ടുകളും

റമദാൻ ആത്മശുദ്ധീകരണത്തിന്റെ പാവനമാസമാണ്. വ്രതാനുഷ്ഠാനം വഴി ആത്മസംയമനം സാധിക്കുന്നു. പുണ്യകർമ്മങ്ങളിൽ അനവരതം മുഴുകുക വഴി പാപമുക്തി നേടാൻ സാധിക്കുന്നു. ദിനരാത്രങ്ങൾ പ്രാർത്ഥനയിൽ മുഴുകി ജീവിതത്തിന് ഒരു പുതിയ അർത്ഥവ്യാപ്തിയും മാനവും കൈവരിക്കാനാകുന്നു. ഈശ്വരസാമീപ്യം സാധിക്കുന്നു. എന്നിട്ടും റമദാൻ പിറന്നു എന്നുകേട്ടാൽ എന്റെ സുഹൃത്തിന്റെ മനസ്സാളിക്കത്തുന്നതെന്തേ?

എന്റെ ചങ്ങാതിയുടെ വിവാഹം കഴിഞ്ഞ റബീഉൽ ആഖിർ മാസത്തിലാണ് നടന്നത്. വളരെ ഘോഷത്തോടുകൂടി കഴിഞ്ഞ ഒരു കല്യാണം. സ്ത്രീധനമായി വധുവിന്റെ വീട്ടുകാർ നല്കിയ അമ്പതിനായിരം ഉറുപ്പിക മുഴുവനും കല്യാണത്തിനും അതിനെത്തുടർന്നുള്ള സല്ക്കാരങ്ങൾക്കുംവേണ്ടി ചെലവഴിച്ചുകഴിഞ്ഞു. ആയിരത്തോളം ആളുകളെ ക്ഷണിച്ചുകൂട്ടി അവർക്കൊക്കെ യഥേഷ്ടം വെച്ചുവിളമ്പിയത് കൈയിൽ ഉണ്ടായിട്ടല്ല. തന്റെ നിലയ്ക്കും വിലയ്ക്കും ഒത്ത മട്ടിൽത്തന്നെ എല്ലാം നടത്തണമെന്ന് കുടുംബത്തിലുള്ളവർ മുഴുക്കെ ഒറ്റ ശബ്ദത്തിൽ അഭിപ്രായപ്പെട്ടു. കല്യാണത്തിന് ബന്ധത്തിലെ പുത്യാപ്പിളമാരുടെ വക അരിച്ചാക്കുകളും നെയ് ടിന്നുകളും ലഭിച്ചിരുന്നു. അടുപ്പത്ത് വേവിച്ച അരിയുടെ കണക്കിന് വെപ്പുകാരൻ പറഞ്ഞത്ര തൂക്കം കോഴികളെ വാങ്ങിയത് മാത്രമാണ് സ്വന്തം കൈയിൽനിന്ന് ഉണ്ടായ പറ്റ്. പിന്നെ പന്തലിന്–പിഞ്ഞാണസാമാനങ്ങൾക്ക്, വീടും പരിസരവും ഭംഗിയാക്കുവാൻ വേണ്ടി–ഇത്യാദി കാര്യങ്ങൾക്കൊക്കെ കുറേ ചെലവുകൾ വന്നു. പെണ്ണിന് മഹറിനുള്ള പൊന്ന് വാങ്ങി. പുത്യപെണ്ണ് അവരുടെ

വീട്ടിൽ സാരിയുടുത്ത് നില്ക്കുമെങ്കിലും പുതുക്കം കൂട്ടാൻ ചെല്ലുമ്പോൾ പെങ്ങന്മാർക്ക് ഉടുത്ത് ഒരുങ്ങാൻ വേണ്ടി ഏറ്റവും മുന്തിയ കാഞ്ചീപുരം വാങ്ങി. പുതൃപെണ്ണ് ഇരുത്തത്തിന് വരുമ്പോൾ അവൾക്ക് ഉമ്മയുടെ വക കൊടുക്കാൻ പുതുക്കപ്പൊന്ന് വാങ്ങി. നാത്തൂന്മാരുടെ വക കൊടുക്കാൻ മോതിരവും വളകളും സാരിയും വേറെ വാങ്ങി. അങ്ങനെ പല പല ഇനങ്ങൾക്കായി പണം ചെലവായി. സ്ത്രീധനം പറഞ്ഞ തുകയത്രയും, പണത്തിന്റെ കാര്യം സഭയിൽ പറയാത്തതുകൊണ്ട്, പെണ്ണിന്റെ പുരക്കാർ മുൻകൂറായി കൊണ്ടുവന്ന് ഏല്പിച്ചതുകൊണ്ട് കൈയിൽ ചെലവിനങ്ങൾക്ക് ലോഭം കൂടാതെ പണമുണ്ടായിരുന്നു. പുതുക്കം കൂട്ടിക്കൊണ്ടുവരുന്ന പെണ്ണിനും പെണ്ണിന്റെ ആൾക്കാർക്കും, അന്നും പിറ്റേന്നും വേണ്ട മട്ടിൽ, തറവാട്ടിന്റെ നിലയ്ക്കും വിലയ്ക്കും യോജിച്ച മട്ടിൽത്തന്നെ, സല്ക്കാരങ്ങൾക്ക് പൊടി പൊടിച്ചത് നൂറും ആയിരവും ആയിരുന്നില്ല. കല്യാണത്തിന് ചങ്ങാതിമാർ ഏല്പിച്ച ലക്കോട്ടുകൾ തന്നെ തുറന്നെണ്ണിയപ്പോൾ നല്ലൊരു സംഖ്യയുണ്ടായിരുന്നു. അതെല്ലാം പുല്ലുപോലെ ചെലവഴിച്ചു. കല്യാണം ഒരു സുന്ദരൻ ഓർമ്മയായി കൂട്ടുകാരുടെ മനസ്സിൽ നിലനിർത്താൻ വേണ്ടതെല്ലാം ചെയ്തുവെന്നു ചുരുക്കം. പെണ്ണിന്റെ വീട്ടിൽ അറയിൽ, സുന്ദരക്കുട്ടപ്പനായിരിക്കുന്ന മണവാളന്റെ ചുറ്റും പെൺവീട്ടിലെ അമ്മായിപ്പെണ്ണുങ്ങൾ ഒത്തുകൂടി പുത്യാപ്പിള്ളയോട് 'ചായപ്പൈസ'യ്ക്ക് ചോദിച്ചപ്പോൾ നൂറിന്റെ നോട്ടുകൾ പുഷ്പംപോലെ എടുത്തു നീട്ടി. അക്കാരണംകൊണ്ടോ എന്തോ, പെൺവീട്ടിൽ പുത്യാപ്പിളയ്ക്ക് നല്ല പേരും പെരുമയുമൊക്കെയുണ്ടായി. സംഗതിയിങ്ങനെയൊക്കെയായ സ്ഥിതിക്ക് ആദ്യത്തെ നോമ്പാണ് വരുന്നത് പുത്യാപ്പിളയുടെ ആദ്യത്തെ നോമ്പും പെരുന്നാളും. അങ്ങനെയാലോചിച്ചപ്പോൾ മനസ്സാളിക്കത്തുന്നു. കൈയിലുള്ളതും കിട്ടിയതും 'ധുംധും' ആയി ചെലഴിച്ചു തീർന്നതിനാൽ വരാനിരിക്കുന്ന വമ്പിച്ച ചെലവിനങ്ങൾ ഭയാനകങ്ങളായി തോന്നുന്നു. ആദ്യത്തെ നോമ്പിന് പെൺവീട്ടിൽ എന്തൊക്കെ കൊടുത്തയക്കണം എന്നു ചോദിച്ചപ്പോൾ പഴയ മട്ടുകാരിയും പ്രതാപിയും കാര്യക്കാരിയും ഒക്കെയായ ഉമ്മ നീട്ടിയ പട്ടിക വളരെ നീണ്ടതാണ്. പിന്നെ ആദ്യത്തെ പെരുന്നാൾ. പെൺവീട്ടിലെ മറ്റംഗങ്ങൾക്ക് ആണുങ്ങളാണെങ്കിൽ ഷർട്ടിന്റെ ശീലയും തുണിയും മതിയായിരുന്നു. തുണിയെടുക്കുന്നവർക്ക് ഒന്നുകിൽ ഡബിൾ വേഷ്ടി അതല്ലെങ്കിൽ മുന്തിയ കൈലി. എന്നാൽ ഇന്നോ? കാച്ചിത്തുണിയുടെയും ശാർഘലന്റെ കുപ്പായത്തിന്റെയും സ്ഥാനത്ത് മുന്തിയ സാരികൾ. വിലപിടിപ്പുള്ള ഒരു സാരി വാങ്ങുന്ന കാശ് മതിയായിരുന്നു പണ്ട് 'ജാമാറ്റ്' ഒരുക്കാൻ. പുത്യാപ്പിളയുടെ അവസ്ഥയ്ക്കനുസരിച്ച് ആദ്യത്തെ പെരുന്നാളിന് പെൺവീട്ടിലെ അംഗങ്ങൾക്കെല്ലാം പുതിയ ഉടുപ്പുകൾ വാങ്ങിക്കൊടുക്കണം. ഷർട്ട്

പീസും, പാന്റ് പീസും ആണുങ്ങൾക്ക്, സാരികൾ, ചുരിദാറുകൾ, കമ്മീസുകൾ അങ്ങനെ നീണ്ടുനീണ്ടു പോകുന്ന ഉടുപ്പുകളുടെ നിര പെണ്ണുങ്ങൾക്ക്, കൂട്ടത്തിൽ 'സോപ്പ് ചീർപ്പ് കണ്ണാടി' എന്ന പേരിൽ സകല ലൊട്ടുലൊടുക്ക് സാധനങ്ങളും, പെരുന്നാൾ രാവിന് മുന്തിയ മധുരപലഹാരങ്ങളുടെ വമ്പൻ പൊതി വേറെയും കൊടുത്തയയ്ക്കണം. നോമ്പ് ആരംഭിക്കുമ്പോൾ പുതിയാപ്പിളച്ചെക്കന്റെ മനസ്സിൽ പെരുമ്പറ മുഴങ്ങിയത് നിരവധി നാട്ടാചാരങ്ങളുടെ പൂർത്തീകരണത്തിന് പണമെവിടെ എന്നാലോചിച്ചായിരുന്നു. ഒന്നും വേണ്ടാ, എന്ന് വെക്കാൻ പറ്റുകയില്ല. സ്ത്രീധനം നന്നായി വാങ്ങിയ പുത്യാപ്പിളയാണ്. വലിയങ്ങാടിയിലെ അരിപ്പീടികയിൽ വെറും 'റൈറ്റർ' മാത്രമായ പുത്യാപ്പിള. വൈകുന്നേരം 'ഉക്രാണി' പിരിക്കാൻ പറഞ്ഞയയ്ക്കുന്നത് ഈ പുള്ളിയെ ആണെന്നതാണ് ഒരു പ്രത്യേകത. എന്നുവെച്ചാൽ വലിയങ്ങാടിയിലെ അരിപ്പീടികയുടമയുടെ വിശ്വസ്ത കാര്യസ്ഥന്മാരിൽ ഒരുവനാണ് എന്നത് മാത്രമാണ്. മാസത്തിൽ അഞ്ഞൂറോ, അറുനൂറോ കിട്ടും. കല്യാണത്തിന്റെ പ്രശസ്തി പെൺവീടിന്റെ 'വട്ട'ത്തൊക്കെ കത്തിജ്വലിച്ചു നില്ക്കുന്ന കാരണം മാസാമാസം ഭാര്യവീട്ടിൽ ചെലവിന് കൊടുത്തയ്ക്കാൻ തന്നെ നന്നേ ബുദ്ധിമുട്ടുന്നു. തറവാട്ടിൽനിന്ന് ഉമ്മ തിരുമറികൾ പലതും നടത്തിയാണ് മകനെ ഭാര്യവീട്ടിൽ പ്രതാപവാനായിക്കഴിയാൻ സംഗതികൾ പലതും ഒപ്പിക്കുന്നത്. വലിയങ്ങാടിയിലെ അരിപ്പീടിക റൈറ്റർക്ക് വമ്പൻ സ്ത്രീധനം-അതും വളരെ സ്വകാര്യമായി, ആരും അറിയാതെ, അറിയിക്കാതെ, കൊടുത്തത് 'പിയ്യാപ്ലക്കുട്ടി' വമ്പൻ തറവാട്ടുകാരനായതിനാലാണ്. അപ്പോൾ തറവാട്ടിന്റെ മഹത്ത്വം നിലനിർത്തേണ്ടതാണല്ലോ. നോമ്പും പെരുന്നാളും മുമ്പിൽ വന്നുപെട്ടപ്പോൾ മറ്റാരും കേൾക്കാതെ സ്വയമെന്നോണം ആ പുതുമണവാളൻ പറയുവാൻ തുടങ്ങി. "ഓരോ നാട്ടുമാമൂലുകൾ. മനുഷ്യന്റെ മുതുക് ഒടിക്കാനുള്ള മാമൂലുകൾ."

മാമൂലുകൾ മനുഷ്യന്റെ മുതുക് ഒടിക്കുമെന്ന് ഉറച്ചുവിശ്വസിക്കുന്നുവെങ്കിൽപ്പോലും അത് അണുവിട കുറയ്ക്കാതെ, മുറതെറ്റാതെ, പാലിക്കുവാനും അങ്ങനെ തറവാട്ടിന്റെ വങ്കിശം നിലനിർത്താനും എന്തുവഴി എന്നായിരുന്നു റമദാൻ ആരംഭിച്ചപ്പോൾ നമ്മുടെ പുത്യാപ്പിളമാരന്റെ മനസ്സാകെ നിറഞ്ഞ് നീറിപ്പുകഞ്ഞ ചിന്ത.

റമദാൻ ആരംഭിച്ചപ്പോൾ മറ്റൊരു ചിന്ത പെൺവീട്ടുകാരുടെ ഭാഗത്തും പുകയുന്നുണ്ടായിരുന്നു. കല്യാണം ഗംഭീരമായിരുന്നുവല്ലോ. കല്യാണത്തിനുശേഷമുള്ള സല്ക്കാരങ്ങൾ അതിലേറെ ഗംഭീരങ്ങൾ ആയിരുന്നു.

ആ വകയിൽ ഒരുപാട് പണം വെള്ളംപോലെ കുത്തിയൊഴുകിപ്പോവുകയും ചെയ്തു. സ്ത്രീധനം കൊടുത്തു. പുതിയ്യാപ്പിളവീട്ടുകാർ

പൊന്നിന്റെ കണക്ക് പുറമേക്ക് പറഞ്ഞിട്ടില്ലെങ്കിലും 'ഉള്ളാലെ' പറഞ്ഞിരുന്നു. മറ്റുള്ളവർക്ക് ഇത്രയിത്ര കിട്ടിയെന്ന്. ചുറ്റുവട്ടത്തെ പെൺകുട്ടികളുടെ കഴുത്തിലേയും കാതിലേയും പൊന്നിന്റെ തൂക്കമനുസരിച്ച് പറഞ്ഞ് തന്റെ പെൺമക്കൾക്കും അത്ര കൊടുക്കേണ്ടിവരും എന്ന സൂചന നല്കിയിരുന്നു. അങ്ങനെ കല്യാണം നടത്തി കീശ കാലിയായി എന്നതാണ് സത്യം. എങ്കിലും വലിയ മാളികപ്പുര. അതിൽ പണിത ഒന്നാംതരം അറ. അറയിലൊരുക്കിയ സാമാനങ്ങൾ. കല്യാണം നടത്തി നടുവൊടിഞ്ഞ സത്യം മറ്റാരോട് പറഞ്ഞിട്ടും കാര്യമില്ല എന്നറിവുള്ളതിനാൽ മറ്റുള്ളവർക്കു മുന്നിൽ കേമനായിത്തന്നെ നിന്നു. അറസാമാനമൊരുക്കിയ കോയ പണത്തിന് പത്തുചാൽ നടന്നതാണ്. ഇനിയും നടന്നാൽ സംഗതി പുത്യാപ്പിളയുടെ വീട്ടുകാരുടെ ചെവിയിൽ ചെന്നെത്തുമോ എന്ന ഭയമുള്ളതിനാൽ ഏറ്റവും ഇളയമകളുടെ കഴുത്തിലെ ചെയിനും ഭാര്യയുടെ കഴുത്തിലേയും കൈയിലേയും ബാക്കിയുള്ള ആഭരണങ്ങളും തൂക്കിക്കൊടുത്ത് കാര്യം 'സലാമത്താ'ക്കേണ്ടി വന്നു. 'മറ്റു ചെലവുകൾ നിർവ്വഹിച്ചതെങ്ങനെയാണെന്ന് തനിക്കും തന്നെപ്പടച്ച റബ്ബിനും അല്ലാതെ മറ്റൊരു മഹ്‌ലുക്കിനും അറിഞ്ഞുകൂടായെന്ന്" പെണ്ണിന്റെ ബാപ്പയും പറയുന്നു. അങ്ങാടിഭാഗത്ത്, ബാപ്പ മരിച്ചപ്പോൾ അവകാശമായി കിട്ടിയ രണ്ടു മുറിപ്പീടിക വലിയങ്ങാടിയിലെ അരിക്കച്ചവടക്കാരൻ ഹാജിക്ക് സ്വകാര്യമായി വില്ക്കേണ്ടിവന്നതും മറ്റാരോടും പറയാൻ പറ്റാത്ത കഥയാണല്ലോ. അങ്ങനെയൊക്കെ തറവാട്ടിന്റെയും തന്റെയും 'വങ്കിശം' നിലനിർത്തിയ അമ്മോശാങ്കയും നോമ്പുമാസം വന്നപ്പോൾ പേടിക്കുന്നു. കാരണം പുത്യാപ്പിളയുടെ വീട്ടിലേക്ക് നോമ്പിന്റെ കോള് കൊടുത്തയക്കണം. അത് നിലയ്ക്കും വിലയ്ക്കും യോജിച്ച മട്ടിൽത്തന്നെ കൊടുത്തയയ്ക്കണം. കോഴി നിറച്ചതും പത്തിരിയും നിറഞ്ഞ ചെമ്പ് ആദ്യത്തെ പത്തിന്. ബിരിയാണി ച്ചെമ്പ് മുടി പൊട്ടിക്കാതെ രണ്ടാമത്തെ പത്തിന്. പിന്നെ എല്ലാം തികഞ്ഞ നോമ്പ് ഓശാരം മൂന്നാമത്തെ പത്തിന്. പിന്നെ പുത്യാപ്പിളയുടെയും ബന്ധുക്കളുടെയും സ്നേഹിതന്മാരുടെയും 'തികഞ്ഞ നിറഞ്ഞ' സാന്നിദ്ധ്യത്തിൽ പവൻമാർക്ക് നോമ്പുതുറ. ചെലവിനങ്ങളുടെ നീണ്ട പട്ടികയാണല്ലോ ആദ്യത്തെ നോമ്പിന്റെയും പെരുന്നാളിന്റെയും വരവോടെ, ചൂടോടെ സമാഗതമാവുന്നത്. ഒരു ചുടുനെടുവീർപ്പ് ഉയർത്തിക്കൊണ്ട് പെണ്ണിന്റെ ബാപ്പ പറയുന്നു:

"മനുഷ്യനെ മുടിക്കുന്ന നാട്ടാചാരങ്ങൾ. ഇതൊക്കെ വേണ്ടാന്ന് വെച്ചു കൂടേ?"

നാട്ടാചാരങ്ങൾ മനുഷ്യനെ മുടിക്കുന്നു എന്ന വസ്തുത നമ്മുടെ അമ്മോശാങ്ക എന്ന മനുഷ്യനും സമ്മതിക്കുന്നു. പക്ഷേ, കടം വാങ്ങിയും കെടുകാര്യം ചെയ്തും നാട്ടാചാരങ്ങൾ മുറപോലെ കണിശമായും

നിറവേറ്റാൻ എന്തുവഴി എന്നതാണ് നോമ്പുകാലത്തെ അയാളുടെ പ്രധാന ചിന്ത. കെടുകാര്യങ്ങളുടെ പുതിയ പുതിയ കുടുക്കുകൾ, കെടുകാര്യങ്ങളുടെ പുതിയ പുതിയ കയറുകൾ, ഇതിൽ സ്വയം കെട്ടുപ്പിരിയാൻ അയാളും നിന്നുകൊടുക്കുന്നു. കാരണം തറവാട്ടിന്റെയും തന്റെയും 'വങ്കിശം' എള്ളിട അണുവിട തെറ്റാതെ എല്ലാ നാട്ടാചാരങ്ങളുടെയും മാമൂലുകളുടെയും നടപ്പുകളുടെയും ഭാരങ്ങൾക്കിടയിൽ സ്വയം നിന്നുകൊടുക്കുന്ന പ്രതാപികൾ. ഊതിവീർപ്പിക്കുന്ന പ്രതാപത്തിന്റെ തവളകൾ നോമ്പു പിറന്നതോടെ വ്രതാനുഷ്ഠാനങ്ങളിൽ മുഴുകി മനസ്സിനെ ശുദ്ധീകരിക്കുന്നതിനു പകരം കൂടുതൽ ഇരുട്ടിന്റെ വിഷമാളങ്ങൾക്കുള്ളിലേക്ക് സ്വയം തല തിരുകുന്നു.

പരംപൊരുൾ: നോമ്പുകാലത്ത്, രാത്രി തറാവീഹ് നമസ്കാരം കഴിഞ്ഞാൽ നേരം പുലരുവോളം ചിരട്ടകളിയും കോൽക്കുത്ത് കളിയും ചീട്ടുകളിയുമൊക്കെയായി നേരം കളയുന്ന പതിവായിരുന്നു പണ്ട് അത്താഴച്ചോറ് തിന്നുന്നതുവരെ ഉറക്കൊഴിക്കാനുള്ള അടവ്. പിന്നെ നോമ്പുകാലത്ത് പകലുദിക്കുന്നത് നേരം ഉച്ചയോടാകുമ്പോഴായിരുന്നു. അങ്ങനെ അലസതയുടെയും നേരമ്പോക്കിന്റെയും ഒരു മാസം... ഇന്നോ?

ഒരു പഴയ ഗ്ലാസ്നോസ്റ്റ്

ബദർയുദ്ധത്തിൽ വീരമൃത്യു വരിച്ച രക്തസാക്ഷികളുടെ സ്മരണ മുൻനിർത്തിയും, പങ്കെടുത്ത സാഹസികരും മതഭക്തരുമായ യോദ്ധാക്കളുടെ ഐതിഹാസിക വിജയത്തിൽ ആഹ്ലാദിച്ചും ഞങ്ങളുടെ നാട്ടിൽ കെങ്കേമമായ ആഘോഷത്തോടെ ആണ്ടടിയന്തിരം നടത്താറുണ്ടായിരുന്നു, എല്ലാ കൊല്ലവും. ബദ്രീങ്ങളുടെ ആണ്ടടിയന്തിരം എന്നാണ് ആ ഉത്സവത്തിന്റെ പേർ. കടപ്പുറത്തെ പള്ളിയുടെ വടക്കുഭാഗത്തുള്ള വിശാലമായ പുറമ്പോക്കിലും പള്ളിയുടെ പടിഞ്ഞാറുഭാഗത്തെ പൂഴിപ്പരപ്പിലുമാണ് നേർച്ചയാഘോഷത്തിന് ആൾക്കാർ ഒത്തുകൂടുക. റബീഉൽ ആഖിർ മാസം ഒന്നിനാണ് കൊടിയേറ്റം. കടപ്പുറത്തെ പള്ളിയുടെ വടക്കുള്ള പുറമ്പോക്കിന്റെയപ്പുറത്താണ് ആറ്റക്കോയത്തങ്ങളുടെ 'കൊപ്പരപ്പാണ്ടികശാല.' ആ വലിയ വീട്ടിന്റെ മുൻഭാഗത്താണ് കൊടിയേറുക. അന്നുതൊട്ട് റബീഉൽ ആഖിർമാസം പതിനേഴുവരെ നിത്യേന പലവിധം ആഘോഷപരിപാടികളാണ്. അതിൽ പ്രധാനം കഞ്ഞിപകർച്ചയാണ്. നേർച്ച ഉപഹാരങ്ങളുമായിവരുന്ന ആളുകൾക്കൊക്കെ നേർച്ചക്കഞ്ഞി ഇഷ്ടംപോലെ കുടിക്കുകയും പാത്രങ്ങളിലാക്കി കൊണ്ടുപോവുകയും ചെയ്യാം. പല പല ദിക്കുകളിൽനിന്നും ആളുകൾ ഒത്തുകൂടാറുണ്ട്. വലിയ വലിയ ചെമ്പുകിടാരങ്ങളിൽ കഞ്ഞിവെച്ച് അത് പകർന്ന് വിതരണം ചെയ്യാൻ നാട്ടിലെ പ്രമാണിമാരൊക്കെ കൊപ്പരപ്പാണ്ടികശാലയുടെ മുറ്റത്തും കടപ്പുറം പള്ളിയുടെ വടക്കേ പുറമ്പോക്കിലും വന്നു നില്ക്കുന്നു. വഴിവാണിഭക്കാരും പല ദിക്കുകളിൽനിന്നും കച്ചവടത്തിനായി എത്തുന്നു; കൂട്ടത്തിൽ തമാശകളും. ആനമയിലൊട്ടകം കളികൾ, ഊഞ്ഞാലാട്ടങ്ങൾ, യന്ത്രത്തൊട്ടിലുകൾ, മരണക്കിണറിലെ

മോട്ടോർ സൈക്കിൾ യജ്ഞങ്ങൾ... എന്തു പറയേണ്ടു, നാട്ടിൽ പതിനായിരം ഒത്തു കൂടുന്ന പൂരങ്ങളിൽ കണ്ടുവരുന്ന എല്ലാ സംഗതികളും, നേർച്ചദിവസങ്ങളിൽ, കടപ്പുറത്തെ പള്ളിപ്പരിസരങ്ങളിൽ പെരുത്ത് ജോറിൽത്തന്നെയുണ്ടാവുന്നു. ഏറ്റവും പ്രധാനപ്പെട്ട സംഗതി ഈ ദിവസങ്ങളിൽ പെണ്ണുങ്ങളുടെ വരവാണ്. ചുറ്റുവട്ടത്തെ പെണ്ണുങ്ങൾ മാത്രമല്ല; ചുറ്റയൽപ്രദേശത്തെയും, അതിനുമപ്പുറത്തെ ദിക്കുകളിലെയും പെൺപട മുഴുക്കെ നേർച്ചയാഘോഷങ്ങൾക്ക് മതിയും തടിയും മറന്ന് ഒത്തുകൂടാറുണ്ട്. അവർ വരുന്നത് നേർച്ചക്കാണിക്കകളുമായാണ്. അവർ തേങ്ങയുമായി വരുന്നു. വണ്ടിക്കും ബസിനും നടന്നും തലയിൽ തേങ്ങാച്ചുമടുകളുമായാണ് വരിക. വിശേഷിച്ചും തെക്കൻ ഭാഗങ്ങളിലുള്ള പെണ്ണുങ്ങളാണ് കൂട്ടത്തിലേറെയുണ്ടാവുക. അവർ 'പൊക്കണം' ചുറ്റി തേങ്ങാവട്ടികൾ തലയിൽ ചുമന്ന് കടപ്പുറത്തെ പള്ളിപ്പരിസരത്ത് നേർച്ചക്കഞ്ഞി വിളമ്പാൻ ഒരുക്കിയ വലിയ പന്തലിൽ എത്തുന്നു. പന്തലിന്റെ പടിഞ്ഞാറുഭാഗത്താണ് കുശിനി. അവിടെ നിരനിരയായി അമ്മികൾ. പെണ്ണുങ്ങൾ കൊണ്ടുവരുന്ന തേങ്ങ അവിടെവെച്ച് പൊളിക്കുന്നു. പിന്നെ ആ തേങ്ങയത്രയും ചിരവണം. ചിരകിയ തേങ്ങ അരയ്ക്കണം. ബദരീങ്ങളുടെ ആണ്ടടിയന്തിരത്തിന്, തേങ്ങായരവിന്, നേർച്ചയാക്കിയ പെണ്ണുങ്ങളാണ് ഇങ്ങനെ കൂട്ടംകൂട്ടമായി എത്താറുള്ളത്. ചിരകിയ തേങ്ങ കൈമുട്ടും കൈത്തണ്ടയും കുഴയുന്നതുവരെ പെണ്ണുങ്ങൾ അരയ്ക്കുന്നു. ഇങ്ങനെയരച്ചാൽ അവർക്ക് ഉദ്ദിഷ്ട കാര്യം സാധിക്കും. മറുനാട്ടിലുള്ള ഭർത്താക്കന്മാർ, ഭാര്യയെയോർത്ത് നാട്ടിൽ തിരിച്ചുവരും. പിണങ്ങിപ്പോയ ഭർത്താവ് ഇണങ്ങി ഭാര്യയെ സമീപിക്കും. മാറാദീനം മാറും. തീരാദുഃഖം തീരും. അങ്ങനെ പെൺമണികൾ എന്തുദ്ദേശിച്ച് തേങ്ങായരവിന് നേർച്ചകൾ നേരുന്നുവോ ആ കാര്യങ്ങൾ ബദരീങ്ങളുടെ ആണ്ടടിയന്തിരദിവസം വന്ന് തടിയറിയേ തേങ്ങയരച്ചാൽ സാധിക്കും. കൊണ്ട ഫലം! അതിനാൽ പെണ്ണായ പെണ്ണുങ്ങൾ മുഴുക്കെ തങ്ങളുടെ നാട്ടിൽ ആണ്ടടിയന്തിരനാളുകളിൽ തിക്കിത്തിരക്കിയെത്തുന്നു. പെണ്ണുങ്ങൾ ഇങ്ങനെ തൻനിലയും തടിനിലയും മറന്നെത്തുന്നതുകൊണ്ട് അവരെ കാണാനും കണ്ടുകൂട്ടം പറയാനും മറ്റുമൊക്കെയായി ആണുങ്ങളും എത്തിപ്പെടുന്നു

നേർച്ചപ്പൊലിമകൾ വിവരിക്കേണ്ടതില്ല. എല്ലാ ദിവസവും രാത്രിയിൽ ബദർയുദ്ധത്തിലെ ശുഹദാക്കന്മാരുടെ വീരശൂര പരാക്രമങ്ങളെക്കുറിച്ച് അബ്ദുൽ റസാക്കിന്റെ പാട്ട് ഉണ്ടാവും. പാട്ടും കഥപറച്ചിലും അബ്ദുൽ റസാക്ക് പൊടിപൊടിക്കുന്നതുകേട്ട് ഹാലിളകിയവരും എത്രയുണ്ടെന്നോ! പതിനേഴിന്റെയന്നാണ് നേർച്ചവരവുകൾ. പല ദിക്കുകളിൽ നിന്നായി ആനയും അമ്പാരിയുമൊക്കെയായി നേർച്ചവരവുകൾ ഒത്തുചേരുന്നു. പിന്നെ ചെമ്പുകുഴലുകൾ, പീപ്പിമുട്ടംവിളി,

ചീനിമുട്ട് തുടങ്ങിയ വാദ്യങ്ങളോടെ, കോൽക്കളികൾ, ദഫ്മുട്ടുകൾ തുടങ്ങിയ നാടൻ കലാപരിപാടികളോടെ ഗംഭീരൻ ആഘോഷവരവാണ്. നെറ്റിപ്പട്ടം കെട്ടിയ ആനകൾ, വർണ്ണമുത്തുക്കുടകൾ, വെഞ്ചാമരം, ആലവട്ടം, ആനപ്പുറത്തെ എഴുന്നള്ളിപ്പ്, എല്ലാറ്റിനും മുമ്പിൽ അലങ്കരിച്ച പട്ടുവസ്ത്രങ്ങളാൽ ആറ്റക്കോയത്തങ്ങൾ. പിന്നിൽ നേർച്ചക്കൊടികൾ. ഹൈദ്രോസ് പള്ളി മുഖാമിയിലെ നേർച്ചക്കൊടി. വലിയ സീതിത്തങ്ങളുടെ നേർച്ചക്കൊടി. കാരക്കാട്ടെ നേർച്ചക്കൊടി. മുഖാമിയിലെ നേർച്ചക്കൊടി. അങ്ങനെ ചുറ്റുവട്ടത്തെ ജാറങ്ങളിൽനിന്നെല്ലാം എത്തിയ ആഘോഷവരവുകൾക്ക് അകമ്പടി സേവിച്ച നേർച്ചക്കൊടികൾ. ആഘോഷവരവ് ഊരുചുറ്റുന്നു. വലിയകത്തെ പള്ളിക്കുമുന്നിലൂടെ ഹൈദ്രോസ് മുഖാമി കടന്ന് നിരത്തിലെത്തി ബജാറിലൂടെ നീങ്ങി പന്ത്രണ്ടു കല്ലിറങ്ങി ജുമാഅത്ത് പള്ളിയുടെ മുന്നിലൂടെ ചീനമ്മാരകം പള്ളിപ്പരിസരത്തിലെത്തി തിരിഞ്ഞ് മുഖാമിക്കു മുമ്പിലൂടെ കടപ്പുറത്തിറങ്ങി നീണ്ട കടൽക്കരയിലൂടെ കടപ്പുറത്തെ പള്ളിയിലേക്ക് നീങ്ങുന്നു. ജുമാഅത്ത് പള്ളിയുടെ മുമ്പിൽവെച്ചും ചീനമ്മാരകം പള്ളിവളപ്പിൽ വെച്ചും മുഖാമിയുടെ മുന്നിൽവെച്ചും പിന്നെ കടപ്പുറത്ത് പത്തടിപത്തടി നീങ്ങുമ്പോഴും മുന്തിയ വെടിമരുന്ന് പ്രയോഗമുണ്ടാവും. ഒന്നു പൊട്ടി തട്ടിയുയർന്ന് പത്ത് തട്ടിലും പൊട്ടി പത്താംതട്ടിൽ ഭൂലോകം കിടുങ്ങേ പൊട്ടി പതിനായിരം വർണ്ണഗോളങ്ങൾ ആകാശത്തിൽ വിതറുന്ന മരുന്നുപണികൾ. പണം പുല്ലുപോലെ ചെലവഴിച്ചും ബദരീങ്ങളുടെ ആണ്ടുനേർച്ച ഒരു മഹോത്സവമാക്കിത്തീർക്കണമെന്നുതന്നെയാണ് അക്കാലത്ത് ഞങ്ങൾ നാട്ടുകാരുടെ മോഹങ്ങൾ. അതിനായി അക്കാലത്ത് സിങ്കപ്പൂരിലും റങ്കൂണിലുമുള്ള നാട്ടുകാർ കൈയയച്ച് സംഭാവനകൾ അയച്ചു കൊടുക്കുന്നു. ഞങ്ങൾ തന്നെ സിങ്കപ്പൂരിലും പെനാങ്കിലും റങ്കൂണിലുംചെന്ന് പിരിവുകൾ സംഘടിപ്പിക്കുന്നു. ആഘോഷം പൊടിപൂരമാക്കുകയാണല്ലോ വേണ്ടത്. കല്യാണങ്ങളും നേർച്ചകളും കൈയിലെ പണം പുല്ലുപോലെ വലിച്ചെറിഞ്ഞ് ആഘോഷത്തോടെ നടത്തേണ്ട കാര്യമല്ലേ!

ഈ ഉത്സവാഘോഷങ്ങളൊക്കെ പണ്ടായിരുന്നു. ഇപ്പോഴെല്ലാം തീർന്നു. ആൾക്കാരുടെ കമ്പം തീർന്നു. ഇതിവിടെ ഓർക്കാൻ ഒരു കാരണമുണ്ടായി. കാരണം കുറച്ചുനാൾമുമ്പ് ഞാൻ ഒരു കല്യാണാഘോഷത്തിൽ പങ്കെടുത്തിരുന്നു. അന്ന് അവിടെ വേണ്ടപ്പെട്ട വലിയ അതിഥികൾക്കൊക്കെ മദ്യസല്ക്കാരമുണ്ടായിരുന്നുവത്രെ. മുന്തിയ മദ്യക്കുപ്പികൾ ഒഴുകിയ കല്യാണം. മാന്യതയുടെയും മഹിമയുടെയും മര്യാദയുടെയുമൊക്കെ മുന്തിയ ചിഹ്നവുമായി മദ്യസല്ക്കാരം നേർച്ചക്കാലങ്ങളെക്കുറിച്ച് ഓർത്തുപോയത്. അന്ന്, വളരെക്കാലം മുമ്പ്, ബദരീങ്ങളുടെ ആണ്ടടിയന്തിരം പൊടിപൂരമാക്കിയ ഒരു ദിവസം; അരയ്ക്കാനെത്തുന്ന പെണ്ണുങ്ങളുടെ 'വഴിവാലായി' കൂടിയ ആണുങ്ങ

ളുടെ കൂട്ടത്തിൽ രണ്ടുപേർ എല്ലാവരുടെയും ശ്രദ്ധയിൽപ്പെട്ടു. നേർച്ച വാണിഭം പൊടിപൊടിക്കുന്ന കൂട്ടത്തിൽ ഈ രണ്ടുപേർ ആടിയാടി നടക്കുന്നു. വായിൽ തോന്നിയത് പറയുന്നു. ഇതെന്ത് സംഗതി എന്നായി. അവിടെ കൂടിയ പുരുഷാരത്തിന് സംശയം. തെക്കുനിന്നും പണിക്കുവന്ന രണ്ടു കൊല്ലന്മാരായിരുന്നു അവർ. ചുറ്റും കൂടിയവർ പറഞ്ഞു: "മുസൽമാന്മാരാണ്." പക്ഷേ, അവരെ നാറുന്നതെന്ത്? നേർച്ചയ്ക്ക് വളക്കച്ചവടത്തിനെത്തിയ ചെട്ടിമാരാണ് വിവരം പറഞ്ഞത്. "അവർ കുടിച്ചിരിക്കുന്നു."

ജനം അന്തംവിട്ടുപോയി. മാപ്പിളമാർ–അവർ കള്ളുകുടിക്കുകയോ!

മൂക്ക് മുളച്ചതിനുശേഷം കേട്ടിട്ടില്ലാത്ത കാര്യം. ഹറാമായി വിധിക്കപ്പെട്ട കള്ളും മോന്തി രണ്ടു മാപ്പിളമാർ നേർച്ചയുത്സവപ്പരിസരത്തിൽ കാലു നിലത്തുറയ്ക്കാതെ അലയുകയോ? അബ്ദുൽ റസാക്കിന്റെ 'മാപ്പിള വീരചരിതം' കേട്ട് പുളകം കൊള്ളുന്നവരുടെ സിരകളിൽ അഗ്നിയുണർന്നു. അവർ വടിയും ടോർച്ചുമൊക്കെയെടുത്ത് നേർച്ചപ്പറമ്പാകെ പരതി. എവിടെ കള്ള് കുടിച്ച് നേർച്ച സ്ഥലം അലങ്കോലപ്പെടുത്തിയ കള്ള ഹറാത്തുകൾ?

കാര്യബോധമുള്ള ആരോ, ഈ ലഹളയിൽപ്പെട്ടാൽ രണ്ടിന്റെയും എല്ലു പെറുക്കാനാവില്ല എന്ന ബോദ്ധ്യമുള്ളതിനാൽ അവരെ അവിടെ റോന്തു ചുറ്റിയ പൊലീസിനെ ഏല്പിച്ചു.

അങ്ങനെ തല്ക്കാലത്തെ ചോരച്ചൊരിച്ചിൽ നിന്നു. എങ്കിലും കേട്ടവർ കേട്ടവർ അമ്പരന്നു. മുസ്ലീങ്ങൾ കള്ള് കുടിക്കുകയോ? കള്ള് കുടിച്ച് നേർച്ച സ്ഥലത്തുവന്ന് കുട്ടിക്കരണം മറിയുകയോ? കാലം എത്ര മാറിപ്പോയി.

നേർച്ചകൾ അനാവശ്യമാണ് അനിസ്ലാമികമാണ് എന്നൊന്നും തോന്നിയതുകൊണ്ടാവില്ല ആ ഉത്സവാഘോഷങ്ങൾ പതുക്കെപ്പതുക്കെ ഇല്ലാതായത്. കാലം തേച്ചുമാച്ചുകളയുന്ന ആഘോഷങ്ങളുടെ പട്ടികയിൽ അവയും പെട്ടതിനാലാവാം. പക്ഷേ, രണ്ടു മുസ്ലീങ്ങൾ കള്ളുകുടിച്ചു എന്ന വസ്തുത വല്ലാത്ത പരിഭ്രാന്തിയായിരുന്നു അക്കാലത്തുണ്ടാക്കിയത്.

എന്റെ കുട്ടിക്കാലത്ത് – ഞങ്ങൾ കുട്ടികൾ ആ രണ്ടു നിഷേധികളെ കാണാൻ പൊലീസ് സ്റ്റേഷന്റെ കന്മതിലിന്നരികെ വരെ, ആ രാത്രി ചെല്ലുകയുണ്ടായി. എന്നാൽ ഇന്നോ? കല്യാണാഘോഷങ്ങളിൽ, ഒത്തുകൂടലുകളിൽ, സ്നേഹിതന്മാർ ഒന്നിച്ചിരുന്ന് ഒരു കാര്യം സംസാരിക്കുമ്പോൾ, എല്ലായിടത്തും ഒളിഞ്ഞും തെളിഞ്ഞും വിളമ്പുന്നത് മാന്യതയുടെയും പൊങ്ങച്ചത്തിന്റെയും മുഖാവരണമിട്ട് വിളമ്പുന്നത്– ആലോചിച്ചപ്പോൾ, കാലം തൂത്തുമാറ്റുന്ന അനാചാരപ്പകിട്ടുകൾക്കിടയിൽ പൊട്ടിമുളക്കുന്ന പുതിയ വിഷബീജങ്ങളെക്കുറിച്ച് ചിന്തിച്ചപ്പോൾ, പണ്ട്

നേർച്ചയുടെ രാത്രിയെ കുശാലാക്കാൻ കുടിച്ചാടിവന്ന രണ്ടു തെക്കന്മാരെ ഞങ്ങൾ കുട്ടികൾ അത്ഭുതത്തോടെ നോക്കി നിന്നത് ഓർത്തുപോയി. ഒപ്പം നേർച്ചയാഘോഷത്തിന്റെ വെടിമരുന്നുകൾ ആകാശവീഥിയിൽ ആയിരം വർണ്ണഗോളങ്ങൾ വിതറുന്നതും ഓർത്തുപോയി.

പരംപൊരുൾ: ക്ലാസ്മേറ്റിനായിരുന്നു പണ്ടുവില. അടുപ്പത്തിന്റെ ആഴമളക്കുന്നത് പണ്ട് ഒന്നിച്ചു പഠിച്ചവരാണ് എന്നു പറഞ്ഞാണ്. ഇന്ന് ഗ്ലാസ്മേറ്റിന്നാണ് വില. അടുപ്പത്തിന്റെ ആഴമളക്കുന്നത് ഒന്നിച്ചു കുടിച്ചവരും കൂടിയവരുമാണെന്നൂറ്റം കൊണ്ടാണല്ലോ ഗ്ലാസ്നോസ്റ്റ്!

കാണാത്ത മാസപ്പിറവി ഉണങ്ങാത്ത മൈലാഞ്ചി

ഞങ്ങൾ കുട്ടികളെയും, ജുമാഅത്ത്പള്ളിയുടെയും മുഹിയുദ്ദീൻ പള്ളിയുടെയും മുമ്പിൽ കൂടിനില്ക്കുന്ന സകലമാന ജനങ്ങളെയും ഒന്നാകെ അമ്പരപ്പിക്കുന്ന തരത്തിലാണ് ആ കാറിന്റെ വരവ്. കാറിന്റെ നിറുകയിൽ മരതകക്കല്ല് പതിച്ചപോലെ കത്തിലങ്കുന്ന ആ പച്ചവെളിച്ചം മാർക്കറ്റുമുക്ക് തിരിയുമ്പോൾതന്നെ ആൾക്കാരുടെ ശ്രദ്ധയിൽ പതിയും. മീത്തലെക്കണ്ടി മൈതാനത്തിന്റെ തെക്കേയറ്റത്തെ പള്ളിയുടെ തൊട്ടടുത്തെത്തുമ്പോഴേക്കും കാറിന്റെ ഹോൺ മുഴങ്ങിത്തുടങ്ങും. നിലയ്ക്കാത്ത ഹോണിന്റെ ശബ്ദം പള്ളിയങ്കണത്തിൽ കാത്തുനില്ക്കുന്നവർ കൗതുകപൂർവ്വം കേൾക്കുന്നു. അവർ പിറുപിറുപ്പാരംഭിക്കും: "അതാ തങ്ങളെത്തി. മാസവുംകൊണ്ട് തങ്ങളതാ വരുന്നു."

കുതിച്ചുപായുന്ന കാർ മീത്തലെക്കണ്ടി താണ്ടി പടിഞ്ഞാറോട്ട് തിരിയുന്നു. മാർക്കറ്റുമുക്കിൽ കാറും പ്രതീക്ഷിച്ച് ചില നാട്ടുമുഖ്യസ്ഥന്മാരൊക്കെ നില്ക്കുന്നുണ്ടാവും. കാറിന്റെ ശബ്ദവും നിറുകയിലെ പച്ചവിളക്കും കണ്ടാൽ അവർക്ക് ഉറപ്പാണ്. മാസപ്പിറവിയുമായാണ് ആ കാർ വരുന്നത്. ഏതെങ്കിലും ദിക്കിൽ മാസം ഉറപ്പിച്ച വിവരം സമ്പാദിച്ച് തങ്ങളവർകൾ അത് തന്റെ നാട്ടിലും എത്തിക്കുന്നു. ഏത് തേരാപേരാ മഴയത്തും കാർമൂടി കലുഷമായ അന്തരീക്ഷത്തിലും ചന്ദ്രക്കല പ്രത്യക്ഷപ്പെട്ടുകൂടാ എന്നില്ലല്ലോ! ആയത് ഏതെങ്കിലും കണ്ണിൽപ്പെടാം. ആ പിറവി ഈ മഹല്ലിലും വിളംബരപ്പെടുത്താൻ തങ്ങൾ കാണിക്കുന്ന ഈ ശുഷ്കാന്തിയെ എത്ര പ്രശംസിച്ചാലും മതിയാവുകയില്ലല്ലോ. മുഖ്യസ്ഥന്മാരെ കണ്ടാൽ കാർ നിർത്തി അവരെയും കാറിൽ കയറ്റിയാണ് ജുമാഅത്ത് പള്ളിയങ്കണത്തിലേക്ക് പോവുക. മാർക്കറ്റുമുക്ക് കടന്ന്

കസ്റ്റംസ് റോഡിലൂടെ നീങ്ങി കാർ ജുമാഅത്ത് പള്ളിയുടെ വഴിയിലേക്ക് വലത്തോട്ടു തിരിഞ്ഞാൽ ഞങ്ങൾ കുട്ടികൾ ഉറക്കെ ഉച്ചത്തിൽ വിളിച്ചുകൂവി കാറിന്റെ പിന്നാലെ ഓടും: "മാസം കണ്ട്ക്കോ-മാസം കണ്ട്ക്കോ... മാസം കണ്ട്ക്കോ-സെയ്തുകോയന്റെ മാസം വന്ന്ക്കോ."

അധികാരി മമ്മൂക്കാക്കാന്റെ പടിപ്പുരയ്ക്കൽ നില്ക്കുന്ന ഇഞ്ചിബടുവൻ കുട്ടികളെ ശകാരിക്കുകയും പ്രാകുകയും ചെയ്യും. കാരണം ജുമാഅത്ത് പള്ളിഖാസിയെ സെയ്തുകോയത്തങ്ങൾ കാണണമല്ലോ. കാണണമെങ്കിൽ കാറ് പള്ളിപൂമുഖത്ത് നിർത്തണമല്ലോ. പൂമുഖത്ത് കാറെത്തി തങ്ങൾ തടിച്ച ശരീരവുമായി കാറിന്റെ പിൻഭാഗത്ത് നിന്നിറങ്ങി ഇടത്തോട്ടു തിരിഞ്ഞ് ഹൗളിൻകരയിലൂടെ കാൽകഴുകി അകത്തുകയറി, നെടുപ്പള്ളിയിൽ മിമ്പറയ്ക്കരികെ മാസത്തിന്റെ വരവും കാത്ത് ഇരിക്കുന്ന അഹമ്മദ്ഖാസിയെ കാണണം. ഖാസി ചോദിക്കുന്ന ചോദ്യങ്ങൾക്ക് സെയ്തുക്കോയത്തങ്ങൾ മറുപടി പറയണം. കൈയിൽ കരുതിയ കത്ത് ഏതെങ്കിലും നാട്ടിലെ ഖാസി അയയ്ക്കുന്ന കത്ത്-അത് വായിച്ചുകഴിഞ്ഞാലാണ് ഖാസിയുടെ ചോദ്യങ്ങൾ. അങ്ങനെയുള്ള പതിവുകൾ തീരുന്നതോടെ ഇഞ്ചിബടുവൻ ജുമാഅത്ത് പള്ളിയുടെ മുറ്റത്ത് എത്തുകയും വേണം. കോലോത്ത് തറവാട്ടിന്റെ പടിപ്പുരയ്ക്കൽ നില്ക്കുന്ന ഇഞ്ചിബടുവൻ കാറിന്റെയും, പിന്നാലെ പായുന്ന കുട്ടികളുടെയും പിന്നിലായി പതുക്കെ നടന്ന് പള്ളി പൂമുഖത്ത് എത്തുമ്പോഴേക്കും നടുപ്പള്ളിയിൽനിന്നും അഹമ്മദ് ഖാസി പൂമുഖത്ത് എത്തിയിട്ടുണ്ടാവും. പൂമുഖത്ത് പ്രമാണിമാർക്കും പള്ളി മുതവല്ലിക്കും ഒപ്പം നാട്ടുകാരണവർ എന്ന നിലയ്ക്ക് അധികാരി മമ്മൂക്കായും ഉണ്ടാവും. അവരോടൊക്കെ അഹമ്മദ് ഖാസി ചോദിക്കുന്നു: "എന്താ ഉറപ്പിക്യാല്ലേ?"

തടിച്ച ശരീരവും നീളക്കുപ്പായവുമായി പൂമുഖപ്പടിക്കൽ വന്നു നില്ക്കുന്ന സെയ്തുക്കോയത്തങ്ങൾ തന്റെ സ്വതസ്സിദ്ധമായ ചിരിയാൽ ചുറ്റുപാടും നില്ക്കുന്ന പുരുഷാരത്തെയാകെ ഒന്നുഴിഞ്ഞു നോക്കുന്നു. മുറ്റത്തും പള്ളിക്കുളത്തിന്റെ പടവിന്മേലും കൂടിനില്ക്കുന്ന ആൾക്കാർ, പ്രത്യേകിച്ചും, പ്രഖ്യാപനം വരാൻ കാത്തുനില്ക്കുന്നു. പൂമുഖത്തെ പ്രമാണിമാരുടെ മുഖത്തെ ഭാവഹാവാദികൾനോക്കി ഖാസിയാർ പറയുന്നു: "നഹാരം മുട്ടിക്കോ."

അങ്ങനെ പറഞ്ഞുകേൾക്കേണ്ട താമസം ചിരട്ടക്കനല് കത്തിച്ച് ചൂടാക്കി പാകപ്പെടുത്തിവെച്ച വലിയ "നഹാര"ത്തിന്മേൽ ഇഞ്ചിബടുവൻ രണ്ടു കോലുകളിട്ട് താളത്തിൽ, ഉച്ചത്തിൽ, അടിച്ച് പെരുമ്പറ മുഴക്കുന്നു. നഹാരത്തിന്റെ ശബ്ദം-താളത്തിലുള്ള മുഴക്കം-നാദവീചികൾ-നാട്ടിന്റെ എല്ലാ ഭാഗത്തും ചെന്നെത്തുന്നു. അപ്പോൾ കുട്ടികൾക്ക് കുതൂഹലത്തോടെ ഉച്ചത്തിൽ ആർത്തു വിളിച്ചുപറഞ്ഞ് ഇടവഴികളിലൂടെയും പെരുവഴികളിലൂടെയും ഓടിപ്പാഞ്ഞു പോകാം. "മാസം കണ്ട്ക്കോ - മാസം കണ്ട്ക്കോ...."

ജുമാഅത്ത് പള്ളിയങ്കണത്തിൽ ഇതൊക്കെ നടക്കുമ്പോൾ ഇതുപോലെയുള്ള സംഗതികൾ മുഹിയുദ്ദീൻ പള്ളിയങ്കണത്തിലും അരങ്ങേറുന്നു. കാറിൽനിന്ന് തങ്ങൾ ഇറങ്ങി ജുമാഅത്ത് പള്ളിയുടെ അകത്തേക്കു പോയാൽ കൂട്ടത്തിൽ മാർക്കറ്റുമുക്കിൽനിന്ന് കയറിയ ചിലരും അവിടെ ഇറങ്ങുമെങ്കിലും ഒന്നുരണ്ടു പേർ കാറിൽതന്നെയുണ്ടാവും. അവരുടെയൊപ്പം സെയ്തുക്കോയത്തങ്ങളുടെ മരുമകനും കൂടി കാറിൽ മുഹിയുദ്ദീൻ പള്ളിയിലേക്ക് പോവുന്നു. അവിടെ പള്ളിയിലും പുറത്തും അകത്തുമൊക്കെയായി ആ പള്ളി ഭാഗക്കാർ കാത്തിരിക്കുന്നുണ്ടാവും. മരുമകൻ തങ്ങൾ മാസം ഉറപ്പിച്ച നാട്ടിലെ വിവരങ്ങൾ അവിടെ വിളമ്പുന്നു. അവിടെയും കത്തുകൊടുക്കലും ചോദ്യങ്ങളും പതിവുള്ളതാണ്. അവിടെയും മാസമുറിപ്പിച്ച "നഹാരം" മുഴങ്ങും. ജുമാഅത്ത് പള്ളിയിൽനിന്ന് ഇഞ്ചിബടുവൻ നഹാരം മുഴക്കുമ്പോൾ അതേ ശബ്ദത്തിൽ, അതേ നിമിഷത്തിൽ, മുഹിയുദ്ദീൻപള്ളിയിലെ നഹാരവും ഉണരുന്നു. രണ്ടു പെരുമ്പറകളും ഞങ്ങളുടെ നാട്ടിന്റെ നിശ്ശബ്ദ വീഥികളിലൂടെ ഇഴഞ്ഞുനീങ്ങുമ്പോൾ ഉത്സാഹഭരിതരായ ആൾക്കാർ മാസപ്പിറവിയുറപ്പിച്ച വിവരങ്ങളുമായി താന്താങ്ങളുടെ വീട്ടിലേക്ക് പോവുന്നു. റമദാൻ പിറവിയാണെങ്കിൽ, അത് ഏത് നട്ടപ്പാതിരയ്ക്കാണ് ഉറപ്പിക്കുന്നതെങ്കിലും അന്നേരംതന്നെ അത്താഴക്കുടുക്ക അടുപ്പത്ത് കയറ്റണമല്ലോ. ശവ്വാൽ പിറവിയാണെങ്കിൽ, അത് വെളുപ്പാൻകാലമാവുമ്പോഴാണ് ഉദിക്കുന്നതെങ്കിൽപ്പോലും അതിനായുള്ള ഒരുക്കങ്ങളിൽ വൈമുഖ്യമേതുമില്ലാതെയിറങ്ങണമല്ലോ. ഫിത്വർ സക്കാത്തിനുള്ള ബദ്ധപ്പാടുകൾ, പെരുന്നാൾ കോള് കൊടുത്തയയ്ക്കാനുള്ള ഏർപ്പാടുകൾ എല്ലാം ശരിപ്പെടുത്തണമല്ലോ. ചിലർക്ക് സ്വന്തം ദുഃഖങ്ങളും സൈ്വരക്കേടുകളും സ്വയം കടിച്ചമർത്തി പിറുപിറുക്കാം. "തങ്ങൾക്കെന്താ... മാസം ഉറപ്പിച്ചാലെന്താ എന്നും പെരുന്നാളും എന്നും നോമ്പും എന്നും സുഖവുമുള്ള ഓർക്കൊക്കെ എന്തായാലെന്താ? എടങ്ങേറു ഞമ്മെക്കല്ലേ? ഏത് നട്ടപ്പാതിരായ്ക്കും മാസം കാറിൽക്കൊണ്ടുവരുന്ന തങ്ങൾക്ക് അയിന്റെ എടങ്ങേറ് തിരിയൂലാ- മാസം ഒറപ്പിച്ച ദിക്കിലേക്ക് കാറോടിച്ച് വിവരം കൊണ്ടാന്നാ മതി."

എന്നാൽ ഈ പതിവിനു വിപരീതമായി ഒരുതവണ ആകെ എല്ലാം കീഴ്മേൽ മറിഞ്ഞു. ഒരു കൂട്ടർക്ക് നോമ്പും മറുകൂട്ടർക്ക് പെരുന്നാളും! ജലപാനമില്ലാതെ ഒരു വീട്ടിൽ ചിലർ നോമ്പനുഷ്ഠിക്കുമ്പോൾ മറ്റുകൂട്ടർ നെയ്ച്ചോറും നെയ്പ്പത്തിരിയും തിന്ന് എമ്പക്കമിടുന്നു. ആ സംഭവം ഇന്നും എനിക്കോർമ്മയുണ്ട്. ഞങ്ങളുടെ നാട്ടിൽ മാപ്പിളമാർ രണ്ടു ഭാഗക്കാരായാണ് കഴിഞ്ഞുപോരുന്നത്. മൊയ്തീൻ പള്ളി ഭാഗക്കാരും ജുമാഅത്ത് പള്ളി ഭാഗക്കാരും. മുമ്പ് ഏതോ പള്ളിവഴക്കിന്റെ കാരണത്താൽ ഭിന്നിച്ചുപ്പോയതാണ്. ജുമാഅത്ത് പള്ളിക്കാരും

മുഹിയുദ്ദീൻ പള്ളിക്കാരും പരസ്പരം കെട്ടുബന്ധങ്ങൾ നടത്താമെന്ന നിലയ്ക്ക് കാര്യങ്ങൾക്കൊക്കെ ആയവും നീരോട്ടവും വന്ന നല്ലകാലം. അക്കാലത്ത് ഞാൻ താമസിച്ചിരുന്നത് ബാപ്പയുടെ ഭാര്യവീട്ടിലായിരുന്നു. ഇളയമ്മയുടെ കൂടെയായിരുന്നു ഞാൻ പാർത്തുവന്നത്. ഉമ്മാമയുടെ മരണശേഷം മാപ്പിള സ്കൂളിൽ പഠിക്കുന്ന എന്റെ താമസവും മറ്റും ബാപ്പയ്ക്ക് പ്രശ്നമായി. ഉമ്മയില്ലാത്ത കുട്ടി. ബർമ്മയിൽ നിന്നിവനെ കൂട്ടിക്കൊണ്ടുവന്നത് ബാപ്പയുടെ ഉമ്മ നിർബ്ബന്ധിച്ചതുകൊണ്ടായിരുന്നു. “ബില്ലിൻ” എന്ന ബർമ്മാ ഗ്രാമത്തിൽ ബർമ്മക്കാരോടൊപ്പം വളരുന്ന മകന്റെ കാര്യം പറഞ്ഞപ്പോൾ ഉമ്മാമ പറഞ്ഞുവത്രേ: “മോനെ നീ അയിന എനിക്ക് കൊണ്ടന്ന്താ, ഞാനതിനെ പൊന്നുപോലെ നോക്കാം. നിനക്ക് ഒരു എടങ്ങേറും വരൂല. തള്ളയില്ലാത്ത അതിനെ, എന്റെ മോന്റെ മോനെ–എനക്ക് വേണം.”

(ആ വാക്കാണ് അറക്കാൻ മലനിരകളിലൂടെ വരുമ്പോൾ ചൊറിയും ചിരങ്ങും പിടിച്ചു ചീഞ്ഞൊഴുകിയ കുട്ടിയെ തോളിൽ ചുമന്ന് നടക്കാൻ ബാപ്പയെ പ്രേരിപ്പിച്ചത് എന്നറിയുന്നു). ബർമ്മാക്കാരിയുടെ മകൻ നാട്ടിൽ കുറ്റിയറ്റ് വളർന്ന കഥയ്ക്ക് എന്ത് പ്രസക്തി... ബാപ്പയുടെ ഭാര്യാവീട്ടിൽ താമസിക്കുന്ന ഇവനും ബാപ്പയും ജുമാഅത്ത് പള്ളി ഭാഗക്കാരായതിനാൽ, ജുമാഅത്ത് പള്ളിയിൽ മാത്രം ജുമാനമസ്കാരത്തിന് പോകുന്നു. എന്നാൽ ഇളയമ്മയുടെ ആൾക്കാരൊക്കെ മൊയ്തീൻപള്ളി ഭാഗക്കാരായിരുന്നു. എന്റെയും ബാപ്പയുടെയും നിലപാടിനെ അവർ എതിർത്തില്ല. അനുകൂലിച്ചുമില്ല. ബാപ്പ സഫറുകാരനാണ്. കൊല്ലത്തിൽ ഒന്നോ രണ്ടോ മാസം മാത്രം നാട്ടിലുണ്ടാവും. ബാക്കി കാലങ്ങളിലൊക്കെ റങ്കൂണിൽ–ബുത്തട്ടാം സ്ട്രീറ്റിൽ. അതിനാൽ ഞാൻ മാത്രം ജുമാഅത്ത്പള്ളി ഭാഗക്കാരനായി അവിടെ ഒറ്റപ്പെട്ടു. അത്തവണ കാറിൽ തങ്ങൾ മാസവുമായിവന്നത് നേരെ മുഹിയുദ്ദീൻ പള്ളിയിലേക്കാണ്. എന്തുകൊണ്ട് ഇങ്ങനെ സംഭവിച്ചു എന്ന് എനിക്കിപ്പോഴും അറിഞ്ഞുകൂടാ. മരുമകൻ തങ്ങളാണ് ജുമാഅത്ത്പള്ളിയിൽ വന്നത്. കാർ ആദ്യം ചെന്നത് മുഹിയുദ്ദീൻ പള്ളിയിലാണെന്നർത്ഥം. ആദ്യത്തെ നഹാര മുഴക്കം കേട്ടതും മുഹിയുദ്ദീൻ പള്ളിയിൽനിന്നായിരുന്നു. ഈ സംഭവം ജുമാഅത്ത്പള്ളി പൂമുഖത്തിരിക്കുന്ന നാട്ടുമുഖ്യസ്ഥന്മാരെ അങ്കലാപ്പിലാക്കി. ജുമാഅത്ത് പള്ളിക്കാർ രണ്ടാംകിടക്കാരോ? അവരുടെ അഭിമാനം വ്രണപ്പെടുകയാണല്ലോ. അകപ്പള്ളിയിലിരുന്ന മരുമകൻ തങ്ങളോട് ചോദ്യങ്ങൾ ചോദിക്കുന്ന അഹമ്മദ്ഖാസി മുഹിയുദ്ദീൻ പള്ളിയിലെ “നഹാര” കേട്ട് ഞെട്ടി. ക്ഷുഭിതനായി. ഇതെന്ത് ന്യായം? ജുമാഅത്ത് പള്ളിഖാസിയാണ് നാട്ടുഖത്തീബ്, ഖാസിക്കുടുംബം. മുഹിയുദ്ദീൻ പള്ളിയിലെ ഖത്തീബ് കുഞ്ഞിശൈഖ് മുസ്ല്യാരാണ്. ഖാസികുടുംബമല്ല. നാട്ടിലെ ആൾക്കാരധികവും ജുംഅത്തിന് ഒത്തുകൂടുന്നത് ജുമാഅത്ത് പള്ളിയിൽ.

അഹമ്മദ് ഖാസി പുമുഖത്തേക്കു വന്ന് ആക്രോശിച്ചു. "കേട്ടില്ലേ-? ഖിയാമംനാളിന്റെ അലാമത്ത് കേട്ടില്ലേ-?"

പൂമുഖത്തിരിക്കുന്ന നാട്ടുകാരണവന്മാർ പറഞ്ഞു: "കേട്ടു ഇതെന്ത് ന്യായം!" പള്ളിക്കെട്ടിന്മേലും പുറക്കെട്ടിലും കുളപ്പടവിലും തിങ്ങിനിറഞ്ഞുനിന്ന നാട്ടുകാർ പറഞ്ഞു: "ഇതെവിടുത്തെ നീതി-?" പിന്നെ ഏറെ തർക്കങ്ങളൊന്നും വേണ്ടിവന്നില്ല. അഹമ്മദ് ഖാസി പറഞ്ഞു: "എല്ലാവരും പൊയ്ക്കോളീൻ-മാസം കണ്ട്ക്കില്ല. എല്ലാവരും അത്തായച്ചോറ് ബെയ്ച്ച് നോമ്പു നോറ്റോളീൻ-നാളത്തെ പെരുന്നാൾ ഞങ്ങൾക്കില്ല-അത് കുഫ്റുകൾക്ക്-ഖാഫിരീറ്റങ്ങൾക്ക്-തങ്ങളൊാറപ്പിച്ചാലും ഞാനൊാറപ്പിക്കൂലാ."

പിന്നെ എതിർവായ് ഒന്നും ഇല്ല. എല്ലാവരും പിരിഞ്ഞു. ബാപ്പയുടെ ഭാര്യവീട്ടിൽ-ഞാൻ താമസിച്ചുപഠിക്കുന്ന തറവാട്ടിൽ-എത്തിയപ്പോൾ അവിടെ പെരുന്നാൾ രാവ്! പെരുന്നാളിന്റെ ഒരുക്കങ്ങൾ. എളാമ്മ മൈലാഞ്ചിയരയ്ക്കുന്നു. എന്റെ പെങ്ങന്മാരും മൈലാഞ്ചിയണിയുന്നു. ഞാൻ എന്റെ കോലായചായ്പിലെ മുറിയിൽ ചെന്നുകിടന്നു. എന്തോ ഇളയമ്മയ്ക്ക്-എന്റെ മനസ്സിരിപ്പും ദുഃഖങ്ങളും എന്നും പെട്ടെന്ന് വായിച്ചറിയുന്ന എന്നെ പെറാത്ത-എന്റെ പെറ്റുമ്മയ്ക്ക്-എന്റെ എല്ലാ ദൗർബല്യങ്ങളും പെട്ടെന്ന് മനസ്സിലാവും. ഉണങ്ങാത്ത മൈലാഞ്ചിക്കൈ അവർ കഴുകി. അവരെനിക്ക് അത്താഴച്ചോറ് വിളമ്പിത്തന്നു. പിറ്റേന്ന് അവിടെ പെരുന്നാളിന്റെ കുതൂഹലത്തിൽ എല്ലാവരും നെയ്ച്ചോർ വാരിയുണ്ണുമ്പോൾ, ഞാൻ എന്റെ കോലായച്ചായ്പിലെ മുറിയിൽ ഒറ്റയ്ക്ക് നോമ്പുനോറ്റിരുന്നു. അന്ന് മഗ്‌രിബ് ബാങ്ക് മുഴങ്ങിയപ്പോൾ എളാമ്മ എനിക്ക് നോമ്പു തുറക്കാനുള്ള വിഭവങ്ങൾ ഒരുക്കിത്തന്നു. പിറ്റേന്ന് എന്റെ പെരുന്നാളിന് ചീരണിയൊരുക്കിത്തന്നതും അവരായിരുന്നു. പക്ഷേ, രണ്ടു പെരുന്ന നാട്ടിലും പല വീട്ടിലും പരസ്പരം ഭിന്നിപ്പിന്റെയും തമ്മിലടികളുടെയും വെപ്പ് അടുപ്പുകളുടേയും, കോലാഹലത്തിന്റെയും തീയാളിക്കത്തിച്ചിരുന്നു. വിദ്വേഷത്തിന്റെ കെടാതീയാളിച്ച് ഗ്രാമത്തെ നീറ്റിയ മാസമുറപ്പിക്കൽ...

പരംപൊരുൾ: ഗണിതശാസ്ത്രം വളർന്നിരിക്കുന്നു. ഏതും ഗണിച്ചു കണക്കാക്കാൻ മനുഷ്യചിന്തയും പുരോഗമിച്ചിരിക്കുന്നു. പക്ഷേ, മാസപ്പിറവി ഇന്നും നമുക്ക് പാതിരാത്രികളിൽ മാത്രം ഉറപ്പിക്കാവുന്നതും തള്ളിമാറ്റാവുന്നതുമായ സംഗതി തന്നെ, കാഴ്ചയുടെ അശാന്തി.

സാരിയിൽ വിലസുന്ന പുതുക്കപ്പെണ്ണുങ്ങൾ

എന്ത് കാരണം കൊണ്ടാണെന്നറിയില്ല; നഗരത്തിലെ വമ്പൻ കല്യാണമേളകൾക്കൊക്കെ ഇപ്പോഴിപ്പോഴായി ഇവനേയും കുടുംബസമേതം തന്നെ ക്ഷണിക്കാറുണ്ട്. നഗരാതിർത്തിയിലെ വീടുവരെ വന്ന് കല്യാണക്കാരൻ നേരിട്ടു ക്ഷണിക്കുന്നു. "താങ്കൾ വരണം. കുടുംബത്തെയും കൂട്ടി വരണം. കല്യാണം മംഗളമാക്കിത്തരണം." എന്നിങ്ങനെ വളരെ വേണ്ടപ്പെട്ടവരെ ക്ഷണിക്കുംവിധത്തിൽതന്നെ. കല്യാണം വിളിക്കാൻ പോയാൽ അവർക്ക് ദാഹജലം നല്കിയ കോപ്പ കൈയിലേന്തി, നിരത്തിലൂടെ പൊടിപറത്തിയകന്നുപോകുന്ന അവരുടെ വാഹനങ്ങളുടെ പിൻപുറം നോക്കി, എന്റെ തൃക്കോട്ടൂർകാരി പാതി ആത്മഗതമായും പാതി ഇവൻ കേൾക്കേയും പറയുന്നു: "നമുക്ക് ഏതായാലും പോകണം. അവരൊക്കെ ഇത്രടംവരെ വന്ന് നേരിട്ടുകണ്ട് വിളിച്ച സ്ഥിതിക്ക് പോകാതിരിക്കരുത്. ആ വക കല്യാണങ്ങൾക്ക് ചെല്ലുന്നതുതന്നെ ഒരു പത്രാസാ–"

ഈയിടെ ഇതുപോലുള്ള ഒരു കല്യാണമേളയിൽ കുടുംബസമേതം പങ്കെടുത്തു. ആതിഥേയൻ നഗരത്തിലെ ഒരു വമ്പൻ പുള്ളിയായതിനാലും, ധനികനും ധാരാളം പേരുംപെരുമയുമൊക്കെയുള്ള പുലിയായതിനാലും, ഒട്ടുവളരെപ്പേർ കല്യാണാഘോഷത്തിമർപ്പുകളിൽ അഹമഹമികയാ വന്നുകൂടിയിരുന്നു. പെണ്ണുംപിള്ളയാണെങ്കിൽ അവളെ പ്രത്യേകം ക്ഷണിച്ചതിനാൽ കല്യാണത്തിന്റെ തലേദിവസവും അവിടെ സന്നിഹിതയായി. അന്നവളെ കാണേണ്ടതുതന്നെയായിരുന്നു. കല്യാണം കഴിക്കുന്ന കാലത്ത് കാച്ചിയും കസവുതട്ടവുമിട്ടു നിന്ന നാണം കുണുങ്ങി തന്നെയോ ഇപ്പോൾ നേരിയ കസവുകരയുള്ള തിരുവനന്തപുരം കസ്വുസാരിയും ചുകന്ന ബ്ലൗസും തലനിറയെ

മുല്ലപ്പൂവും ചൂടി കഴുത്തിൽ ചുകന്ന കല്ലുള്ള നാഗപടത്താലിയും ചാർത്തി നില്ക്കുന്നത് എന്ന് അത്ഭുതപ്പെട്ടു. അവൾ പറഞ്ഞു: "കല്യാണ ത്തലേന്ന് ചെല്ലണംന്ന് പ്രത്യേകം പറഞ്ഞതാ. ഇന്നലെക്കൂടി ഫോണിൽ അവൾ ഓർമ്മിപ്പിച്ചതാ. ഏതായാലും രാത്രി പത്തുമണിക്ക് മുമ്പ് വിടാമെന്ന് പറഞ്ഞിട്ടുണ്ട്."

ഇങ്ങനെ ഉടുത്തൊരുങ്ങി ചെന്നാൽ പെൻഷൻ പറ്റാൻ ഇനി അത്ര യധികം കാലമൊന്നുമില്ലാത്ത ഈ മദ്ധ്യവയസ്കന് പെണ്ണ് നഷ്ടപ്പെടുമോ എന്ന ഭീതിയൊന്നും ഞാൻ പുറമെ കാണിച്ചില്ല. തലയിലൊരൊറ്റ മുടിയും ഇന്നുവരെ നരച്ചിട്ടില്ലാത്ത സുന്ദരിയുടെ തല നിറയെ ഇത്രയധികം മുല്ലപ്പൂ ചൂടിയതെന്തിനാണെന്നും ചോദിച്ചില്ല. അന്നന്തിപ്പട്ടിണി കിടക്കേണ്ടി വരുമോ എന്ന അങ്കലാപ്പായിരുന്നു എനിക്ക്. അതവൾ മനസ്സിലാക്കി. എന്റെ മനസ്സിലുള്ളതുംകൂടി വായിച്ചറിയുവാൻ ഇത്രയും കാലത്തെ ജീവിതത്തിനിടയിൽ അവൾ പഠിച്ചുവശായിരുന്നു. അവൾ പറഞ്ഞു: "ഞാൻ ഒരുപക്ഷേ, വൈകിയാലും, രാത്രിക്കുള്ളത് എടുത്തുവച്ചിട്ടുണ്ടേ. നോക്കിക്കോളൂ– സമയം എട്ടുകഴിഞ്ഞാൽ ഞാൻ വരുന്നത് കാത്ത് നില്ക്കാതെ എടുത്ത് തിന്നോളണേ. അല്ലെങ്കിൽ വയറ്റിൽ ഗ്യാസ് നിറയും."

അത്രയും പറഞ്ഞ് സ്നേഹമയി ഇറങ്ങിപ്പോയി. ഭാഗ്യത്തിന് അത്ര യൊന്നും വൈകിയില്ല. വന്നു കയറിയപാടെ അവൾ പറഞ്ഞു: "നിങ്ങൾ ക്കും വരാമായിരുന്നു. മൂപ്പർ പ്രത്യേകം ചോദിച്ചു, എവിടെയോ മീറ്റിങ്ങിന് പോകാനുണ്ടായിരുന്നു. പോയിക്കാണും എന്ന് ഞാൻ വെറുതെ കളവ് പറഞ്ഞു." ഉടുത്ത സാരി മാറ്റാതെതന്നെ അവൾ ഡ്രോയിങ് റൂമിൽ എന്റെ തൊട്ടടുത്ത് വന്നിരുന്നു. തലയിലെ മുല്ലപ്പൂക്കളുടെ മണവും പുതിയ തിരുവനന്തപുരം കസവുസാരിയുടെ നറുമണവും കല്യാണപ്പുരയിലെ ഒപ്പനക്കാരികൾ തളിച്ച പനിനീരിന്റെ മണവും എല്ലാം കൂടി എന്റെ പഴയ പെണ്ണിന് ഒരു പുതുമണവാട്ടിയുടെ 'ബാല്യവും ചൊടിയും' നല്കി യിരിക്കുന്നുവല്ലോ. അവൾ പറയുന്നു:

"എത്രയാ പെണ്ണുങ്ങൾ–വന്ന പെണ്ണുങ്ങളൊക്കെ പുതിയ പുതിയ കസവുസാരികളാ ഉടുത്തത്. കാഞ്ചീപുരവും പട്ടോളയും ബിന്നിസില്ക്കും പിന്നെ ഞാൻ പറയണോ... ഒക്കെ മുന്തിയ മുന്തിയ സാരിക്കാരാ. ഒരൊറ്റ അലപലയില്ല. കല്യാണം നടത്തുന്നെങ്കിൽ ഇങ്ങനെ നടത്തണം. വക്കടർന്നതോ കണ മുറിഞ്ഞതോ ഇല്ല. നല്ല സെനദ് പാർട്ടികൾ... എനിക്കവിടുന്ന് പോരാൻ തോന്നിയില്ല. തിരുവനന്തപുരം കസവുസാരിയു ടുക്കാൻ തോന്നിയത് നന്നായി. മോളെ വിമാനം കയറ്റാൻ പോയപ്പോ സൂത്രത്തിൽ ഷോപ്പിങ്ങിന് പോയി ഈ കസവുസാരി വാങ്ങിയത്തെത്ര നന്നായി." അവൾ ചിരിക്കുന്നു.

വീട്ടിൽ വേറെ അംഗങ്ങളാരും അപ്പോൾ ഇല്ലാത്തത് നന്നായി. മൂത്തമകൾ അവരുടെ ഭർത്താവിന്റെ പെങ്ങളുടെ വീട്ടിൽ വിരുന്ന് പാർക്കാൻ പോയത് അതിലേറെ നന്നായി. സാരി പുരാണത്തിൽനിന്നും അവൾ പെട്ടെന്ന് വഴിമാറി:

"എത്രയാ വെച്ചുവിളമ്പിയത്. വന്നവർക്കൊക്കെ ഇന്ന് രാത്രി തന്നെ മുന്തിയ കോഴിബിരിയാണി–പിന്നെ മീൻ പൊരിച്ചതും കോഴി പൊരിച്ചതും പൊടിപ്പത്തിരിയും വേറെ. രാത്രി ബിരിയാണി തിന്നാത്തോർക്ക് പൊടിപ്പത്തിരിയും കോഴിപൊരിച്ചതും. കോഴി പൊരിച്ചത് വേണ്ടാത്തവർക്ക് ചെമ്മീൻ ഫ്രൈയും കരിമീൻ പൊള്ളിച്ചതും. എത്രയാ വെച്ചുകൂട്ടിയത്. കണ്ടിട്ട് പേടിയാവ്വാ. കല്യാണം ഇങ്ങനെ വേണം. നാളത്തെക്കാര്യം പറയ്യേം വേണ്ട. രാവിലെ പുറപ്പെടണം," അവൾ വർത്തമാനം പറയുമ്പോൾ കിതയ്ക്കുന്നുവോ? സോഫാസെറ്റിയിൽ നന്നായി ചാരിയിരുന്ന് പതുക്കെപ്പതുക്കെ കല്യാണവിശേഷം പറഞ്ഞാൽ മതിയെന്ന് ഞാനെന്റെ പെണ്ണിനെ ആശ്വസിപ്പിച്ചു. അവൾ കല്യാണവർണ്ണന തുടരുകയായിരുന്നു. കൂറ്റൻ കല്യാണപ്പന്തൽ. പന്തലിലെ അലങ്കാരങ്ങൾ. മുൻഭാഗത്തും പിൻഭാഗത്തുമുള്ള ആഘോഷങ്ങൾ. കയറിച്ചെല്ലുന്നിടത്തുതന്നെ നടക്കുന്ന പാട്ടുകച്ചേരി. പിന്നാമ്പുറത്ത് പെണ്ണുങ്ങൾക്കിടയിൽ ഒപ്പന. നടുവകത്ത് വധുവിനെ ഗുജറാത്തി നവോഢയെപ്പോലെ അണിയിച്ചൊരുക്കിയിരുത്തി 'മൈലാഞ്ചി.' അവൾ പറയുന്നത് കേട്ടു: "പെണ്ണിനെ ഗുജറാത്തി സ്റ്റൈലിലാ ചമയിക്കുന്നത്. അതിന് പ്രത്യേകമായി ബ്യൂട്ടി പാർലറിൽനിന്നും പെണ്ണുങ്ങളെ ഏർപ്പാടു ചെയ്തിട്ടുണ്ട്–പെണ്ണിന് കൊടുക്കുന്ന പൊന്നിനെപ്പറ്റി ഇരുപുരക്കാരും കണക്കു പറഞ്ഞിട്ടില്ല. അതിന്റെ ആവശ്യമില്ല. നൂറും ഇരുനൂറും കൊടുക്കാൻ പെണ്ണിന്റെ ഭാഗക്കാർക്ക് മടിയില്ല. അതുകൊണ്ട് ആൺഭാഗക്കാർ ഇത്ര വേണംന്ന് പറഞ്ഞിട്ടും ഇല്ല."

"മുറം നിറച്ച് പൊന്നു കൊടുക്കും. അല്ലേ?" ഞാൻ ചോദിച്ചു.

പെണ്ണിന്റെ മുഖം തുടുത്തതും ഭംഗിയായി. അവൾ പറയുന്നുണ്ടായിരുന്നു;

"കളിയാക്വന്നുംവേണ്ട. അവരൊക്കെ വലിയ ആൾക്കാർ–അവർക്ക് വാരിക്കോരി കൊടുക്കുന്നതിനെന്താ?" തുടർന്ന് കഥയൊന്നും പറയാതെ ഞങ്ങൾ വിളക്കണച്ചു. പിറ്റേന്ന് അവൾ ഉടുത്തൊരുങ്ങി പുറപ്പെടുമ്പോൾ മണി പന്ത്രണ്ടാവുന്നു. എങ്കിലും അവൾ പറഞ്ഞു: "ഇല്ല–ലെയിറ്റായിട്ടില്ല–"

ഇല്ലെങ്കിൽ ഇല്ലായെന്ന മട്ടിൽ ഇവനും അനുഗമിച്ചു. കുങ്കുമവർണ്ണത്തിലുള്ള ബിന്നിസിൽക്കിന്റെ ഒരു സാരിയായിരുന്നു അവൾ ധരിച്ചത്. വിലകൂടിയ സാരിതന്നെ. കഴിഞ്ഞതവണ മകൻ നാട്ടിൽ വന്നപ്പോൾ തള്ളയും മകനും ഷോപ്പിങ്ങിന്നിറങ്ങിയതിന്റെ പൊരുൾ അന്നാണ് എനിക്ക് പിടികിട്ടിയത്. ഞാൻ വെറുതെ എന്തെങ്കിലുമൊന്ന് ചോദിക്കണമല്ലോ എന്ന മട്ടിൽ ചോദിച്ചു: "അല്ലാ ഇന്നലത്തെ സാരി പോരേ? പുതിയതല്ലേ ഇന്നലെയുടുത്തതും?"

"എന്ത് വർത്താനാ പറയുന്നത്!" ഇന്നലെയുടുത്തതോ? അതും ഉടുത്ത് ചെന്നാൽ ഇന്നലെ എന്നെ കണ്ട് ലോഗ്യം പറഞ്ഞ് അടുത്തുകൂടിയവർ കളിയാക്കി ചിരിക്കും. നിങ്ങൾക്കതിന്റെ ദണ്ണമറിയൂലാ. ഇന്നലെയുടുത്തത് ഇന്നുടുത്ത് ചെന്നാൽ പിന്നെ ചാക്വാ നല്ലത്."

അവൾ ചാകാനിടവരരുത് എന്നു എനിക്കു നിർബ്ബന്ധമുണ്ടല്ലോ. അതിനാൽ ബിന്നിസിൽക്കിന്റെ കുങ്കുമാഭയിൽ പെണ്ണുംപിട പത്തരമാറ്റായി വെട്ടിത്തിളങ്ങുന്നതും നോക്കിയാസ്വദിച്ച് ഞങ്ങൾ കല്യാണവീട്ടിൽ ചെന്നു. അവൾ പെണ്ണുങ്ങൾക്കിടയിലും ഇവൻ ആണുങ്ങൾക്കിടയിലും നീന്തിത്തുടിച്ചു എന്നു പറഞ്ഞാൽ മതിയല്ലോ. കല്യാണക്കാരൻ മുന്തിയ ബദാം സർവ്വത്ത് തന്നു. കല്യാണക്കാരന്റെ 'വമ്പത്തരം,' മുഴുക്കെ വിളിച്ചോതുന്ന മട്ടിലുള്ള സദ്യ വിളമ്പിയപ്പോൾ ഞാനും അതിൽ മുക്തകണ്ഠം മുഴുകി. ഒടുവിൽ പുഡ്ഡിങ്ങിന്റെ മധുരം നുണയുമ്പോഴും വിളമ്പിയകത്താക്കിയ ബിരിയാണിയുടെ രുചിമണവും ലഹരിയും എന്നെ വിട്ടകന്നിരുന്നില്ല. വെന്ത കോഴിയിറച്ചി മസാലയിൽ കുഴച്ച് വാരി വിഴുങ്ങിയതിന്റെ ആഹ്ലാദം അല്പാല്പമായി ഏമ്പക്കമിട്ടുകൊണ്ട യവിറക്കി. പുഡ്ഡിങ്ങിനുശേഷം ഒരു പ്രത്യേകത എന്ന നിലയ്ക്ക് ആതിഥേയൻ കല്യാണപ്പന്തലിലിരിക്കുന്ന മാന്യാതിഥികൾക്ക് 'പാല്പായസവും' വിളമ്പുന്നു.

പാലടപ്രഥമൻതന്നെ. ബിരിയാണിയും പാലടപ്രഥമനും ഒരു പുതിയ ദേശീയൈക്യത്തിന്റെ മഹിമ വിളിച്ചോതുകയായിരുന്നു. യാത്ര പറഞ്ഞിറങ്ങാൻ നേരത്ത് പിന്നാമ്പുറത്തെ പെണ്ണുങ്ങളുടെ പടയിലേക്ക്–പന്തിയിലേക്ക്–ഞാനൊന്ന് കണ്ണോടിച്ചു. "തൃക്കോട്ടൂരുകാരി ചുറ്റും കുങ്കുമം വിതറി ചിരിച്ചും കളിതമാശകൾ പറഞ്ഞു രസിച്ചും ബിന്നിസിൽക്കിന്റെ പകിട്ടിൽ പത്തരമാറ്റിൽ തിളങ്ങുകയായിരുന്നു. എന്നെക്കണ്ടപ്പോൾ അവൾ തിരികെ വന്നു. ഒരു രഹസ്യം പറയുംമട്ടിൽ പറഞ്ഞു: "പുതുക്കക്കാരികൾ പെണ്ണിനെ കൂട്ടിക്കൊണ്ടുപോകുന്നതുവരെ ഞാനിവിടെ നില്ക്കണംന്നാ പറഞ്ഞത്–"

സംഗതി എനിക്ക് പിടികിട്ടി. ഞാൻ പറഞ്ഞു: "ശരി എങ്കിൽ ഞാൻ വീട്ടിലുണ്ടാവും. പുതുക്കം കഴിഞ്ഞ് പതുക്കെ വന്നാൽ മതി–"

പക്ഷേ, അവൾ പുതുക്കവും അമ്മായിസല്ക്കാരവും കഴിഞ്ഞ് പാതിരാത്രിയാണ് തിരിച്ചെത്തിയത്. അവൾ വന്നുകയറിയത് കൈയിൽ ഒരു വാനിറ്റി ബാഗും തൂക്കിയായിരുന്നു. "ഇതെന്തതിശയാ. പോകുമ്പോൾ കൈയിൽ ബാഗില്ലായിരുന്നുവല്ലോ" എന്നു ചോദിച്ചപ്പോൾ അവൾ ചിരിച്ചു.

പിന്നെ ബാഗ് തുറന്ന് അതിൽ കുത്തിനിറച്ച ഉരുപ്പടികൾ കാണിച്ചുതന്നു. മുന്തിയ ചോക്കലേറ്റുകൾ. മുന്തിയ ബീഡ, പാൻമസാല, മറ്റൊരു പാക്കറ്റിൽ ബോംബെയിൽ മാത്രം വാങ്ങാൻ കിട്ടുന്ന മധുരപലഹാരങ്ങൾ. അവൾ ചിരിച്ചു. പിന്നെ പറഞ്ഞു: "പെണ്ണിനെ പുതുക്കം കൂട്ടാൻ വന്ന പെണ്ണുങ്ങൾക്ക് കൊടുത്തത് ഈ മാതിരി ഓരോ ബാഗാ–"

അപ്പോഴായിരുന്നു ഞാൻ അന്തംവിട്ടത്. പുതുക്കം തേടിയെത്തിയ നൂറോളം പെണ്ണുങ്ങൾക്ക് ഓരോ ബാഗുകൾ. ഏതാണ്ട് ഇരുനൂറ് ഉറുപ്പികയിലധികം വിലവരുന്ന സാധനങ്ങൾ കുത്തിനിറച്ച ബാഗുകൾ.

കാണാൻ ഭംഗിയുള്ള ബാഗിനുതന്നെ വരും നൂറിലേറെ രൂപ! പുതുക്കം എന്ന ചടങ്ങിനുപോലും ഇത്രയും രൂപ പൊടിപൊടിച്ചുവെങ്കിൽ കല്യാണാഘോഷത്തിന് എത്ര രൂപ ചെലവായിട്ടുണ്ടാവാം!

എനിക്കന്ന് ഉറങ്ങാൻ സാധിച്ചില്ല. രണ്ടു വീടുകളിലേയും ഭക്ഷണം മൂലം അനാവശ്യച്ചെലവ് വരുമെന്ന് കണ്ടതിനാൽ ആരോ പണ്ട് പുതുക്കക്കാരികൾക്ക് വെറും സർബത്ത് മതിയെന്ന് വെച്ചതായിരുന്നു. അത് ഐസ്ക്രീമായി. മുന്തിയ മിഠായികളായി. ഫലൂദയായി. മിഠായി പാക്കറ്റായി. മിഠായി പാക്കറ്റുകൾക്ക് പകരം മുന്തിയ ഉത്തരേന്ത്യൻ മധുരപലഹാരങ്ങൾ നിറച്ച സ്റ്റീൽപാത്രങ്ങളായി. ഇപ്പോൾ വാനിറ്റി ബാഗ് നിറയെ മുന്തിയ തീൻപണ്ടങ്ങളും നിറച്ച് പുതുക്കവും അമ്മായി സല്ക്കാരവും കഴിഞ്ഞ് എന്റെ പെൺപിറന്നവൾ തിരിച്ചു വന്നിരിക്കുന്നു!

കിടക്കയിൽ വന്നിരുന്ന് പെണ്ണ് പറയുന്നതു കേട്ടു: "നാളെ ഇരുത്തത്തിന് ചെല്ലണമെന്ന് പറഞ്ഞിട്ടുണ്ട്: പെണ്ണ് രാവിലെ പോകും. കൂട്ടാൻ ഞാനും ചെല്ലണംന്ന് പെണ്ണിന്റെ ഉമ്മ പ്രത്യേകം പറഞ്ഞിട്ടുണ്ട്."

ഞാൻ മൂളിക്കേട്ടു. അവൾതന്നെ വീണ്ടും പറയുന്നു: "ഒരുപാട് പെണ്ണുങ്ങളുണ്ടാവും-മോളെ കല്യാണത്തിന് കിട്ടിയ പട്ടോള സാരിയുടുത്ത് ഒന്ന് വിലസണം. അവിടെയൊക്കെയല്ലാതെ എവിടെയാ ഇങ്ങനെയുടുത്ത് വിലസാൻ സാധിക്യാ."

അവൾ വസ്ത്രം മാറി കിടക്കാൻ നേരത്തും പറയുന്നതു കേട്ടു: "കഴിവുള്ള ആൾക്കാർ കല്യാണം ഇങ്ങനെ തന്നെ പൊടിപൊടിക്കണം. എങ്കിലേ എന്നെപ്പോലുള്ള പെണ്ണുങ്ങൾക്ക് വിലസാൻ പറ്റൂ."

മാപ്പിള പെണ്ണുങ്ങൾ വിലസുന്ന കല്യാണപ്പുരകളിലെ ധാരാളിത്തം എന്റെ മനസ്സിൽ ദഹിക്കാതെ കിടപ്പുണ്ടെന്ന് അവളറിയില്ലല്ലോ.

പരം പൊരുൾ: പുഴവക്കത്ത് ചായമക്കാനി നടത്തിയ അന്ത്രുക്കോയ തങ്ങളുടെ ചായക്കട മകളുടെ കല്യാണത്തിന് പൊന്നും പണ്ടവും കൊടുത്ത കാരണം പൂട്ടി. പിന്നെയും ബാക്കിയുള്ള പൈതങ്ങളെ പോറ്റാൻ അന്ത്രുക്കാ പായസം വില്പന തുടങ്ങി. മകളെ ആദ്യ പേറിനു കൂട്ടിക്കൊണ്ടുവരണമല്ലോ എന്ന നില വന്നപ്പോൾ വില്ക്കാവുന്നതൊക്കെ വിറ്റ് അപ്പച്ചെമ്പുമായി അന്ത്രുക്ക മകളെ കൂട്ടിക്കൊണ്ടു വരാൻ ചെന്നു. അപ്പോൾ അവധി പറഞ്ഞു. "അളുമാര, പേറ് കഴിഞ്ഞ് മോൾ വരുമ്പോൾ കൊണ്ടുവന്നണര് തരാം."

മകൾ പേറ് കഴിഞ്ഞ് പോകുമ്പോൾ എന്ത് പെറുക്കി വിറ്റാണാവോ അന്ത്രുക്ക പറഞ്ഞ കണ്ണാടിയളുമാര കൊടുത്ത് ഭർത്താവിന്റെ വീട്ടുകാരെ തൃപ്തിപ്പെടുത്തുക? ഭർത്താവിന്റെ വീട്ടുകാർക്കവകാശപ്പെട്ട കല്യാണ സാമാനങ്ങൾ കൊടുക്കുക? മകൾക്ക് അവിടെ കഴിഞ്ഞു കൂടണമല്ലോ?

ഒരു പഴയ നാട്ടുമാമൂലിന്റെ ദുഃഖസ്മരണ

എന്റെ കുട്ടിക്കാലത്ത്, ഞങ്ങളുടെ നാട്ടിൽ ഒരാൾ വിവാഹം കഴിഞ്ഞ് 'വീടു കൂടിയാൽ' കക്ഷിയെ നാല്പത് ദിവസവും എല്ലാ നേരവും ഭാര്യവീട്ടിലേക്ക് ക്ഷണിച്ചു കൂട്ടിക്കൊണ്ടുവരണമെന്നതാണ് നാട്ടുചട്ടം. അളിയൻ പുത്യാപ്ലയുടെ വീട്ടിൽ നേരാനേരത്ത് ചെല്ലണം. അളിയന്മാർ ഏറെയുണ്ടെങ്കിൽ ആളുകൾ മാറി മാറി ചെല്ലണം. പുത്യാപ്ലയുടെ ഉപ്പയോടോ വീട്ടുകാരോടോ പുത്യാപ്ലയെതേടിവന്നതാണെന്ന് പറയണം. പുത്യാപ്ല അദ്ദേഹത്തിന്റെ സൗകര്യം നോക്കി, നേരം നോക്കി, അവസ്ഥ നോക്കി, ഒരുങ്ങിയിറങ്ങുന്നതുവരെ വിളിക്കാൻ പോയ ആൾ ആ വീട്ടിന്റെ ഉമ്മറക്കോലായിലിരുന്ന് ഉറക്കം തൂങ്ങുകയോ സമയത്തിന്റെ ഇഴഞ്ഞ നിമിഷങ്ങളെ എണ്ണിയെണ്ണി തീർക്കുകയോ, അട്ടം നോക്കി കോട്ടുവായിട്ടു കാത്തിരിക്കുകയോ ചെയ്യാം. ഭാര്യവീട്ടിലെ സകലമാന ആൾക്കാരും പുതുമണവാളന്റെ എഴുന്നള്ളത്തവും കാത്ത് കാലം കഴിക്കണം. രാത്രിയിൽ വിളിക്കാൻ പോകുമ്പോൾ നാല്പത് ദിവസവും കമ്പിപ്പാനീസ് വേണമെന്ന് നിർബ്ബന്ധമാണ്. കമ്പിപ്പാനീസും തൂക്കി ഒരാൾ മുമ്പിലും പുതുമണവാളനും അളിയനും തൊട്ടു പിറകേയുമായി, ഭാര്യവീട്ടിലേക്ക് പോകുന്നത് കാൺമാൻ ചുറ്റുവട്ടത്തുള്ളവരെല്ലാം പറമ്പുകളുടെ തിണ്ടിൻ മുകളിലും, ഒതുക്കുകല്ലുകൾക്കരികിലും, പുറമ്പോക്കുകളിലും നിരത്തോരങ്ങളിലും തങ്ങിനില്ക്കുന്നു. പുതിയ ചെരിപ്പിന്റെ തോൽവാറുകൾ കരയുന്ന ഒച്ച. കൈലിത്തുണിയുടെ പളപളപ്പുണർത്തുന്ന സംഗീതം, മുന്തിയ അത്തറിന്റെ പരിമളം, ചുകപ്പും മഞ്ഞയും നീലയും വർണ്ണങ്ങളിലുള്ള കുപ്പിച്ചില്ലുകൾക്കുള്ളിൽ കത്തിത്തിളങ്ങുന്ന പാനീസിന്റെ പകിട്ട്. രാത്രിയുടെ വഴികളിൽ ഇവ പ്രത്യക്ഷപ്പെട്ടാൽ തളർന്നുറങ്ങുന്ന

കുട്ടികളെ വിളിച്ചുണർത്തി വീടുകളിലെ ഉമ്മപ്പെണ്ണുങ്ങൾ പറയുന്നു: "നോക്ക് കുട്ട്യോളെ, നാളാംകുറ്റിയിലെ പുത്യാപ്ല പോകുന്നത്. ചേറ്റാം കുന്നിലെ നടുവകത്ത് അബൂബക്കറിന്റെ മോളെ പുത്യാപ്ല പത്രാസിൽ പോകുന്നത് കണ്ടോ കുട്ട്യോളെ. അയിശുമ്മായുടെ മോളെ മകൾ കുഞ്ഞിക്കതീശുവിന്റെ പുയ്യാപ്ല പോകുന്ന അതിശയം കണ്ടോ കുട്ട്യോളെ."

കുട്ടികൾ കണ്ണും തിരുമ്മി അതിശയക്കാഴ്ചകൾ കാണാൻ കോലായിലേക്ക് കോട്ടുവായുമിട്ടുവരുന്നു. വർണ്ണവെളിച്ചങ്ങളുടെ അകമ്പടിയോടെ ഭാര്യവീടു പുകുന്ന പുതുമാരന്റെ പുന്നാരങ്ങൾ കണ്ട് ഞങ്ങളുടെ കൗമാരം ഉണരുന്നു. ഭാര്യവീട്ടിലേക്ക് വിളിച്ചുകൂട്ടി ആനയിക്കുന്ന ഈ ദിവസങ്ങളിൽ പുത്യാപ്ല എന്ന കക്ഷിക്ക് എല്ലാ ദിവസവും എല്ലാ നേരവും സല്ക്കാരമാണ്. കോഴികളെ ഇരുത്തിയും നിർത്തിയും നിറച്ചും കരിച്ചുപൊരിച്ച് വിഭവങ്ങളൊരുക്കുന്ന അടുക്കളക്കാരികളുടെ വൈഭവം അതിന്റെ പൂർണ്ണാവസ്ഥയെ പ്രാപിക്കുന്ന ദിവസങ്ങൾ. രാവിലെ ഗംഭീര പ്രാതൽ. കോഴി നിറച്ചതും പത്തിരികളും, ഗോതമ്പുകഞ്ഞി, നെയ്ക്കഞ്ഞി, അലീസ തുടങ്ങിയ ഉപവിഭവങ്ങളും നിരത്തുന്ന പ്രാതൽ. നെയ്ച്ചോറിന്റെ പ്രതാപം നിറഞ്ഞുനില്ക്കുന്ന ഉച്ചയൂണ്. അങ്ങിനെതന്നെ സകലതും ഒത്തിണങ്ങിയ ചീരണികളാൽ സമൃദ്ധമായ അത്താഴം. ഇതെല്ലാം ഭാര്യവീട്ടിൽ കൃത്യമായും കണിശമായും ഒരുക്കി പുത്യാപ്ലയേയും അദ്ദേഹത്തിന്റെ ചങ്ങാതിവലയത്തിലുള്ള എല്ലാ 'വാലോർക്ക'ന്മാരേയും സല്ക്കരിക്കണമെന്നതായിരുന്നു അക്കാലത്തെ നാട്ടുമര്യാദ. കടുകിട കുറച്ചുകാണിക്കുവാനോ, എള്ളിട തെറ്റിക്കുവാനോ, നെല്ലിട നീക്കുപോക്കു നടത്തുവാനോ പാടില്ലാത്ത ചട്ടവട്ടങ്ങൾ. അവയെല്ലാം മുറപോലെ പാലിച്ച് നാല്പതാം ദിവസം പുത്യാപ്ല വീട്ടുകാർ കൊടുത്തയയ്ക്കുന്ന വലിയ മത്സ്യത്തെ-അയക്കൂറ, നെയ്മീൻ, ആവോലി തുടങ്ങിയ മുന്തിയതരം മീനുകളെ- അത്രയ്ക്കത്രന്ക്ക് ഭാര്യവീട്ടിലുള്ളവരും വാങ്ങിയൊപ്പിച്ച് പുത്യാപ്ലയുടെ സന്ധുബന്ധുക്കളായ സകലമാനപേർക്കും കൊടുത്തയയ്ക്കണം. അപ്പോൾ കൊട്ടിഘോഷിക്കുകയും വേണം: "കുഞ്ഞയിശൂന്റെ അവിടുന്നാ-ഓളെ മോളെ പുത്യോപ്ലന്റെ വക മീനാ..."

അന്നുരാത്രി നേരത്തെ കാലത്തെ ശട്ടംകെട്ടിയ പോലെ, പുത്യാപ്ലയേയും പുത്യാപ്ലയുടെ പരിചിതമേഖലയിൽപെട്ട വമ്പന്മാരെയും ഇഷ്ടരേയും വിളിച്ചുകൂട്ടിക്കൊണ്ടുവന്ന് അവർക്ക് മീൻബിരിയാണി വെച്ചുവിളമ്പി തീറ്റിക്കണം. മീൻ നിറച്ചതും മീൻ കരിച്ചതും മീൻ പൊള്ളിച്ചതും മീൻ വറ്റിച്ചതും മീൻ മുളകിട്ടതും മീൻ പത്തിരിയും വേറെയും വിളമ്പി അടുക്കളക്കാരികളുടെ വൈഭവം പൊത്തനയും കാണിക്കയും വേണം.

എന്റെ കുട്ടിക്കാലത്ത്, ഇതുപോലെ പുത്യാപ്ലയുടെ മീൻചോറു ദിവസം വിളമ്പിയ ബിരിയാണിയും മീൻമസാലയും തികയാതെവന്ന ഒരു അനുഭവമുണ്ടായിരുന്നു. പുത്യാപ്ല കൊടുത്തയച്ചത് വലിയ ഒരു

അയക്കൂറ. പുതുപെണ്ണിന്റെ ആൾക്കാർ പുത്യാപ്ലയുടെ സന്ധുബന്ധുക്കൾ എന്ന സകല പടയ്ക്കും ഓഹരിവെച്ച് വീതിക്കാൻ വേണ്ടി വേറെ വാങ്ങിക്കൂട്ടിയത് നല്ല നെടുങ്ങൻ മൂത്ത അയക്കൂറകൾ പത്തെണ്ണം. പിന്നെ രാത്രി ബിരിയാണിക്ക് മസാലയ്ക്കായി മുന്തിയ നെയ്മീനും അയക്കൂറയും ആവോലിയുമൊക്കെയായി വേറെയും കുറേ വാങ്ങിയിരുന്നു.

പക്ഷേ, പുത്യാപ്ലയുടെ കൂടെ വന്ന 'വാലോക്കന്മാർ' മുന്തിയ തീറ്റിപ്പണ്ടാരങ്ങളായിരുന്നു. പുത്യാപ്ല പറഞ്ഞതിനേക്കാൾ കൂടുതൽ ആളുകൾ. അത്രയും ആൾക്കാരെ വിളിച്ചുകൂട്ടിക്കൊണ്ടുവരാൻ പുത്യാപ്ലയ്ക്ക് അധികാരമുണ്ടല്ലോ! പെണ്ണിന്റെ വീട് കടലടുത്തുള്ള പ്രദേശത്തായതിനാൽ ഐസിട്ടു മരവിപ്പിക്കാത്ത നല്ല മീനായിരുന്നു കിട്ടിയത്. വെച്ചതും കരിച്ചതുമൊക്കെയാണെങ്കിൽ, മീൻബിരിയാണി വെക്കുന്നതിലും മീൻ നിറയ്ക്കുന്നതിലും, മീൻ മസാലയിൽ 'പുറത്തെ പത്തിരി'യുണ്ടാക്കുന്നതിലും, ബഹുകേമനായ കല്ലംകടക്കൽ മൂസക്കായും കൂട്ടരും. ഭാര്യവീട്ടിന്റെ പ്രതാപം കാണിക്കാനാണ് ഈ പണിക്ക് മൂസക്കായെ തന്നെ വിളിച്ചത്. പിന്നെ അയാൾ പറഞ്ഞതനുസരിച്ച് അരയ്ക്കാനും ഇടിക്കാനും കൈപ്പണിക്കായി അഞ്ചരിപ്പാത്തുവിനെയും ഏർപ്പാടാക്കിയിരുന്നു.

പെൺവീട്ടുകാരുടെ നല്ലകാലം കൊണ്ടോ, കെട്ടകാലം കൊണ്ടോ വെച്ചു വിളമ്പിയത് ബഹുജോറായ വിഭവങ്ങൾ തന്നെയായിരുന്നു. ബിരിയാണിച്ചെമ്പ് മൂടി ഇളക്കി പൊട്ടിച്ചപ്പോൾ ചുറ്റുവട്ടത്തും കൂടിയ ആൾക്കാരുടെ മൂക്കുകളിൽ മണമടിച്ച് അവരുടെയൊക്കെ വായിൽ വെള്ളവും, വയറ്റിൽ തീയും പെട്ടെന്ന് പെരുകി കത്തിയാളിയത്രേ.

ഏതായാലും തെക്കുനിന്നും ഒരുങ്ങിച്ചമഞ്ഞുവന്ന പുത്യാപ്ലയും ആൾക്കാരും മജിലിസിലിരുന്ന് തീറ്റയാരംഭിച്ചപ്പോൾ, വിളമ്പുന്നത് മാത്രം കാണുന്നു. പിന്നെ നോക്കുമ്പോൾ ഒഴിഞ്ഞ സാണുകൾ. ഇതെന്ത് മറിമായം എന്നതിശയിച്ച് വീണ്ടും വിളമ്പുന്നു. വീണ്ടും വീണ്ടും വിളമ്പുന്നു. ഒടുവിലൊടുവിൽ ചെമ്പുപാത്രം വരണ്ടി വരണ്ടി വിളമ്പി. 'ഇല്ലാ പരാക്രമങ്ങൾ' പലത് കാണിച്ചിട്ടും, വിളമ്പിയൊപ്പിക്കാൻ വെപ്പുകാരൻ മൂസ പണി പതിനെട്ടും നോക്കിയിട്ടും, പാത്രങ്ങൾ കാലിയായി, സാണുകൾ കാലിയായി, സുപ്പറ ശൂന്യമായതല്ലാതെ ഇരുന്നുണ്ണുന്നവർ എഴുന്നേല്ക്കാൻ ഭാവമില്ലായിരുന്നു. ഒടുവിൽ ഒരു ഒഴിവുകഴിവായി പുറത്തേപ്പത്തിരികളും മീൻ പൊരിച്ചതും കരിച്ചതുമൊക്കെ വിളമ്പി മജിലിസിന്റെ മജയൊപ്പിക്കേണ്ടിവന്നുവെന്നും, 'വാലോർക്കന്മാർ' ശുണ്ഠിപിടിച്ച് എഴുന്നേറ്റു കൈകഴുകിയെന്നും ആരോ പറഞ്ഞുകേട്ടു. വാലോർക്കന്മാരുടെ ഒപ്പംതന്നെ അന്ന് പുത്യാപ്ല പോവുകയും ചെയ്തു. അന്ന് അന്തി അവിടെ ഉറങ്ങിയില്ല. പിന്നെയൊരന്തി പുത്യാപ്ല അവിടെ പാർത്തതുമില്ല. നാല്പത്തിരണ്ടാംനാൾ പള്ളിമുക്രി മുഖാന്തരം മൊഴിവന്നു. ആക്ഷേപമായി പറഞ്ഞത് പെൺവീട്ടുകാർക്ക് 'മാനവും മര്യാദയും' തരിമ്പും അറിഞ്ഞുകൂടാ എന്നായിരുന്നു. നാട്ടുകാരണവന്മാർ ഇടപെട്ടിട്ടും ഒടുവിൽ

പള്ളിഖാസി മദ്ധ്യസ്ഥനായി വന്നിട്ടും പുത്യാപ്ലയുടെ ബാപ്പ ഒറ്റപ്പിടിത്തം. "സ്ത്രീധനം തന്ന ഇരുന്നൂറ് തെങ്ങിന്റെ പറമ്പ് എനിക്ക് വേണ്ട. നാലു മുറി പീടേ്യന്റെ വാടക നായാപൈസയും വേണ്ട. എനക്ക് ബന്ധം വേണ്ട. എന്റെ മോന് തീരെ വേണ്ട. ഓൻ ഓളെ മൂന്നും ചൊല്ലി ഒയിവാക്കി. പിന്നെ മഹറ് കൊടുത്ത ഒരു പവൻ തിരിച്ചു തരണം. കിണ്ടിയിലിട്ട പവനും, തിരിച്ചുതരണം. ഓക്ക് കൊടുത്ത ഇരുനൂറ് പവന്റെ പൊന്ന് ഓളെ ശരീരത്തിൽതന്നെയുണ്ട്. എനക്ക് മേണ്ട. ഓനിക്കും വേണ്ട. പിന്നെ ഇന്നലെ കൊടുത്തയച്ച ഒരു അയക്കൂറന്റെ പൈസ അതെനിക്ക് പുല്ലാണ്! ഞാനത് ധർമ്മത്തിൽ കൂട്ടി–" അത്രതന്നെ. ബിരിയാണി മസാലയുടെ രുചി ഏറിയതുകൊണ്ടും, തിന്നാൻ വന്നവരുടെ വയറ് വലുതായതുകൊണ്ടും ആ ബന്ധം അന്നു നിന്നു. ആറു പെൺമക്കളിൽ രണ്ടാമത്തേതിന്റെ കല്യാണമാണിങ്ങനെ കലാശിച്ചത്. ഇനിയും നാലെണ്ണത്തിനെ അക്കാലത്ത് അയാൾക്ക് പറഞ്ഞയക്കേണ്ട ബാദ്ധ്യതയുണ്ടായിരുന്നു. അതിനാൽ താഴാവുന്നിടത്തോളം താഴാൻ പെണ്ണിന്റെ ബാപ്പ തയ്യാറായിരുന്നു. പക്ഷേ, മീൻമസാല തികയാതെ പന്തിയിൽ നിന്നെഴുന്നേറ്റു കൈകഴുകിയ ചങ്ങാതിമാരുടെ മനസ്സിലെ ദേഷ്യമെങ്ങനെ കെട്ടടങ്ങും? അക്കാരണത്താൽ വേറെ പല കാരണങ്ങളുണ്ടാക്കിപ്പറഞ്ഞും ആ ബന്ധം നിന്നു. പെണ്ണിന്റെ വിതുമ്പൽ മണിയറയുടെ ഏകാന്ത മൂകതയിൽ മാത്രം ലയിച്ചു. പെണ്ണിന്റെ പിതാവിന് കല്യാണം വകയിൽ രണ്ടു പറമ്പുകൾ അന്യാധീനപ്പെട്ടു. മാനഹാനിയും ഭവിച്ചു. കല്യാണച്ചെലവുകൾ, നാട്ടുനടപ്പുകൾ, സല്ക്കാരപ്പൊലിമകൾ, ധൂർത്തുകൾ! അത്തരം പഴയ നാട്ടുമാമൂലുകൾ ഇന്ന് തീരെയില്ല. പക്ഷേ, അതിന്റെ സ്ഥാനത്ത് വേറെ ആചാരമുറകൾ. ധൂർത്തിന്റെ പുതിയ പുതിയ വഴികൾ. അത്തരം അനാവശ്യപ്പകിട്ടുകളിലൂടെ ഉണ്ടാകുന്നുവെന്ന് ധരിക്കുന്ന മിഥ്യാഭിമാനങ്ങൾ. അന്നും ഇന്നും മിഥ്യാഭിമാനങ്ങളുടെ പടുകുഴികളിൽ വീണുടയാൻ വിധിക്കപ്പെട്ട ദാമ്പത്യങ്ങൾ...

നാട്ടുനടപ്പുകളുടെ കുന്തമുനയിൽ കോർക്കപ്പെട്ട ചോരചിന്തിയുടയുന്ന ദാമ്പത്യങ്ങൾ.

പരംപൊരുൾ: ഒരു പഴയ സർക്കിൾ ഇൻസ്പെക്ടർ ഉണ്ടായിരുന്നു. അയാൾ വൈകുന്നേരങ്ങളിൽ അസാരം മിനുങ്ങുമ്പോൾ പറയാറുണ്ട്. "എനിക്ക് പൊന്നാനീൽ പോകണം. മാപ്ലാരെ കൂട്ടത്തിൽ കൂടണം. മാപ്ലമതം നല്ല മതമാണ്. കൂടെക്കൂടെ കെട്ടാം. തോന്നുമ്പോ തോന്നുമ്പോ ഒഴിവാക്കാം. നല്ല സുഖം. നല്ല രസം. നല്ല ഹരം. എനിക്ക് മാർക്കം ചെയ്ത് മാപ്ലാരെ കൂട്ടത്തിൽ കൂടണം–" ആ സർക്കിൾ ഇൻസ്പെക്ടറുടെ പേര് ഞാൻ പറയുകയില്ല.

ബർമ്മയിലേക്ക് ഒന്ന് തിരിച്ചുപോയാലോ?

ഈ അടുത്തകാലത്തായി എന്റെ മനസ്സിൽ അന്നന്ന് പെരുകിപ്പെരുകി പൊങ്ങിവരുന്ന ഒരു മോഹം ബർമ്മയിലേക്ക് ഒരുതവണയെങ്കിലും ഒന്ന് പോകണം എന്നതാണ്. ഒരു തിരിച്ചുപോകൽ എന്നു പറയാമോ?

അങ്ങനെ തിരിച്ചുചെന്നാൽ എനിക്കവിടെ ആരെയാണ് കാണ്മാനുള്ളത്? മനസ്സിൽ ഒരു ഏഴാം വയസ്സുകാരന്റെ കളിമ്പം നിറഞ്ഞ അവ്യക്ത ചിത്രങ്ങൾ മാത്രമാണല്ലോ ബർമ്മ. പെഗോഡകൾ, ഐരാവതിയിലെ വെള്ളപ്പൊക്കങ്ങൾ, വർണ്ണക്കൊടി തോരണങ്ങൾ, വ്യാളീമുഖങ്ങൾ, ചന്ദനവിശറികൾ വീശി നൃത്തംവെക്കുന്ന ഗ്രാമീണ യുവതികൾ, വാദ്യഘോഷങ്ങൾ, മിഠായിവണ്ടിയുന്തി ഉത്സവപ്പറമ്പിൽ വഴിക്കച്ചവടം ചെയ്യുന്ന പിതാവ്–എന്റെ പിറവിയുടെ വേരുകൾ അവിടെ ഏതേത് മണ്ണിൽ മാന്തിക്കിളച്ചാലാണ് കണ്ടെത്താനാവുക!

കൊയിലാണ്ടിക്കാരായ ചില ബന്ധുക്കളും, വിട്ടേച്ചുപോന്ന സൗഭാഗ്യങ്ങൾ തേട്ടിയരച്ച് നേരംപോക്കുന്ന ബർമ്മാ അഭയാർത്ഥികളും പറയുന്ന കഥകൾ കേട്ട് പലവട്ടം നെടുവീർപ്പിട്ടിട്ടുണ്ട്.

ബർമ്മാക്കാരത്തി മാമൈദി, ഉസ്സങ്ങാന്റകത്ത് മൊയ്തീൻകുട്ടി എന്ന 'കൊയിലാണ്ടി കാക്കായ്ക്ക്' ഒരു മകനെ പെറ്റിട്ടുകൊടുത്ത് പേറ്റുപായയിൽ കിടന്നു കണ്ണടച്ചുവത്രെ. മുലപ്പാൽ നുണയ്ക്കേണ്ട തൊണ്ണുകളിൽ ടിൻപാൽ തൊട്ടുകൊടുത്ത്, മുലക്കുപ്പി ചരിച്ചുകൊടുത്ത്, മടിയിൽക്കിടത്തി താരാട്ടി, തൊട്ടിലിൽക്കിടത്തിയുറക്കി. മുട്ടിട്ടിഴയുന്നതും പിച്ചവെച്ചു നടക്കുന്നതും നോക്കി നോക്കി ഉമ്മ പോറ്റുംപോലെ പോറ്റിയാളാക്കിയത് ഉപ്പയാണത്രെ. യുദ്ധം പൊട്ടിയപ്പോൾ, ജപ്പാൻ ബോംബർ വിമാനങ്ങൾ അറാക്കാൻ മലകളിൽ ബോംബിട്ടു തകർക്കുമ്പോൾ,

റങ്കൂൺപട്ടണത്തെ ജാപ്പ് സൈന്യങ്ങൾ വിറകൊള്ളിക്കുമ്പോൾ, ജീവനും കൊണ്ടോടുന്ന ഇന്ത്യൻ അഭയാർത്ഥിക്കൂട്ടത്തിൽ തോളിൽ ഏഴാം വയസ്സുകാരനേയും പേറി ഒരു കാക്കയും ഉണ്ടായിരുന്നു. തോളത്തിരുന്ന് കരയുന്ന ഏഴാം വയസ്സുകാരന്റെ ശരീരമപ്പാടെ കരപ്പനും ചൊറിയും പിടിച്ച് കെട്ടിരുന്നുവത്രെ. ഒപ്പം ജീവനും കൈയിൽ പിടിച്ചോടുന്ന ജ്യേഷ്ഠൻ പറഞ്ഞിരുന്നുവത്രെ— കാട്ടിലെവിടെയെങ്കിലും വലിച്ചെറിഞ്ഞ് പോന്നോളു. ബർമ്മാക്കാരത്തിയുടെ കുട്ടിയേയും പേറി എന്തിനാ നാട്ടിലേക്ക്-സമ്പാദിച്ചതൊക്കെ ബർമ്മയിലിട്ടേച്ച് ഒറ്റാംതടിയായി നാട്ടിലേക്ക് പായുന്ന അനിയന്റെ ചുമലിലെ ഏഴുവയസ്സുള്ള ഭാരം...

ബില്ലീൻ എന്ന ഗ്രാമം. ഐരാവതിതീരത്തെ പെഗോഡകൾക്കിടയിൽ എന്നും ഉത്സവങ്ങൾ കൊണ്ടാടുന്ന കിഴക്കൻ ബർമ്മയിലെ ചെറിയ അങ്ങാടി. നിരനിരയായി ചന്തപ്പീടികകൾ, മുനിസിപ്പാലിറ്റിയുടെ വകയായുള്ള വിശാലമായ ഒരു ഹാൾ. ആ ഹാൾ നിറയെ വെവ്വേറെ പീടികകൾ.

തൊട്ടുമുമ്പിലെ സ്വർണ്ണക്കട. അവിടെ കച്ചവടത്തിനിരിക്കുന്ന ചെറുപ്പക്കാരിയായ ബർമ്മാക്കാരി. പരന്ന മുക്കും വട്ടമുഖവും വീതി കൂടിയ നെറ്റിത്തടവും- അമ്മയുടെ അനിയത്തിയാണത്രെ. പീടികയിറയത്ത് സ്വയമിരുന്ന് കളിക്കുകയും, കൂട്ടുകാരില്ലാത്തതിനാൽ സ്വയം വർത്തമാനംപറഞ്ഞ് ചിരിക്കുകയും ചെയ്തിരുന്ന കൊച്ചുകുട്ടിയെ നോക്കി നെടുവീർപ്പിടുകയും കൈയാംഗ്യങ്ങൾ കാണിച്ച് കളിപ്പിക്കുകയും ചെയ്യാറുള്ള സ്വർണ്ണക്കടക്കാരിയെ ചൂണ്ടി അന്ന് 'കൊക്കോയി' പലതും പറയുമായിരുന്നു. എന്താണ് "കൊക്കോയി" പറഞ്ഞതെന്ന് അറിയില്ല. ചിലപ്പോൾ ബാപ്പയും കൊക്കോയിയും തമ്മിൽ ഉറക്കെയുറക്കെ സംസാരിക്കുന്നത് കേൾക്കാം. അന്നേരം സ്വർണ്ണപ്പീടികയിലെ ചെറുപ്പക്കാരി മുഖം പൊത്തിക്കരഞ്ഞിരുന്നു. ആ കരച്ചിലിന്റെ പൊരുൾ എന്താണ്? ബർമ്മയിലെ മണ്ണിൽ കാലൂകുത്തുന്ന ആ നിമിഷം ആ കരച്ചിലിന്റെ ഉറവിടം തേടിച്ചെല്ലണം എന്ന് എന്റെ മനസ്സ് പറയുന്നു...

'കൊക്കോയി' എന്റെ ബാപ്പയുടെ മരുമകനാണ്. സഹായത്തിനായും ഒരു കൈത്താങ്ങ് എന്ന നിലയിലും ബർമ്മയിലേക്ക് കൊണ്ടുവന്ന മരുമകൻ. പേര് അബ്ദുറഹിമാൻ എന്നാണ്.

പിച്ചവെച്ച് നടന്ന് തപ്പിയും തടഞ്ഞും എവിടെയെങ്കിലും വീണുകരയുന്ന ചെക്കനെ സൂക്ഷിക്കുക, ചെക്കന് കാക്കയും പൂച്ചയും കാണിച്ച് ഭക്ഷണം തീറ്റിക്കുക, തൊട്ടതിനും പിടിച്ചതിനും നാലാം വയസ്സിൽ നട്ടപ്രാന്ത് കാണിക്കുന്ന ചെക്കൻ വാശിപിടിച്ച് കരയുമ്പോൾ താലോലം പാടി ഉറക്കുക, മുമ്പിലെ പീടികയിലെ സ്വർണ്ണക്കടക്കാരിയുടെ മടിയിൽ ചെന്നിരുന്നു കൊഞ്ചിക്കളിക്കുന്ന ചെക്കന്റെ ചന്തിക്ക് നുള്ളുക. ഇതൊക്കെയായിരുന്നു ബാപ്പയുടെ മരുമകൻ ബർമ്മയിൽ ചെയ്യാനുള്ള ജോലികൾ.

'കൊക്കോയി' എന്ന ബർമ്മാവാക്കിന്റെ അർത്ഥം എന്താണെന്ന് ഇന്ന് ഇവനറിയില്ലല്ലോ. തൃക്കോട്ടൂരിലെ മീത്തലെപ്പള്ളി ശ്മശാനത്തിൽ അന്ത്യനിദ്ര കൊള്ളുന്ന അബ്ദുറഹിമാൻ കുട്ടിക്കായുടെ കബറിടത്തിൽ ബർമ്മയിലേക്ക് തിരിച്ചുപോകുന്നതിനുമുമ്പ് ഒരുനാൾ ചെല്ലണം. കറുത്ത മീസാൻകല്ലുകളോടും തെഴുത്ത ആവണക്കിൻ ചെടികളോടും ചോദിക്കണം. കൊക്കോയി എന്ന ബർമ്മാവാക്കിന്റെ അർത്ഥം എന്താണാവോ? ഐരാവതിതീരത്തെ തേക്ക് തണലുകളിൽ പലകകൾ അടുക്കിയടുക്കി പാകിയ മരച്ചുമരുള്ള ആ വീടിനെക്കുറിച്ച് വിശദമായിപ്പറഞ്ഞുതരാമോ? നദിക്കരയിൽ നാലുകാലുകളിൽ ഉയർത്തിപ്പണിത വീട്. നദിയിൽ വെള്ളം പൊങ്ങുമ്പോൾ മരക്കാലുകൾക്ക് താഴെ വെള്ളത്തിലേക്ക് മുങ്ങാംകുളിയിട്ട് നീന്തിക്കളിക്കുന്ന ബർമ്മാക്കാരും ചീനന്മാരുമായ കുട്ടികൾ. ആ കുട്ടികൾക്കൊപ്പം മുതലക്കൂപ്പ് നടത്തി നീന്തിത്തുടിക്കുവാൻ അന്നൊരിക്കലും 'കൊക്കോയി' അനുവദിച്ചിരുന്നില്ലല്ലോ.

ചെക്കനെ ചന്തപ്പരിസരം മുഴുക്കെ ചുറ്റിനടന്നു കാണിക്കാറുള്ള കൊക്കോയി. ചന്തയിൽ കാരണവന്മാർ കച്ചവടം നടത്തുന്നുണ്ട്. വഴിക്കച്ചവടത്തിന് കെട്ടിയുണ്ടാക്കിയ ഓലപ്പുര മറയിലിരുത്തി പെഗോഡകളിലെ ഉത്സവാഘോഷങ്ങൾ ചൂണ്ടിക്കാണിച്ചുതരുമായിരുന്നു. പന്നിയെ കൊന്നു തോൽ പൊളിച്ച് ഇറച്ചി പ്രദർശിപ്പിക്കുന്ന കുന്തക്കാർ, വ്യാളീമുഖങ്ങൾ വെച്ച് ആഘോഷവരവിന് മുമ്പിൽ നൃത്തം വെയ്ക്കുന്നവർ. വാദ്യം മുഴക്കി ഘോഷയാത്രയ്ക്ക് കൊഴുപ്പുകൂട്ടുന്നവർ. കിന്നരിയുടുപ്പുകൾ അണിഞ്ഞ് കൈയിൽ വിശറിയും പിടിച്ച് ലാസ്യനൃത്തങ്ങൾക്ക് ചുവടുവെച്ച് പതുക്കെപ്പതുക്കെ അടിവെച്ചടിവെച്ച് മുന്നോട്ടുനീങ്ങുന്ന സുന്ദരികൾ, പെഗോഡകൾക്കു ചുറ്റും തൂങ്ങുന്ന ഉത്സവത്തോരണങ്ങൾ, വർണ്ണങ്ങൾ, മണിമുഴക്കങ്ങൾ, ഐസ്ക്രീം, ഐസ്മിഠായികൾ, ഐസ് സർവത്തുകൾ എന്നിവയുണ്ടാക്കി അടുക്കിവെച്ച വർണ്ണക്കുപ്പികൾ നിരത്തിയ ഐസ് വണ്ടിയുരുട്ടി ബാപ്പയുടെ ജ്യേഷ്ഠൻ–മൂത്താപ്പ–ഉത്സവപ്പറമ്പിൽ കൊമ്പൻ മീശയും പിരിച്ച് നെടുങ്ങനെ നില്ക്കുന്ന ദൃശ്യം ഇപ്പോഴും ഇവന്റെ മനസ്സ് സൂക്ഷിക്കുന്നു. തൗൺസൂണിലും മോർമ്മായിലും ബർമ്മയുടെ മിക്കവാറുമെല്ലാ ഗ്രാമങ്ങളിലും ഇവനേയും തോളത്തേന്തി നടന്ന ജ്യേഷ്ഠാനുജന്മാരും മരുമകനും. പുൽത്തൈലക്കാടുകൾ വകഞ്ഞുമാറ്റിയുണ്ടാക്കിയ ചന്തസ്ഥലങ്ങൾ. നെൽപ്പാടത്തിനു നടുവിലെ ഉത്സവക്കളരികൾ. ചക്കരയുണ്ടാക്കുന്ന ഗ്രാമീണ കുടുംബങ്ങൾ ഗ്രാമപാതകളിലോടുന്ന കുതിരവണ്ടികൾ.

ചന്തക്കച്ചവടങ്ങൾ കഴിഞ്ഞ് ബുത്തട്ടാണിൽ തിരിച്ചെത്തിയാൽ കാച്ചീന്റകത്ത് കുഞ്ഞാമുഹാജി ചോദിക്കാറുണ്ടത്രെ: "എന്നാണ് ഈ ചെക്കനെയും കൂട്ടി നാട്ടിലേക്ക് പോകുന്നത്? തള്ളയില്ലാത്ത ചെക്കൻ നാട്ടിൽ വളർന്നോട്ടെ. ഓത്തുപഠിച്ച് എഴുത്ത് പഠിച്ച് ഇവൻ ഒരു കൊയിലാണ്ടിക്കാരനായിത്തീരട്ടെ. എന്താ?"

ബാപ്പ പറയാറുണ്ടായിരുന്നുവത്രെ: "നാട്ടിൽനിന്ന് ഉമ്മ എഴുതിയിട്ടുണ്ട് ചെല്ലാൻ. മോനെയും കൂട്ടിച്ചെല്ലാൻ. ഉമ്മ പോറ്റിക്കൊള്ളാമെന്ന് പറഞ്ഞിട്ടുണ്ട്. ബർമ്മാക്കാരത്തിയെ കല്യാണം കഴിച്ചതും നാടുമറന്നതും ഒക്കെ ഉമ്മ പൊരുത്തപ്പെട്ടൂന്ന്. എവനെയും കൂട്ടി ഒന്ന് ചെല്ലണം."

കേട്ടുനില്ക്കുന്ന ബാപ്പയുടെ ജ്യേഷ്ഠൻ പറഞ്ഞു: "പോകണം പോകണം എന്നു പറയുകയല്ലാതെ എന്നാ പുറപ്പെടുക?" ബർമ്മാക്കാരിയെ കല്യാണം കഴിച്ചുപോയ കുറ്റബോധം. ബർമ്മാക്കാരിയുടെ മകനെ സ്വന്തം ഉമ്മയുടെ കൈയിലേല്പിക്കാനുള്ള മടി. ബർമ്മയിലേക്ക് 'സഫർ' പോയ മക്കൾ എല്ലാ മാസവും അയയ്ക്കുന്ന മണിയോർഡർ ഒപ്പിട്ടു വാങ്ങുന്ന തോട്ടോളി പുതുപുരയിൽ ഉസ്സങ്ങാന്റകത്ത് പാത്തുമ്മ ഉമ്മ. ചാത്തുശിപായി കത്തുകൾ വായിക്കുമ്പോൾ തട്ടത്തിന്റെ അറ്റംകൊണ്ട് കണ്ണുകൾ തുടയ്ക്കാറുള്ള ഉമ്മ സ്വയം പറയുന്നു: 'മോനേ, നിന്നെ കാണാൻ കണ്ണിലെണ്ണയും വീത്തി കാത്തിരിക്യാണ്. നിന്റെ മോനെ ഞാൻ പോറ്റും. തള്ളയില്ലാത്ത നിന്റെ മോനെ ഞാൻ പോറ്റും. നീ ഓനെയും കൂട്ടി ഇങ്ങ് വാ.'

ചാത്തുശിപായി; വാതിൽ മറവിൽ മറഞ്ഞുനിന്ന് പറയുന്ന വാക്കുകൾ, ഗദ്ഗദങ്ങൾ, കടലാസിൽ പകർത്തി. തൗൺസൂണിലെ ചന്ത കഴിഞ്ഞ് തിരിച്ചെത്തുന്ന മകൻ കത്തുകൾ വായിക്കുന്നു. മകനെ മടിയിലിരുത്തി കരയുന്നു. ബാപ്പ കരയുന്നതു കാണുമ്പോൾ കൊക്കോയി കൈയും പിടിച്ച് പുറത്തേക്ക് കൂട്ടിക്കൊണ്ടുപോകും. ഒരിക്കലും ആ കണ്ണീരിന്റെ കാരണങ്ങൾ 'കൊക്കോയി' പറഞ്ഞിരുന്നില്ലല്ലോ. മീത്തലെപ്പള്ളി ശ്മശാനത്തിൽ അന്ന് ഉച്ചവെയിലേറ്റ് നില്ക്കുമ്പോൾ ചോദിക്കണം. ആ കരച്ചിലിന്റെ ചാലുകൾ ചെന്നെത്തുന്ന ബില്ലിൻ ഗ്രാമത്തിലെ പ്രേമോഷ്മള ശീതളഛായകൾ എവിടെയെല്ലാമായിരുന്നുവെന്ന്.

ബർമ്മയിൽനിന്നു തിരിച്ചുവന്ന് കൊയിലാണ്ടിയിൽ ഐശ്വര്യപൂർവ്വം കഴിയുന്ന മമ്മൂട്ടിഹാജി. ബാപ്പയുടെ കൂട്ടുകാരൻ. ഒന്നിച്ച് റങ്കൂൺ പട്ടണത്തിന്റെ കിഴക്ക് ബുത്തട്ടാണിൽ കുറേക്കാലം കഴിച്ചുകൂട്ടിയ നാട്ടുകാർ. ഈയിടെ നാട്ടിൽ ചെന്നപ്പോൾ മമ്മൂട്ടിഹാജിയെ കണ്ടു. മനസ്സിലെ ആഗ്രഹങ്ങൾ ആ മനുഷ്യന്റെ മുമ്പിൽ കെട്ടഴിച്ചു. അദ്ദേഹം ബർമ്മയിലിന്നും ജീവിക്കുന്ന കൊയിലാണ്ടിക്കാരുടെ കഥകൾ പറഞ്ഞു. മക്കളും അവരുടെ മക്കളുമായി കഴിഞ്ഞുകൂടുന്നവർ. ബർമ്മ സ്വന്തം മണ്ണാക്കി മാറ്റിയവർ. മമ്മൂട്ടിഹാജി പറഞ്ഞു: "അവർ ബർമ്മ അവരുടെ നാടാക്കി. നീ കൊയിലാണ്ടി നിന്റെ നാടാക്കി. ഈ നാടുംവിട്ട് നിനക്ക് പോകണോ? നിന്റെ വീടർ. നിന്റെ കുട്ടികൾ. നിന്റെ ബാപ്പ അന്തിയുറക്കം കൊള്ളുന്ന കടപ്പുറത്തെപ്പള്ളി പരിസരം. നിനക്ക് പോകണോ? സത്യമായിട്ടും നിനക്ക് പോകണോ?"

മമ്മൂട്ടിഹാജി പിന്നെയും പറയുന്നുണ്ടായിരുന്നു. "പരന്ന മൂക്കും വട്ടമുഖവും മഞ്ഞനിറവുമുള്ള നിന്നെ അവർ വേഗം തിരിച്ചറിയും.

അവർക്ക് നിന്റെ ചെറുപ്പത്തിന്റെ കാല്പാടുകൾ വീണ മണ്ണ് എവിടെയൊക്കെയാണെന്ന എല്ലാ കഥകളും അറിയാം. ചെറുപ്പത്തിന്റെ കാല്പാടുകൾ വീണ മണ്ണിൽ കിടന്നുരുളാൻ, കുറച്ചുനാൾ കിടന്നുരുണ്ട് മദിക്കാൻ, തിമർത്ത് രസിക്കാൻ, വേണമെങ്കിൽ നിനക്ക് ബർമ്മയിലേക്ക് പോകാം." മമ്മൂട്ടിഹാജിയുടെ വാക്കുകൾ വളരെ ദൂരെനിന്നെന്നോണം ഇവൻ കേൾക്കുന്നു.

"നിനക്ക് മദിച്ചുരുണ്ട് രസിച്ച് കളിച്ച് അല്പനാൾ ആ മണ്ണിൽ കിടന്ന് പുളയ്ക്കാം. പക്ഷേ, നിനക്ക് ഉറങ്ങാനുള്ള മണ്ണ് ഇവിടെയാണ്. ഇവിടെ... തെങ്ങിൻ തണലുകളുള്ള, നെൽക്കതിരുകൾ ചാഞ്ചാടുന്ന പുഴയോരത്തെ മണ്ണ്. കാവും കാഞ്ഞിരവുമുള്ള, തിറയും തെയ്യാട്ടവുമുള്ള തൃക്കോട്ടൂരിലെ മണ്ണ്. നിനക്ക് കിടന്നുറങ്ങാനുള്ള മണ്ണ്..."

പരംപൊരുൾ: ബർമ്മയുടെ ഇപ്പോഴത്തെ പേര് 'മ്യാൻമാർ' എന്നാണ്. 'മാമൈദി' എന്ന ബർമ്മാക്കാരിപ്പെണ്ണിന്റെ കടിഞ്ഞൂൽ പുത്രന്റെ പേര് അബ്ദുൽഖാദർ എന്നും. 'മാമൈദി'യുടെ മകൻ 'മ്യാൻമാറി'ൽ ചെന്നാൽ 'മ്യാൻമാറു'കാർ അവനെ 'മ്യാവുമ്യാവു' എന്ന ഓമനപ്പേരിലാവും വിളിക്കുക. ഒന്നുകിൽ ഖാദർ മ്യാവുമ്യാവൂ അല്ലെങ്കിൽ മ്യാവു ഖാദർ മ്യാവു.

ക്ഷേമത്തിന്റെ പൂക്കളും അബ്ദുല്ലക്കുട്ടിയും

കൊടിയത്തൂരിൽ ഇപ്പോൾ ഈശ്വരന്റെ കൊടിയശാപം ആരുടെയൊക്കെ ആലകളിലാണ് വർഷിച്ചുകൊണ്ടിരിക്കുന്നതെന്ന് എനിക്കറിഞ്ഞുകൂടാ. അങ്ങനെ വല്ല ശാപവും ആ ഗ്രാമത്തിന്റെ തലയിൽ ഇടിത്തീയായി വന്നുവീഴുകയാണെങ്കിൽ നമുക്ക് നിരീക്ഷകന്മാരുണ്ടല്ലോ, അവർ വന്നു നമ്മോട് അതോതിത്തരികയും ചെയ്യും. ശാപത്തിന്റെ അഗ്നിക്കരങ്ങൾ വന്നുവീഴുന്നതും നോക്കി കൺപാർത്തിരിക്കുന്നവരിൽ ഒരാൾ എന്റെ ചങ്ങാതികൂടി ആയതിനാൽ നിശ്ചയമായും ആ ദുരന്ത വാർത്ത ആദ്യമറിയുന്നവരിൽ ഒരാൾ ഇവൻ തന്നെയാവും. ഭാഗ്യവശാൽ ഒരു അശനിപാതവും ഇതേവരെ സംഭവിച്ചിട്ടില്ലാത്തതിനാൽ കല്ലും നെല്ലും വേർതിരിച്ചറിയുവാനുള്ള വിവേകം കൈമുതലായി കിട്ടിയവർ അത് വിവേചിച്ചറിയുമെന്നാശ്വസിച്ച് നമുക്ക് മനസ്സാ പ്രാർത്ഥിക്കാം.

"ജഗന്നിയന്താവേ; ഇഹലോകത്തിൽ ഗുണം ചെയ്തവർക്കും ചെയ്യാത്തവർക്കും ഒരുപോലെ ക്ഷേമം നല്കുന്നവനാണല്ലോ നീ. നിന്റെ ക്ഷേമത്തിന്റെ പൂക്കൾ എവിടെയും എന്നും വർഷിക്കാറാകണമേ..."

ക്ഷേമത്തിന്റെ പൂക്കൾ–മനസ്സിൽ പെട്ടെന്ന് വിരിഞ്ഞുവന്ന ആ മുഖം ഞാനോർക്കുന്നു. ആരെക്കണ്ടാലും ചിരിച്ച് കൈപിടിച്ചു കുലുക്കി കുശലം പറയുന്ന പഴയ കൂട്ടുകാരൻ. എല്ലാവർക്കും ക്ഷേമത്തിന്റെ പൂക്കൾ എന്ന് ചിരിച്ചുകൊണ്ടാശംസിക്കുന്ന ആ കളിച്ചങ്ങാതി. ഒന്നാം ക്ലാസ് മുതൽ ഒപ്പം പഠിക്കുകയും മലയാളമറിഞ്ഞുകൂടാത്ത ഇവന്റെ ശൈശവത്തിന് താങ്ങായി വർത്തിച്ച് 'തറ' 'പറ' എന്നിവ സ്ലേറ്റിലെഴുതി ത്തന്ന് അക്ഷരമാലയും അർത്ഥവും അങ്ങനെ മലയാള ഭാഷയും ഒന്നിച്ച് പഠിപ്പിക്കാൻ ശ്രമിക്കുകയും ചെയ്ത പഴയ സഹപാഠി. മുതിർന്നപ്പോൾ

കാലം അതിന്റെ വികൃതികളും വൈരൂപ്യങ്ങളും ഒന്നിച്ച് ചൊരിഞ്ഞ്, ശാപത്തിന്റെ മുൾക്കിരീടമണിയിച്ച്, അവനെ നഗ്നനാക്കി. ഏതോ നഗരത്തിന്റെ നാല്ക്കവലയിലെവിടെയോ അനാഥനായി അവൻ വിറങ്ങലിച്ചു. കൊടിയത്തൂരിൽ ആളുകൾ പരസ്പരം ശാപവർഷത്തിന് അനന്തതയിലേക്കു കൈകളുയർത്തിയപ്പോൾ ഞാനാലോചിച്ചത് അബ്ദുല്ലക്കുട്ടിയെക്കുറിച്ചായിരുന്നു. ചങ്ങാതിമാർക്കും ചങ്ങാതിമാർ ഉൾക്കൊള്ളുന്ന സമൂഹത്തിനും എന്നും എപ്പോഴും ക്ഷേമത്തിന്റെ പൂക്കൾ ആശംസിച്ചുനടന്ന പഴയ ചങ്ങാതി. വളരെക്കാലത്തിനുശേഷം ഞാനവനെ കാണുന്നത് നഗരത്തിലെ ഒരു ബസ് സ്റ്റാന്റിൽ വെച്ചായിരുന്നു. ഒരു കൈയിൽ നിറയെ ലഘുലേഖകൾ, പുസ്തകങ്ങൾ. മറു കൈയിൽ വാസനദ്രവ്യങ്ങൾ നിറച്ച കുപ്പികൾ നിരത്തിവെച്ച അത്തറിന്റെ പെട്ടി. നെറ്റിയിൽ കെട്ടിയ പച്ച റിബൺ, ഷർട്ടിനു മുകളിലായി ചുറച്ചിട്ട ബെൽട്ട്, പെട്ടെന്ന് കണ്ടുമുട്ടിയപ്പോൾ കാണിച്ച സ്നേഹവാത്സല്യങ്ങൾ. അവന്റെ ബുദ്ധിയുടെ സ്ഥാനഭ്രംശം വിളിച്ചോതുന്ന പ്രകടമായ ലക്ഷണങ്ങൾ കണ്ട് സങ്കടം തോന്നി. എന്തെങ്കിലും പറഞ്ഞ് ഒഴിഞ്ഞുമാറുവാൻ എനിക്ക് സാധിച്ചതേയില്ല. അവൻ പറയുന്നു. "ധാരാളം വായിക്കുന്ന ആളല്ലേ– പുസ്തകപ്രേമിയല്ലേ? ഒരു പുസ്തകം വാങ്ങൂ. ഇതാ ഇത് വാങ്ങൂ. അന്ത്യപ്രവാചകൻ ആരാണെന്ന്..." അവൻ പുസ്തകത്തിന്റെ ഉള്ളടക്ക മഹിമകൾ നിരത്തുകയാണ്. വാതോരാതെ വർത്തമാനം പറയുന്ന പണ്ടത്തെ ശീലം...

എന്റെ കളിക്കൂട്ടുകാരനാണല്ലോ. നഗരത്തിലെ ബസ്സ്റ്റാന്റിൽ പിടിച്ചുനിർത്തി എന്റെ നേരെ പുസ്തകങ്ങൾ നീട്ടി അവൻ പറയുന്ന തൊക്കെ ഞാൻ കേൾക്കുന്നതായി ഭാവിച്ചു. ഒന്നുരണ്ട് പുസ്തകങ്ങൾ ഞാനവനിൽനിന്നു വാങ്ങി. കീശയിൽ കൈയിട്ട് പുസ്തകങ്ങളുടെ വിലയായി ഒരു തുക നീട്ടിയപ്പോൾ അബ്ദുല്ലക്കുട്ടി പറയുന്നു; "എടോ, ഖാദറേ, നീ പുസ്തകത്തിന് എനിക്ക് വില തരേണ്ട. ഞാൻ പുസ്തകത്തിന് പണ്ടും വില വാങ്ങിയിട്ടില്ലല്ലോ. എനിക്ക് ചോറുണ്ണാനു ള്ളത് ഇത് തരും."

കൈയിലെ അത്തർപെട്ടി ഉയർത്തിക്കാണിച്ച് അവൻ പറയുന്നു: "നിനക്ക് താല്പര്യമുണ്ടെങ്കിൽ ഇതാ ഒരു കുപ്പി മുല്ലപ്പൂ സെന്റ് പൂശിക്കോ. പന്ത്രണ്ട് ഉറുപ്പിക ഇങ്ങെടുക്ക്."

ഞാനവന് കാശുകൊടുത്തു അവൻ പറയുന്നു; "നിന്റെ ബീവിക്ക് കൊണ്ടുകൊടുക്ക്. നിന്റെ ബീവിയെ ഞാൻ കണ്ടിട്ടില്ല. പഴേ ചങ്ങാതി അബ്ദുല്ലക്കുട്ടി തന്ന മുല്ലപ്പൂ സെന്റാണെന്ന് പറഞ്ഞു കൊട്–" അവൻ ചിരിച്ചു.

വെറുതെ ഒരു നാട്ടുമര്യാദ എന്ന നിലയ്ക്ക് ഔപചാരികതയോടെ ചോദിച്ചു. "അബ്ദുല്ലക്കുട്ടീന്റെ ഭാര്യയും മക്കളും തലശ്ശേരിയിൽ...?"

അബ്ദുല്ലക്കുട്ടി എന്നെ തുറിച്ചുനോക്കി. ആ കണ്ണുകളിൽ അപ്പോൾ

സ്നേഹത്തിന്റെ യാതൊരു നീരുറവയും കണ്ടില്ല. എല്ലാം അറിഞ്ഞിട്ടും അറിയാത്ത ഭാവത്തിൽ ചോദിച്ചത് പഴയ പുണ്ണിൽ ഉപ്പ് തേക്കുന്ന സ്വഭാവമല്ലേ എന്ന അർത്ഥത്തിൽ എന്തൊക്കെയോ അവൻ പിറുപിറുത്തു. തലയിലെ റിബൺ അഴിച്ചു കെട്ടി. ചെവിക്കുറ്റിയിൽ ഇറുക്കിവെച്ച വർണ്ണത്തുണിച്ചീളുകൾ എടുത്ത് ദൂരേക്ക് എറിഞ്ഞു. കാർക്കിച്ചു തുപ്പി. എന്റെ കൈയിലേല്പിച്ച പുസ്തകങ്ങൾ തട്ടിപ്പറിച്ച് അവൻ ബസ് സ്റ്റാന്റിലെ ബഹളത്തിൽ അകലാൻ ശ്രമിച്ചു. അബ്ദുല്ലക്കുട്ടിയെ ഞാൻ പിടിച്ചു നിർത്തിയില്ല. “ഇതെന്ത് കോലം,” “ഇതെന്ത് കാട്ടിക്കൂട്ടലുകൾ” എന്നൊന്നും ചോദിക്കാൻ മുതിർന്നതുമില്ല. എന്റെ കൈയിലേല്പിച്ച പുസ്തകങ്ങൾ അത്രയും അവൻ തട്ടിപ്പറിച്ചാണല്ലോ നടന്നകലുന്നത്. പണ്ട് പഠിക്കുന്ന കാലത്ത് അവൻ എനിക്ക് പുസ്തകം ഒരു തവണ വില വാങ്ങാതെ തന്നത് അവനിപ്പോഴും ഓർക്കുന്നുവെന്ന് വർത്തമാനത്തിൽ നിന്നും മനസ്സിലായി. നഗരത്തിലെ കച്ചവടക്കാരനായിരുന്നു അവന്റെ അമ്മാവൻ. അതിനാൽ മാപ്പിളസ്കൂളിലെ അഞ്ചാംതരം പൂർത്തിയായപ്പോൾ തുടർന്നുള്ള പഠനത്തിന് അവൻ അമ്മാവന്റെ കച്ചവടസ്ഥലമായ നഗരത്തിലേക്ക് പോന്നു. ഞങ്ങൾ ഗ്രാമത്തിലെ ഹൈസ്കൂളിൽ ഒന്നാം ഫോറത്തിൽ ചേർന്നു. ഒഴിവുദിവസങ്ങളിൽ സ്കൂൾ അടച്ചാൽ അവൻ നഗരത്തിൽനിന്നും ഗ്രാമത്തിൽ വരാറുണ്ട്. നഗര സ്കൂൾ ജീവിതത്തിലെ പൊങ്ങച്ചങ്ങൾ അവൻ വാ നിറച്ച് പറയുന്നത് കേട്ട് ഞങ്ങൾ കൂട്ടുകാർ അവനെ ‘ബഡായി അബ്ദുല്ലക്കുട്ടി’ എന്നു വിളിക്കാറുണ്ടായിരുന്നു. ഞാൻ മാത്രം അവനെ അങ്ങനെ കളിയാക്കില്ല. അതിന്റെ പ്രത്യുപകാരമായി നഗരത്തിലെ അവന്റെ അമ്മാവന്റെ പീടികയ്ക്കരികെയുള്ള പുസ്തകക്കടയിൽനിന്ന് എനിക്ക് *ഭൂമിശാസ്ത്രം* പുസ്തകവും *പൗരധർമ്മം* പുസ്തകവും വാങ്ങിക്കൊണ്ടു വന്ന് വെറുതെ തന്നു. പണം നീട്ടിയപ്പോൾ അബ്ദുല്ലക്കുട്ടി പറഞ്ഞു “എനിക്ക് പൈസ മേണ്ട. എന്റെ പുസ്തകത്തിന്മേൽ നീ പേര് എഴുതി തന്നാൽ മതി.”

അച്ചടിച്ചപോലെ പേരെഴുതാൻ അന്ന് എനിക്ക് പ്രയാസമില്ലായിരുന്നു. ക്ലാസിലെ ഏറ്റവും നല്ല ചിത്രകാരൻ. ഡ്രോയിങ്ങിന് നൂറിൽ നൂറു മാർക്കും നേടുന്ന, ഡ്രോയിങ് മാസ്റ്റർ രാമൻ ചെട്ടിയാരുടെ വത്സല ശിഷ്യൻ. ഞാനവന്റെ പുസ്തകങ്ങളിൽ അവന്റെ പേര് അച്ചടിച്ചപോലെ എഴുതിക്കൊടുത്തു. അബ്ദുല്ലക്കുട്ടി സമ്മാനിച്ച *ഭൂമിശാസ്ത്രവും പൗരധർമ്മവും* എന്റെ മനസ്സിൽ പുതിയ അവബോധങ്ങൾ വളർത്തുകയുണ്ടായോ? കാലം പുസ്തകത്താളുകൾ പോലെമറിയുന്നു...

പിന്നെ കുറേക്കാലത്തേക്ക് അബ്ദുല്ലക്കുട്ടിയെ കണ്ടില്ല. നഗരത്തിൽ നിന്ന് അവൻ വല്ലപ്പോഴെങ്കിലും വന്നാൽത്തന്നെ അവന്റെ തറവാട്ടിൽ അല്പം തങ്ങി വീണ്ടും നഗരത്തിലേക്ക് തന്നെ പോകും. ഞങ്ങൾ ചങ്ങാതിമാരെ കാണാറേയില്ലായിരുന്നു. അവന്റെ അമ്മാവന് നഗരത്തിൽ വീണ്ടും കച്ചവടസ്ഥാപനങ്ങൾ വളർന്നപ്പോൾ അവന്റെ ജ്യേഷ്ഠൻ പഠിപ്പ്

മതിയാക്കി ആ കച്ചവടസ്ഥാപനങ്ങളിൽ ഒന്നിൽ ഇരുന്നു. ഒരുതവണ കണ്ടപ്പോൾ അബ്ദുല്ലക്കുട്ടി പറഞ്ഞു: "ഞാൻ പഠിപ്പ് നിർത്താണ്. കാരണോർ ഒരു പൂട്യകൂടി തുറന്നക്ക് – അവിടെ ഞാനിരിക്കും."

അവന്റെ ഭാഗ്യത്തിൽ ഞങ്ങൾ സന്തോഷിച്ചു. തുടർന്നു പഠിക്കേണ്ട ബാദ്ധ്യതയില്ല. പഠിപ്പ് തീരുംമുമ്പ് തന്നെ കച്ചവടക്കാരനായി ഇരിക്കാൻ സൗഭാഗ്യം സിദ്ധിച്ചിരിക്കുന്നു! ഞങ്ങൾ കൂട്ടുകാർ അബ്ദുല്ലക്കുട്ടിയെക്കുറിച്ച് പലതും സംസാരിച്ചു. നഗരത്തിൽനിന്നും വരുന്ന വാർത്തകൾ. അബ്ദുല്ലക്കുട്ടി മുടി ക്രോപ്പാക്കിയിരിക്കുന്നു. ഞങ്ങൾക്കാർക്കും ലഭിക്കാത്ത മറ്റൊരു സൗകര്യം കൂടി. ക്രോപ്പാക്കി മുടി ചീകിയൊതുക്കി നടക്കാം–പുറമെ കറുത്ത തൊപ്പിയും ധരിക്കാം. കറുത്ത തൊപ്പി അവന്റെ അമ്മാവന്റെ ഒരു വില്പന ഉപകരണമാണല്ലോ. കറുത്ത കുഞ്ഞലകൾ. ചുറഞ്ഞുകയറുന്ന കറുത്ത തൊപ്പിയിലെ വെൽവെറ്റ് ഞൊറികൾ തടവിനോക്കി ഞങ്ങൾ അബ്ദുല്ലക്കുട്ടിക്ക് സിദ്ധിച്ച നേട്ടങ്ങൾ വിലയിരുത്തി. ഞങ്ങൾക്ക് ഇസ്ത്രിയിട്ട് തേച്ചു മടക്കിയ വെള്ളത്തൊപ്പിയിൽനിന്ന് മോചനം എത്രകാതം അകലെയാണ്? നഗരത്തിൽ എങ്ങിനെയെങ്കിലും എത്തിപ്പെടുന്ന ഞങ്ങൾക്ക് ആദ്യമായി നഗരവീഥികളും സിനിമാ കൊട്ടകകളും പരിചയപ്പെടുത്തിത്തന്നതും അബ്ദുല്ലക്കുട്ടിയായിരുന്നു. അപ്പോൾ അബ്ദുല്ലക്കുട്ടിയുടെ പീടികയിൽ ചിലരെ കാണാറുണ്ടായിരുന്നു. കറുത്ത തൊപ്പിയിട്ട താടിക്കാരായ ചിലർ. അബ്ദുല്ലക്കുട്ടിയുടെ അമ്മാവനെ അന്വേഷിച്ചു വരുന്നവരിൽ ചിലരാണത്രെ. അവർ അബ്ദുല്ലക്കുട്ടിയുമായി ഞങ്ങൾക്ക് പിടികിട്ടാത്ത കാര്യങ്ങൾ സംസാരിച്ചു. ഇപ്പോഴും പിടികിട്ടാത്ത കാര്യങ്ങൾ വിളിച്ചു പറഞ്ഞുകൊണ്ടാണല്ലോ അബ്ദുല്ലക്കുട്ടി നടന്നകന്നത്. അവനെ തിരിച്ചുവിളിക്കാതെ ബസ്സ്റ്റാന്റിലെ ബഹളത്തിൽ ഞാൻ തനിച്ചു നിന്നു. കൈയിലെ പുസ്തകങ്ങൾ മുഴുക്കെ റിബണിൽ കെട്ടി ഭദ്രമാക്കിയത് കണ്ടു. മറ്റേ കൈയിലെ അത്തർ കുപ്പി നിറച്ച സ്ഫടികച്ചെപ്പ് ഉയർത്തികാട്ടി എന്തൊക്കെയോ അവൻ ജനക്കൂട്ടത്തോട് വിളിച്ചുപറയുന്നതും കേട്ടു. ബുദ്ധിസ്ഥിരത നഷ്ടപ്പെട്ടവന്റെ പ്രസംഗം കേൾക്കാൻ ആൾക്കാർ ചുറ്റും കൂടിയപ്പോൾ എന്റെ മനസ്സ് വല്ലാതെ തേങ്ങി. മിടിപ്പുകൾക്ക് എണ്ണം വർദ്ധിച്ചുവോ? ബസ്സ്റ്റാന്റിന്റെ തെക്കേ ചരിവിലെ ബുക്ക്സ്റ്റാളിൽ ചെന്നിരുന്നു. ആൾക്കൂട്ടം ജയിൽറോഡിലേക്ക് തിരിയുന്നതും അവൻ വാഹനങ്ങളുടെ ഇരമ്പിയോട്ടത്തിൽ ലയിക്കുന്നതും ഞാൻ നോക്കിയിരുന്നു. എനിക്കൊന്നും പറയുവാനോ ചെയ്യുവാനോ ശേഷിയുണ്ടായിരുന്നില്ല. ക്ഷേമത്തിന്റെ പൂക്കൾ സകലമാന പേർക്കും ആശംസിച്ചു നടക്കാറുള്ളവൻ പോയതെങ്ങോട്ടാണ്?

കഥകൾ ഞാനും കുറേ കേട്ടു. നഗരത്തിൽ കച്ചവടക്കാരനായിരുന്ന അവന്റെ അമ്മാവൻ മരിച്ചപ്പോൾ മക്കൾ ആ കടകൾ ഏറ്റുനടത്തുവാൻ തുടങ്ങി. അപ്പോഴും അബ്ദുല്ലക്കുട്ടി ആ കടകളിൽ ഒന്നിന്റെ തലവൻ

തന്നെയായിരുന്നു. തലശ്ശേരിയിലെ ഭാര്യാവീട്ടിലേക്ക് ചങ്ങാതിമാരെ കൂട്ടിക്കൊണ്ടുപോയപ്പോൾ ഞാനും ഒപ്പമുണ്ടായിരുന്നു. നാട്ടിലെ അവന്റെ തറവാട്ടിലേക്ക് ഭാര്യയേയും കൂട്ടി പലതവണ വരികയുണ്ടായി. അപ്പോഴൊക്കെ തമ്മിൽ കാണുവാൻ സാധിക്കാറുണ്ട്. പലതും സംസാരിക്കുന്ന കൂട്ടത്തിൽ അവൻ മതകാര്യങ്ങളും പറയുമായിരുന്നു. കഥയെഴുത്തും രാഷ്ട്രീയവുമൊക്കെയായി തെറ്റിത്തെറിച്ചു നടക്കുന്ന പഴയ ചങ്ങാതിയെ ബോധവാനാക്കുവാൻ അവൻ ചില പുസ്തകങ്ങൾ നിർദ്ദേശിക്കുകയും ചെയ്തു. കേൾക്കെക്കേൾക്കേ ഭയം എന്റെ മനസ്സിനെ മൂടുകയായിരുന്നു. എന്റെ ചങ്ങാതിയുടെ പോക്ക് എങ്ങോട്ടാണാവോ? ചെറുപ്പത്തിലേ ധാരാളം സംസാരിക്കുന്നവൻ. പെട്ടെന്ന് ശുണ്ഠി പിടിച്ചു പിണങ്ങിപ്പോവുകയും ഉടനെതന്നെ എന്തെങ്കിലും കാരണം പറഞ്ഞ് ഇണങ്ങുകയും ചെയ്യാറുള്ള അബ്ദുല്ലക്കുട്ടിയുടെ പിടിവാശികൾ ഞങ്ങൾ ചങ്ങാതിമാർക്ക് എന്നും സംസാരവിഷയമായിരുന്നു. ഒരിക്കൽ വളരെ പ്രാകൃതമായ വേഷത്തിൽ അബ്ദുല്ലക്കുട്ടിയെ നാട്ടിൽ കണ്ടു. എന്തുപറ്റി എന്ന് ചോദിച്ചപ്പോൾ അബ്ദുല്ലക്കുട്ടി വാചാലനായി.

"എന്നോട് അവർ, മൊഴി ബലാൽക്കാരമായി വാങ്ങി. എന്റെ മോളെ കാണാൻ പോലും അവർ സമ്മതിച്ചില്ല. അകത്ത് എന്റെ ചെറിയമോന്റെ കരച്ചിൽ ഞാൻ കേട്ടു. പുറത്തേ കോലായയിൽ പിടിച്ചിരുത്തി അവർ മൊഴിവാങ്ങി–മൊഴിതന്നില്ലെങ്കിൽ 'ഫസ്ക്' ചെയ്യുമെന്നു പറഞ്ഞു."

അവനന്ന് ധാരാളം സംസാരിച്ചു. അവൻ ഭാര്യയെ സ്നേഹപൂർവ്വം വിളിക്കാറുള്ളത് 'പൊന്നുമോളേ " എന്നായിരുന്നുവത്രേ. കോലായയിലെ സംഭവവികാസങ്ങൾ, ശബ്ദങ്ങൾ പുറക്കെട്ടിലെ താപ്പക്കപ്പുറത്തേ വാതിൽ മറവിൽ നിന്ന് അവൾ കേട്ടുവത്രെ. ഒരക്ഷരം ഉരിയാടിയില്ലത്രെ. ആശിച്ചു മോഹിച്ചുണ്ടായ ഒരേ ഒരു പുത്രൻ. അവനെയും കാൺമാൻ സാധിച്ചില്ല. അവർ പറയുകയുണ്ടായത്രെ: "മതത്തിൽനിന്ന് പുറത്തു പോയവന് പിന്നെ എന്തിനാ ഞാൻ എന്റെ മകളെ ഏല്പിക്കുന്നത്. ഓൻ മരിച്ചതിൽ കൂട്ടി. എന്റെ മോളെയും അതിലുള്ള മോനെയും ഞാൻ പരിപാലിക്കും."

കോലായിലിരുന്ന വൃദ്ധപിതാവ് തേങ്ങിപ്പറയുന്നത് കേട്ടാണത്രെ അന്ന് അബ്ദുല്ലക്കുട്ടി പടിയിറങ്ങിയത്. അവൻ ചോദിച്ചു: "ശരിയായ വിശ്വാസം എന്റേതല്ലേ – ഞാൻ പറയുന്നതല്ലേ ശരി? അന്തിമമായി?"

അവൻ തുടർന്ന് എന്താണ് പറയുകയെന്ന് എനിക്കറിയാമായിരുന്നു. പരമ്പരയാ വിശ്വസിച്ചുപോന്ന വിശ്വാസ പ്രമാണങ്ങളുടെ കടയ്ക്കൽ വെട്ടേല്ക്കുമ്പോൾ അത് താങ്ങാൻ തലശ്ശേരിയിലെ ആ വൃദ്ധപിതാവിന് സാധിക്കുകയില്ല എന്ന സത്യം അബ്ദുല്ലക്കുട്ടി കാണാത്തതെന്തേ എന്ന് എന്റെ മനസ്സ് നൊന്തു. എന്റെ മുഖം കരിവാളിച്ചതിന്റെ അടിപ്പൊരുൾ അവൻ ഊഹിച്ചിരിക്കണം. നഗരത്തിലെ കടയിൽ അബ്ദുല്ലക്കുട്ടിക്ക് പുസ്തകങ്ങൾ കൈമാറി സൗഹൃദത്തിന്റെ പുതിയ മേഖലകൾ സൃഷ്ടിച്ച

ആ അപരിചിതരെക്കുറിച്ചും ഞാൻ അപ്പോൾ ഓർത്തു. അവൻ ഇറങ്ങിപ്പോയി. പോകുന്നതിനിടയിൽ അവൻ പറഞ്ഞു: "അവൾക്ക് എന്നെ ഒഴിവാക്കാനാകുമോ? എന്റെ മോൻ വളർന്ന് വലുതാവുമ്പം."

പിന്നീട് കുറേക്കാലത്തേക്ക് അബ്ദുല്ലക്കുട്ടിയെക്കുറിച്ച് ഒരു വിവരവും ഇല്ലായിരുന്നു. ഒരു നാൾ അവൻ നഗരത്തിൽനിന്നും നാട്ടിലെത്തിയത് ഒരു കൈനോട്ടക്കാരന്റെ വേഷത്തിലായിരുന്നു. ആളുകളെ പിടിച്ചിരുത്തി അവരുടെ ഭൂതവും വർത്തമാനവും ഭാവിയും കൈരേഖ നോക്കി പറയുന്ന ഹസ്തരേഖാ ശാസ്ത്രജ്ഞൻ. ഈ ശാസ്ത്രസിദ്ധി അബ്ദുല്ലക്കുട്ടിക്ക് എവിടുന്ന് കിട്ടി എന്നത്ഭുതപ്പെടുന്ന ഇവന്റെയരികെ വന്നുനിന്ന് അവൻ പറഞ്ഞു. "പടശോൻ ശപിച്ചു. എന്നെ ഒഴിവാക്കിയതിന് പടശ്ശോൻ ശിക്ഷിച്ച്. എന്റെ മോൻ മരിച്ചുപോയി."

പിന്നീടും എന്തെല്ലാമോ പറഞ്ഞ് കക്ഷി നടന്നുപോയി. ആര് ആരെ ശപിച്ചു? ദാമ്പത്യസുഖവും കുടുംബജീവിതവും കാംക്ഷിച്ച ഒരു മാപ്പിളപ്പെണ്ണ്? ആറ്റുനോറ്റുണ്ടായ ഒരേ ഒരു മകൻ. മകൾ നല്ല ദാമ്പത്യം നയിക്കുന്നത് കാൺമാൻ കൊതിച്ച പിതാവ്. വിശ്വാസത്തിന്റെ നൂലാചാരങ്ങൾ... നൂലാമാലകൾ... ശാപത്തിന്റെ കഥയും പറഞ്ഞ് പൊട്ടിച്ചിരിച്ച് അകന്നുപോയ ആ ഹസ്തരേഖാ വിദഗ്ദ്ധനെ പിന്നീട് കണ്ടത് പല പല വേഷങ്ങളിലായിരുന്നു. അപ്പോഴൊക്കെയും പതുക്കെ, ഞാൻ മാത്രം കേൾക്കെ അത്രയും പതുക്കെ അബ്ദുല്ലക്കുട്ടി അവന്റെ നഷ്ടപ്പെട്ടുപോയ കുടുംബജീവിത ദുരന്തങ്ങളുടെ വറ്റാ തേങ്ങലുകൾ എന്നെ കേൾപ്പിക്കാറുണ്ടായിരുന്നു. എന്നിട്ടും പുറമേ, ഉച്ചത്തിൽ അവൻ സംസാരിക്കുക അവന്റെ വിശ്വാസപ്രമാണങ്ങളുടെ ഇളകാത്ത അസ്തിവാരത്തെക്കുറിച്ചും അതിന്മേലുയരുന്ന സ്തൂപങ്ങളെക്കുറിച്ചും തന്നെയായിരുന്നു.

ഏറ്റവും ഒടുവിൽ അവനെ കണ്ടത് നാട്ടിലെ എന്റെ ഗ്രാമത്തിലെ ബസ്സ്റ്റാന്റിൽ വെച്ചുതന്നെയായിരുന്നു. മുഴുഭ്രാന്തൻ. പൂർണ്ണ നഗ്നൻ. നഷ്ടപ്പെട്ട ഇണയെക്കുറിച്ചോർത്ത് എന്തെല്ലാമോ പുലമ്പുന്ന അബ്ദുല്ലക്കുട്ടിയുടെ കണ്ണിൽപ്പെടാതെ ഞാനന്ന് ഒഴിഞ്ഞകന്നു. എന്റെ കളിക്കൂട്ടുകാരന്റെ പതനം കാൺമാൻ എനിക്ക് തീരെ വയ്യായിരുന്നു. പിന്നീട് കേട്ടു. ഏതോ പട്ടണത്തിന്റെ നാല്ക്കവലയിൽ നഗ്നനായ ഒരു ഭ്രാന്തൻ നട്ടം തിരിഞ്ഞലഞ്ഞ് ഒടുവിൽ.... ശാപം ഏറ്റുവാങ്ങി കരിഞ്ഞുണങ്ങി ജീവിതത്തിന്റെ ആളറിയാ തീരത്ത് അനാഥമായി ചെന്നടിഞ്ഞ് വിറങ്ങലിച്ച ജഡം.... ജീവിത കാമനകൾ അത്രയും ചീന്തിമുറിച്ച് ചോരവാർന്ന് വിറങ്ങലിക്കുവാൻ വിധിക്കപ്പെട്ട ജഡം. അബ്ദുല്ലക്കുട്ടി, അവനെ ഉപേക്ഷിക്കാൻ നിർബ്ബന്ധിതയായ മാപ്പിളത്തരുണി. ശാപം ഏറ്റുവാങ്ങിയതാരൊക്കെ?

കൊടിയത്തൂരിലെ ദുഃഖകഥകളൊന്നും അറിയാത്തവർ ക്ഷേമ

ത്തിന്റെ പൂക്കൾ നേർന്നുനടന്ന അബ്ദുല്ലക്കുട്ടിയെ പിന്നെയും ഓർക്കുന്നു- പിടികിട്ടാത്ത കഥകൾ.

പരംപൊരുൾ: രണ്ടുപേർ ശണ്ഠകൂടുന്നിടത്ത് 'ചാതിക്കാരം'' പിടിക്കാൻ ചില മദ്ധ്യസ്ഥന്മാർ വരാറുണ്ട്. അന്യോന്യം പറഞ്ഞ് സബൂറാക്കാനാണ് അവരുടെ സാന്നിദ്ധ്യം. അന്യോന്യം ശപിക്കുന്നേടത്ത് അത് കേട്ടിരുന്ന് തലകുലുക്കാനും മദ്ധ്യസ്ഥന്മാരോ? ആപത്തിന്റെ ആഴം അളന്ന് തൂക്കി നിർണ്ണയിക്കുകയോ നിരീക്ഷകധർമ്മം?

വീഡിയോകാസറ്റിലെ ക്ലോസപ്പുകൾ

മകളുടെ കല്യാണക്കുറിയുമായി നഗരത്തിലെ ഒരു സുഹൃത്തിന്റെ വീട്ടിൽ അന്നൊരു സന്ധ്യാനേരത്ത് ഞാനും ശ്രീമതിയും കയറിച്ചെന്നു. ഞങ്ങളുടെ നല്ല കാലത്തിന് കുടുംബനാഥൻ അവിടെയുണ്ടായിരുന്നു. നേരിട്ടുകണ്ട് കല്യാണം പറയുകയും കുടുംബാംഗങ്ങളെ മുഴുവനും കല്യാണത്തിന് ക്ഷണിക്കുകയും ചെയ്യാമല്ലോ.

പതിവനുസരിച്ച് ആ വലിയ വീട്ടിലെ സല്ക്കാരങ്ങളൊക്കെ യഥാവിധി ആസ്വദിച്ച ശേഷം ഞങ്ങൾ വന്ന കാര്യം പറഞ്ഞു. എല്ലാവരെയും പ്രത്യേകം പ്രത്യേകം ക്ഷണിച്ചുകൊണ്ട് കല്യാണക്കുറി നീട്ടുകയും ചെയ്തു. "നമ്മൾ തമ്മിൽ ഇതിന്റെയെല്ലാം ആവശ്യമുണ്ടോ?" ക്ഷണക്കത്ത് വാങ്ങുന്നതിനിടയിൽ ഗൃഹനാഥൻ ചോദിക്കുന്നു. ഇതങ്ങനെയല്ല, കല്യാണം നിങ്ങളൊക്കെ നേരത്തെകാലത്തെ എത്തികഴിച്ചു കൂട്ടിത്തരേണ്ട സംഗതിയാണ്. എന്നാൽ ഈ ക്ഷണക്കത്ത് അന്നേ ദിവസത്തെക്കുറിച്ച് മറവി പറ്റാതിരിക്കാനൊരു താക്കോലായിട്ടു തരികയാണ് എന്നൊക്കെ നീട്ടിയും കുറുക്കിയും മൂളിയും മുരണ്ടുമൊക്കെ ഞങ്ങൾ ഭാര്യയും ഭർത്താവും പറഞ്ഞൊപ്പിച്ചു. തങ്ങളുടെ ഭംഗിവാക്കുകൾ ആസ്വദിക്കുന്നതിനിടയിൽ ക്ഷണക്കത്തിലൂടെ കണ്ണോടിച്ചുകൊണ്ട് സുഹൃത്ത് പറയുന്നു: "ഓ അവിടെ വെച്ചാണ് കല്യാണം–അല്ലേ? നമ്മുടെ അന്തരിച്ച നേതാവിന്റെ സ്മരണാർത്ഥം ഉണ്ടാക്കിയ ഓഡിറ്റോറിയത്തിൽ വെച്ചാണ് കല്യാണം–സംഗതി നന്ന്, പക്ഷേ, സൂക്ഷിക്കണം."

സൂക്ഷിക്കണം എന്നു കേട്ടപ്പോൾ ആദ്യം ഒന്നു ഞെട്ടി. കല്യാണപ്പെണ്ണിന് പൊന്നും പണ്ടവുമൊരുക്കുന്ന ബദ്ധപ്പാടിലും കല്യാണസദ്യക്കുകോപ്പൊരുക്കുന്ന കാര്യങ്ങളാലോചിച്ചും അപ്പോഴേ മനസ്സ് പുണ്ണായിക്കഴി

ഞ്ഞവരാണല്ലോ ഞങ്ങൾ അച്ഛനമ്മമാർ. ഇനിയും എന്താണാവോ സൂക്ഷിക്കേണ്ടത്? അനുഭവസ്ഥനും ലോകകാര്യങ്ങളിൽ വ്യഗ്രതകൾ എമ്പാടും തലയിൽ ചുമന്ന ധാരാളം പാകതവന്ന വ്യക്തിയുമൊക്കെയാണല്ലോ കല്യാണക്കത്തിലെ വരികൾക്കിടയിലൂടെ വായിക്കുന്നതിനിടയിൽ ഒരു വെളിപാടുപോലെ വിളിച്ചോതുന്നത്. ശരിക്കും അമ്പരന്ന ഇവൻ പതുക്കെ ചോദിച്ചു: "എന്താണാവോ സൂക്ഷിക്കേണ്ടത്."

"കല്യാണം അവിടെ വെച്ചാണെങ്കിൽ സൂക്ഷിക്കുകതന്നെ വേണം. ഗേറ്റിൽ ആളെ സ്വീകരിക്കുന്നിടത്തുനിന്ന് നിങ്ങൾ ഒരിടത്തേക്കും പോകരുത്. ആളെ ക്ഷണിക്കുന്നത് താങ്കളാണല്ലോ. ആ നിലയ്ക്ക് ക്ഷണിക്കാതെ ഉടുത്തൊരുങ്ങി വരുന്നവരെ കണ്ടാൽ നിങ്ങൾക്ക് പെട്ടെന്ന് പിടിത്തംകിട്ടും. ഗേറ്റിൽ ആളെ സ്വീകരിക്കുന്നിടത്ത് നിങ്ങൾ ശരിയായ കണ്ണോടെയും മനസ്സോടെയും നിന്നാൽ അവർക്ക് നുഴഞ്ഞുകയറുവാൻ സാധിക്കുകയില്ല."

ഈ പറഞ്ഞത് പട്ടാങ്ങാണെങ്കിൽ അതിന്റെ പീറ മുഴുക്കെ വന്നുവീഴുക സ്വന്തം പിരടിയിൽ തന്നെയാവുമെന്നോർത്തപ്പോൾ വയർ ഒന്നുകൂടി കാളി. അനുഭവസ്ഥൻ പല പൂർവ്വകഥകളും മുന്നിൽ നിരത്തി. നാട്ടിൽ പതിനായിരത്തിനെ ക്ഷണിച്ച ഒരു പൊടിപൊടിച്ച കല്യാണത്തിന് രണ്ടാം പന്തിക്ക് വിളമ്പാൻ സാധനം തികഞ്ഞില്ലത്രേ. ഒന്നാം പന്തിയിലാരെല്ലാം ഇരുന്നു എന്നു ചോദിച്ചപ്പോൾ ഭക്ഷണശാലയിലെ എല്ലാ സീറ്റിലും ആൾക്കാരുണ്ടായിരുന്നുവെന്ന മറുപടി കേട്ടു. എന്നിട്ടും പന്തിയിലിരിക്കാത്ത, അതിനവസരം കിട്ടാതെ കാത്തുനില്ക്കുന്ന, പന്തീരായിരത്തിനെ കണ്ട പരിചാരകന്മാർ അന്ന് വിയർത്തുകുളിച്ചുപോയത്രേ. ആദ്യ 'മാസറ'യിൽതന്നെ വന്നിരുന്ന് ശാപ്പാടടിച്ചത് ക്ഷണിക്കാതെ പന്തലിലും പന്തിയിലും വന്നിരുന്ന പകൽമാന്യന്മാരായിരുന്നുവത്രേ. മറ്റൊരു വിവാഹച്ചടങ്ങിലും ഇങ്ങനെതന്നെ സംഭവിച്ചുവത്രേ. അത് വെപ്പുപുരയിലെ തരികിടയാണോ എന്ന് പരിശോധിച്ചപ്പോൾ സംഗതി അതല്ലായെന്ന് മനസ്സിലായി. അവിടെ എത്രതന്നെ ചോർന്നാലും വെച്ചുവിളമ്പുന്ന കുശിനിക്കാരൻ അവനെയറിയിച്ച പ്രകാരമുള്ള ആൾക്കാർക്ക് വിളമ്പിയൊപ്പിക്കണമെന്ന് നിർബ്ബന്ധമുണ്ടാവും. അപ്പോൾ സംഗതി വ്യക്തമായി. ഉടുത്തൊരുങ്ങി ചമഞ്ഞ് കല്യാണം നടക്കുന്ന കതിർമണ്ഡപം ലാക്കാക്കി ക്ഷണിക്കാതെ വലിഞ്ഞുകയറുന്നവർ. അവരെ തടയുവാനായില്ലെങ്കിൽ വിവാഹസദ്യ വിപരീതദിശയിൽ ചെന്നെത്തി നിന്ന്, വിരുന്നൂട്ടുന്നവന്റെ വായിൽ മണ്ണിടുമെന്നത് നിർണ്ണയം. അതിനാലാണ് ചങ്ങാതി അത്രയും പറഞ്ഞ് താക്കീത് തന്നത്. പോരാൻ നേരത്ത് ഇത്രകൂടി പറഞ്ഞു. "ഒരു കണ്ണ് മതി കുശിനിക്കലവറയിൽ. പല കണ്ണ് വേണം പടിവാതില്ക്കൽ ആളെ എതിരേല്ക്കുവാൻ നില്ക്കുന്നവന്."

അങ്ങനെ രണ്ടുമുറപ്പിച്ച് നിന്നതിനാലോ, കഥയെഴുത്തുകാരന്റെ കല്യാണത്തിനെന്ത് കോൾ എന്ന സത്യം അറിയുന്നതിനാലോ എന്തോ ഞങ്ങളുടെ കല്യാണസദ്യയിൽ ഇലകിട്ടാത്ത നില വന്നില്ല. പന്തിയിലിട്ട ഇലയിൽ വിളമ്പാൻ വിഭവം തികഞ്ഞില്ല എന്ന ചേപ്പറയും വന്നില്ല. സംഗതി മംഗളകരമായിത്തന്നെ പരിണമിച്ചു എന്നു ചുരുക്കം. ക്ഷണിച്ചവർ മാത്രം കല്യാണത്തിന് വന്നു കൂടി സന്തോഷമാക്കിത്തരികയും ചെയ്തു. ഈശ്വരകൃപയാൽ യാതൊരുവിധ മനോവൈക്ലബ്യത്തിനും ഹേതു വന്നില്ല.

കല്യാണത്തിന് വീഡിയോ കാസറ്റ് ഉണ്ടായിരുന്നു എന്നു പറയേണ്ട തില്ലല്ലോ. വീഡിയോ കാസറ്റിൽ കല്യാണസദസ്സിൽ സന്നിഹിതരായ പ്രമുഖരെ പ്രത്യേകം കാണിച്ചിരുന്നു. അവർ കല്യാണത്തിന് വരുന്ന ദൃശ്യങ്ങൾ. അവരെ കല്യാണക്കാരൻ ആളറിഞ്ഞ് കൈകുലുക്കി എതിരേല്ക്കുന്ന ദൃശ്യങ്ങൾ. ഒത്താശക്കാർ അവരെ പിടിച്ചു കൈയാലെ കൊണ്ടുപോയി സദസ്സിലിരുത്തുന്ന രംഗങ്ങൾ. വിശിഷ്ടാഥിതികൾക്കൊക്കെ കുടുംബാംഗങ്ങൾ ശീതളപാനീയങ്ങൾ നല്കി ഉപചരിക്കുന്ന രംഗങ്ങൾ എല്ലാം സവിസ്തരം പകർത്തിയിട്ടുണ്ട് നമ്മുടെ വീഡിയോ കാസറ്റ് ശില്പി. അദ്ദേഹം ആദിമദ്ധ്യാന്തങ്ങൾ ഒത്തിണങ്ങിയ ഒരു ചലച്ചിത്രം പോലെ കല്യാണകാസറ്റ് ശരിപ്പെടുത്തി കൊടുക്കുന്നതിൽ മഹാനിപുണനായിരുന്നു. ഞങ്ങൾ ഒന്നിച്ചിരുന്ന് മകളുടെ ഭർത്താവിന്റെ ബന്ധുക്കളും എന്റെ ബന്ധുക്കളും എല്ലാം ആ കാസറ്റ് പലവുരുകണ്ടു. ഞാൻ കൂടുതലും ശ്രദ്ധിച്ചത് ക്ഷണിക്കാതെ വന്ന് ആഹാരം തട്ടിവിട്ടു സ്ഥലം കാലിയാക്കുന്ന വല്ല പുംഗവന്മാരും ആൾക്കൂട്ടത്തിൽ ഉണ്ടോ എന്നായിരുന്നു. ചിലരെയൊക്കെ കണ്ടു. സാരമില്ല. കല്യാണപ്പന്തലിൽ ഒന്നും നഷ്ടപ്പെട്ടിട്ടില്ലാത്ത സ്ഥിതിക്ക് അവരെ തപ്പിപ്പിടിച്ച് ലോക്കപ്പിലാക്കി നന്നായി പെരുമാറേണ്ട യോഗം പൊലീസിന്നുണ്ടാവുകയില്ല. അക്കാരണത്താൽതന്നെ, അന്വേഷണ ഉദ്യോഗസ്ഥന്മാരുടെ നോട്ടപ്പുള്ളിയാകേണ്ട നില അവർക്ക് ഒട്ടും വരികയുമില്ലല്ലോ. അതിനാൽ മകളുടെ കല്യാണ കാസറ്റ് കാണേണ്ടവർക്ക് ഒക്കെ കാണാം. കുഴപ്പവുമില്ല. അഡൾട്ട്സ് ഒൺലി അല്ല. നാലഞ്ചു ചെറുപ്പക്കാർ, പിന്നെയൊന്നുരണ്ടു മുതിർന്നവർ, രണ്ടോ മൂന്നോ സ്ത്രീകൾ, ഇവരെയൊക്കെ കല്ല്യാണത്തിന് പങ്കെടുത്തവരായി കാസറ്റിൽ കണ്ടു. അവരൊക്കെ നന്നായി വസ്ത്രധാരണം ചെയ്തവരായിരുന്നു. ചെറുപ്പക്കാർ പാന്റ്സും മുന്തിയ കുപ്പായവും അവരുടെ പ്രായത്തിനിണങ്ങുംപടി ധരിച്ച് മുൻനിരയിൽ തന്നെ ഇരുന്നിട്ടുണ്ട്. മുതിർന്നവരും വിലകൂടിയ വസ്ത്രങ്ങൾ ധരിക്കുവാൻ ശ്രദ്ധിച്ചിട്ടുണ്ട്. കല്യാണത്തിൽ പങ്കെടുത്ത പെൺമണികളും–അവർ പട്ടുസാരിയും പകിട്ടുമൊക്കെയുള്ളവരായിരുന്നതിനാൽ എന്റെ പെണ്ണുംപിള്ള ആ അപരിചിതരെ കണ്ടപ്പോൾ ധരിച്ചുവത്രെ, ഭർത്താവിന്റെ പ്രത്യേകം

ക്ഷണംകിട്ടി വന്ന പൂവ്വലാംഗികളായിരിക്കുമെന്ന്. ചെറുപ്പക്കാർ കോട്ടും സൂട്ടും പാപ്പാസുമൊക്കെയിട്ട് ശൊങ്കശിരോമണികളായി കയറിവരുന്നത് കണ്ടപ്പോൾ ഞാനും ആ വിധത്തിൽ എന്റെ നൽപ്പാതീമണിയെക്കുറിച്ച് ധരിച്ചുവോ? കൈപിടിച്ചു കുലുക്കി വമ്പൻ ചിരി പാസാക്കി അകത്തേക്കാനയിക്കുമ്പോൾ അകതാരിൽ കരുതിയിരുന്നു. ഒന്നുകിൽ പെണ്ണിന്റെ പാർട്ടി. അല്ലെങ്കിൽ ചെക്കന്റെ പാർട്ടി. പെണ്ണിന്റെ പാർട്ടിയെന്നതിന് എന്റെ ഉൾത്തടങ്ങളിലുണ്ടായിരുന്ന വിവക്ഷ എന്റെ ശ്രീമതിയുടെ പാർട്ടി എന്നായിരുന്നുവെന്നുകൂടി പറയട്ടെ, സാരമില്ല. ക്ഷണിച്ച പലരും വരാത്ത സ്ഥിതിക്ക് ക്ഷണിക്കാതെ വന്നവർക്ക് നന്നായി ഭക്ഷണം സാപ്പിടുവാൻ സാധിച്ചുവല്ലോ. കല്യാണം കഴിഞ്ഞ് സന്തോഷമായ വകയിൽ, സന്താപഹേതുവായി വിശേഷാൽ കളവോ പിടിച്ചുപറിയോ നടക്കാഞ്ഞതിനാൽ ആർക്കും വീഡിയോ കാസറ്റ് പല തവണയിട്ട് കണ്ടു രസിക്കുകയും ചെയ്യാം. പിടിക്കപ്പെടുമോ എന്ന ഭീതി കൂടാതെതന്നെ. അതിനാൽ കല്യാണചിത്രങ്ങൾ തെളിയുന്ന ടി വി സ്ക്രീനിൽ നോക്കി, ക്ഷണിക്കാതെ വന്ന പുംഗവന്മാരെയും പൂവ്വലാം ഗിമാരെയും നോക്കി അന്ന് ഇവൻ പതുക്കെ പാടി:

"കുട്ട്യോളല്ലേ–നെയ്ച്ചോറല്ലേ–പയിച്ചിട്ടല്ലേ വെയിച്ചോട്ടെ...
പള്ള നെറച്ചും വെയ്ച്ചോട്ടെ...പൂതി തെകച്ചും വെയിച്ചോട്ടെ..."

ഇങ്ങനെ പാടിയിരുന്നപ്പോഴും, ഒരു സുന്ദരീമണിയെ പൊലീസുകാർ വീഡിയോ ചിത്രത്തിൽ മുഖം കാണിച്ചു എന്ന കാരണത്താലും, അവൾ ക്ഷണിക്കാതെ വിരുന്നിനുവന്ന നാരീമണിയാണെന്ന് കല്യാണ വീട്ടുകാർ ചൂണ്ടിപ്പറഞ്ഞതിനാലും, നന്നായി പെരുമാറി; കല്യാണവീട്ടിലെ കളവു സാധനം തൊണ്ടിയോടെ പിടിച്ചെടുക്കാൻ ശ്രമിച്ചത് അബദ്ധമായി എന്ന പത്രവാർത്ത വായിച്ചതിനാലും പഴയ ഒരു കഥ പെട്ടെന്ന് ഓർമ്മ വന്നു.

കുറേ കൊല്ലങ്ങൾക്കുമുമ്പാണ്. എനിക്കന്ന് കുട്ടിപ്രായം. മണ്ടിപ്പാഞ്ഞു നടക്കുന്ന ചെറുബാല്യക്കാരൻ. അന്ന് എന്റെ ബന്ധുവീട്ടിൽ ഒരു കല്യാണം നടന്നു. കെങ്കേമമായ കല്യാണം. നാടടക്കി വിളിച്ച് നാനൂറ് സുപ്പറയിട്ട് നാലായിരത്തിന് നാല്പത് വട്ടം 'ഒജീനം' വെച്ചു വിളമ്പി നാട്ടിനെ പുളകംകൊള്ളിച്ച കല്യാണം. നാട്ടിൽ പ്രമാണിമാരും തങ്ങന്മാരും വന്നൊത്തുകൂടിയ കല്യാണം. അറയ്ക്കലെ രാജാവുവരെവന്ന കല്യാണം എന്നു പറഞ്ഞാൽ ഞങ്ങൾ വടക്കർക്ക് എല്ലാമായി. അങ്ങനെയുള്ള കല്യാണത്തിനും നാട്ടിലെ വമ്പന്മാരെയും വേണ്ടപ്പെട്ട ബന്ധുമിത്രാദികളേയും മാത്രമേ ക്ഷണിച്ചിരുന്നുള്ളൂ. ക്ഷണിക്കാത്തവരെ പന്തലിന് പുറത്തിരുത്തി. അവർക്ക് വിളമ്പാൻ ചോറും മൂരിച്ചാറും വേറെതന്നെ ഉണ്ടാക്കിയിരുന്നു. പിന്നെ ഒരു രസത്തിന് പരിപ്പ് വരകിയതും ഉണ്ടായിരുന്നു. അവർക്ക് സാനിൽ ചോറും കൂട്ടാനും മേലെ പരിപ്പ് വരകിയതും ഒപ്പം വിളമ്പി മാസറ വളച്ചിരുത്തി ഊട്ടുവാൻ വെറെ

പണിക്കാരെയും ഏർപ്പെടുത്തിയിരുന്നു. എന്നിട്ടും പുരക്കാരന്റെ കണ്ണുംവെട്ടിച്ച് ചിലരൊക്കെ വമ്പന്മാരുടെ മാസറകളിൽ ഇരുന്നുകളഞ്ഞു. വമ്പന്മാർ വാരി വിഴുങ്ങുന്നതുപോലെ നെയ്ച്ചോറും കറിയും അവരുടെ വയറ്റിലും ചെന്നു. കഥയറിഞ്ഞ കല്യാണക്കാരൻ അവരെ സഭയിൽ വെച്ചുതന്നെ 'കള്ളസുവർക്കളെ' എന്നു വിളിക്കുകയും പിരടിക്ക് പിടിച്ചുന്തുകയും ചെയ്തു. ആ വീട്ടിൽ ഒരു കളവ് നടന്നു. നാലു പവന്റെ അരഞ്ഞാണം കാണുന്നില്ല. കുട്ടിയുടെ അരയിൽ ഉണ്ടായിരുന്നു. തൊട്ടിലിൽ കിടത്തിയ കുഞ്ഞിനെ എടുത്തപ്പോൾ അരഞ്ഞാണം കാണുന്നില്ല. ആരെ സംശയിക്കും? മറ്റാരെയാണ് സംശയിക്കേണ്ടത്? വീഡിയോ ഏർപ്പാടൊന്നും അക്കാലത്ത് ഉണ്ടായിരുന്നില്ല. ആരോ പറഞ്ഞു: ''അടുക്കളയിൽ അരയ്ക്കാനും മുറിക്കാനും അഞ്ചരി ബീവിക്കുട്ടിയുണ്ടായിരുന്നു. അവളുടെ മൂത്ത മോനെ വെപ്പുപുരയുടെ അരികെ കണ്ടിരുന്നു."

എങ്കിൽ സംശയിക്കാനില്ല എന്നായി തറവാട്ടു വമ്പന്മാർ. പിന്നാമ്പുറത്തെ വെപ്പുകാരൻ മൂസയുടെ വലിയ പാത്രത്തിലെ എച്ചിൽ വടിച്ച് കഴുകുന്ന പോക്കറിനെ പൊലീസുകാർ കൂട്ടിക്കൊണ്ടുപോയത്രെ. ഇക്കാലത്തെ പൊലീസ് അല്ല അക്കാലത്തെ പൊലീസ്. ബിരിയാണി മൂക്കറ്റം തിന്ന പൊലീസുകാരൻ പോക്കറിന്റെ മർമ്മസ്ഥാനം തന്റെ ഉള്ളംകൈയിലൊതുക്കി. നിന്നു പിരിയുന്ന പോക്കർ പറഞ്ഞു: "എന്റെ വീട്ടിന്റെ അടുക്കള ഭാഗത്ത് കുയിച്ചിട്ട്ക്ക്–"

അവർ പോക്കറിനെയുംകൊണ്ട് അവന്റെ ചാളയുടെ പിന്നാമ്പുറത്തെത്തി. അവിടെ സാധനമില്ല. അവൻ പിന്നേയും പിന്നേയും ഓരോരോ സ്ഥലങ്ങൾ പറഞ്ഞുകൊണ്ടിരുന്നു. അപ്പോഴൊക്കെ ഓരോരോ തരത്തിൽ അവന്റെ ശരീരഭാഗങ്ങൾ നുറുങ്ങിക്കൊണ്ടിരുന്നു. മൂത്രദ്വാരത്തിൽ പച്ചീർക്കിൾ പിരിഞ്ഞപ്പോൾ അവൻ ഉമ്മായോട് പറയുന്നു: "എനിക്കറിഞ്ഞുകൂടാ ഉമ്മാ. ഉമ്മാ വെച്ചിട്ടുണ്ടെങ്കിൽ എടുത്തുകൊടുക്ക്."

കല്യാണപ്പുരയിലെ തേങ്ങാ മുഴുവൻ ചിരകുകയും അരയ്ക്കുകയും ചെയ്ത് തളർന്നവശയായ ആ ഉമ്മപ്പെണ്ണിനേയും പൊലീസുകാർ വെറുതെ വിട്ടില്ല. വനിതാ പൊലീസ് ഇല്ലാത്ത കാലം. ആൺപൊലീസിനുതന്നെ കള്ളികളെ ശിക്ഷിക്കാവുന്ന കാലം. എന്തായിട്ടും തൊണ്ടിമുതൽ കിട്ടുന്നില്ല. ചെറ്റപ്പുരയിൽ പോക്കർ ചോര ഛർദ്ദിച്ചു കിടന്നു. അഞ്ചരി ബീവിക്കുട്ടിയും ശരീരമാസകലം ചോര വീങ്ങി ചിണർത്തുകിടന്നു. പൊലീസുകാർ പിന്നെയും വരുമെന്നും, ശരീരത്തിലെ ബാക്കി എല്ലുകൾ കൂടി ഊരിയെടുക്കുമെന്നും ഗുണകാംക്ഷികൾ വന്നുപറഞ്ഞു. കട്ട മുതൽ മുതലാളിക്ക് എത്തിച്ചുകൊടുക്കാൻ ഉപദേശിച്ചു. ബീവിക്കുട്ടി പറഞ്ഞു: "കക്കാത്ത മുതൽ ഞാൻ എവിടുന്ന് എടുത്തു കൊടുക്കാനാ....?"

പെണ്ണിന്റെയും മോന്റെയും ഗതികേട് എന്നുപറഞ്ഞ് അവർ പോയി. അതിന്റെ ഏഴാം നാൾ കവറും പൊളിച്ച് കിട്ടിയ പണം എണ്ണി കണക്കാക്കുമ്പോൾ, അവർ, കല്യാണപ്പുരയിലെ കാരണവന്മാരും കല്യാണക്കാരിയും കാണുന്നു. കവറുകൾ ഇട്ട പെട്ടിയിൽ കുഞ്ഞിന്റെ നാലുപവൻ ഏലസ്സ്. ആരോ പറയുന്നതുകേട്ടു: "നഷ്ടപ്പെട്ടു പോകാതിരിക്കാൻ ഞാനാ അത് പെട്ടിയിൽ കൊണ്ടു വന്നിട്ടത്. എനക്ക് അത് ഓർമ്മയില്ലാതെ പോയി."

കല്യാണവീട്ടുകാരന്റെ ഓർമ്മപ്പിശകിനെക്കുറിച്ച് ആവലാതിപ്പെടാനോ, തങ്ങൾക്ക് കിട്ടിയ മർദ്ദനത്തിന്റെ വേദന പറഞ്ഞറിയിക്കുവാനോ ബീവിയും പോക്കറും ആ വലിയ വീട്ടിലേക്ക് വന്നില്ല. ചെറ്റപ്പുരയിൽ ചെന്നു കാണുന്നവരോട് മാത്രം ബീവി പറഞ്ഞു: "ഓരൊക്കെ വല്യവല്യ ആൾക്കാരല്ലേ? കക്കലും അറക്കലും സാധുക്കൾക്കല്ലേ പാങ്ങുള്ളൂ."

പോക്കർ പിന്നെ അധികകാലമൊന്നും ജീവിച്ചില്ല, ക്ഷയരോഗാശുപത്രിയിലെ ഒരു കട്ടിലിൽ ഒരുനാൾ അവൻ വിറങ്ങലിച്ചു. നുറുങ്ങിയ എല്ലുകളിൽ ആ ജീവിതം തങ്ങിനിന്നതേയില്ല...

പത്രവാർത്തയിലൂടെ കണ്ണോടിക്കവേ മനസ്സിൽ വീണ്ടും വീണ്ടും പോക്കറിന്റെ ഓർമ്മ നുരചിന്തി വരുന്നു. കൈയാമംവെച്ച് നാട്ടിലെ ഇടവഴിയിലൂടെ നടത്തിയ പോക്കറിന്റെ ചിത്രം. മർദ്ദനം സഹിക്കവയ്യാതെ ഓരോന്നു പറഞ്ഞ് അപ്പപ്പോൾ രക്ഷപ്പെടാൻ ശ്രമിച്ച പോക്കർ. വീണ്ടും വീണ്ടും മർദ്ദിക്കപ്പെട്ടവന്റെ ചിത്രം. അവന്റെ ഉമ്മായുടെ ചിത്രം...

പരംപൊരുൾ: മണിയറ മോഷ്ടാവ് വിരാജിച്ചുനിന്ന കാലത്ത് വീഡിയോ കാസറ്റ് ഏർപ്പാടില്ലാത്തത് കഷ്ടമായിപ്പോയി. ഉണ്ടായിരുന്നുവെങ്കിൽ മണിയറ രംഗങ്ങൾ ചിത്രീകരിക്കാൻ ഒരുങ്ങുന്ന വീഡിയോക്കാരന്റെ ക്യാമറക്കണ്ണുകളിൽ മണിയറ മോഷ്ടാവിന്റെ മുഖം ക്ലോസപ്പിൽ കണ്ടേനെ.

അണ്ണം പൊണ്ണാരി മമ്മത്

യശഃശരീരനായ സി എച്ച് മുഹമ്മദ്കോയ സാഹിബ് വിദ്യാഭ്യാസ മന്ത്രിയായിരുന്ന കാലത്ത്, മുസ്‌ലിം സമുദായാംഗങ്ങൾക്ക് അർഹതപ്പെട്ട പല ഉദ്യോഗങ്ങളും അതിനു കല്പിക്കപ്പെട്ട വിദ്യാഭ്യാസ യോഗ്യത നേടിയ ഉദ്യോഗാർത്ഥികളുടെ അഭാവം കാരണം പൂരിപ്പിക്കാതെ കിടക്കാറുണ്ടായിരുന്നു. വളരെക്കാലം ആ തസ്തികകൾ വൃഥാവിലിട്ട് പിന്നീട് നിയമനവ്യവസ്ഥകളിൽ അയവു വരുത്തി മറ്റു സമുദായാംഗങ്ങളെ നിയമിക്കേണ്ടിവന്ന കഥയും ഉണ്ടായിട്ടുണ്ട്. കാര്യം നടന്നുപോകണമല്ലോ. ഈ സ്ഥിതിവിശേഷത്തെക്കുറിച്ചും സ്വസമുദായത്തിനു വന്നുപെടുന്ന ഈദൃശ അധഃസ്ഥിതാവസ്ഥയെപ്പറ്റിയും അദ്ദേഹം ഖേദപൂർവ്വം സംസാരിക്കാറുണ്ടായിരുന്നു. വിദേശമലയാളികൾക്കിടയിൽവെച്ചും സ്വദേശത്തെ ചില വിദ്യാഭ്യാസസ്ഥാപനങ്ങളിലെ ചടങ്ങുകളിൽ സംബന്ധിക്കുമ്പോഴും അദ്ദേഹം വികാരഭരിതനായിത്തന്നെ ഈ കാര്യങ്ങൾ പ്രതിപാദിക്കാറുണ്ട്. വിറകുവെട്ടികളും വെള്ളംകോരികളും മാത്രമായി അവഗണിക്കപ്പെട്ട ഒരു സമുദായത്തിന്റെ ദുരന്തകഥയാണ് എനിക്കെപ്പോഴും പറയാനുള്ളത് എന്നദ്ദേഹം കൂടെക്കൂടെ പറയുന്നത് കേട്ടിട്ടുണ്ട്. രാജ്യത്തിന്റെ ഏതുഭാഗത്തായാലും ഇങ്ങനെ അഗണ്യകോടിയിൽ തള്ളപ്പെട്ട ജീവിതത്തിന്റെ പുറമ്പോക്കുകളിൽ ഹതാശരായി അലയാൻ വിധിക്കപ്പെട്ടവരുടെ ദൈന്യപൂർണ്ണമായ ജീവിതം അദ്ദേഹം തന്റെ സ്വതഃസിദ്ധമായ വാക്ചാതുരിയോടെ വിവരിക്കുമ്പോഴൊക്കെ എന്റെ ഓർമ്മയിൽ ഒരു മമ്മതിന്റെ രൂപം തെളിഞ്ഞുവരാറുണ്ട്. അദ്ദേഹത്തിനു കൂടി പരിചയമുള്ള ഒരു മമ്മത്. കുട്ടിക്കാലത്ത്, അദ്ദേഹം തന്റെ വിദ്യാഭ്യാസകാലം കഴിഞ്ഞ് രാഷ്ട്രീയവേദികളിൽ പതുക്കെപ്പതുക്കെ

പ്രത്യക്ഷപ്പെട്ടുകൊണ്ടിരുന്ന കാലത്ത് നാഷണൽ ഗാർഡ് എന്ന സേവനസന്നദ്ധസേനാ സംഘടനയിൽ തന്റെ സജീവ പങ്കാളിത്തം പ്രകടിപ്പിച്ചിരുന്ന അവസരങ്ങളിൽ, കൊയിലാണ്ടിയുടെ പടിഞ്ഞാറൻ ഭാഗങ്ങളിൽ വിദ്യാഭ്യാസത്തിന്റെ ആവശ്യകതകൾ ജനങ്ങൾക്കിടയിൽ പറഞ്ഞു മനസ്സിലാക്കി അവരെ ബോധവല്ക്കരിക്കാൻ രാപകൽ ശ്രമിക്കുന്നതിനിടയിൽ, അദ്ദേഹം ഒരു കഥാപാത്രത്തെ കാണുന്ന താല്പര്യത്തോടെ മമ്മതിനെ കാണാറുണ്ടായിരുന്നു. അന്ന് മമ്മത് ചെറുപ്പക്കാരനായിരുന്നു. എങ്കിലും തറവാട്ടിൽ വേവുന്ന ഭക്ഷണവും കഴിച്ച് കുശാലായി തെക്കുവടക്കുനടന്ന മമ്മതിന് "ദുനിയാവ്" എന്നു പറഞ്ഞാൽ എന്താണ് എന്നറിയില്ലായിരുന്നു. കല്ലും നെല്ലും തിരിച്ചറിയുവാനാവില്ലായിരുന്നു. ആരെന്തു പറഞ്ഞാലും അതെല്ലാം നേര് എന്ന് വിശ്വസിക്കുന്ന മമ്മതിന് എഴുതാനോ വായിക്കുവാനോ നിശ്ചയമില്ലായിരുന്നു. അതേക്കുറിച്ചാരെങ്കിലും ചോദിച്ചാൽ പല്ലുമുഴുക്കെ പുറത്തു കാണിച്ച് മമ്മത് പറയും: "ഞമ്മക്കെന്തിനാ എഴുത്തറിഞ്ഞിട്ടുകാര്യം. ബർമ്മയിന്ന് കത്തു വരാനൊന്നും ഇല്ലല്ലോ. ഇനി വന്നാത്തന്നെ ചാത്തുശിപായി എന്തിനാ-കത്ത് വായിക്കാനല്ലാതെ"

ഇതായിരുന്നു മമ്മതിന്റെ പ്രമാണം. വർഷങ്ങൾക്കുശേഷം മുഹമ്മദ്കോയ വിദ്യാഭ്യാസമന്ത്രി പദവിയിലിരുന്ന് തന്റെ സമുദായത്തിന്റെ പതനകഥകളെക്കുറിച്ച് പറയുമ്പോൾ, വിറകുവെട്ടികളും വെള്ളംകോരികളും മാത്രമായിക്കലാശിക്കുന്നവരുടെ ദുരന്തം വിളിച്ചോതുമ്പോൾ എന്റെ പഴയ തറവാട്ടിന്റെ ഉമ്മറക്കോലായിൽ ചില സന്ധ്യാനേരങ്ങളിൽ വന്നു നില്ക്കാറുള്ള മമ്മതിനെ ഞാൻ വീണ്ടും ഓർക്കാറുണ്ട്. വാ നിറയെ തിന്നണമെന്നും, അങ്ങനെ തിന്നണമെങ്കിൽ എല്ലുമുറിയെ പണിയെടുക്കണമെന്നും മാത്രമേ മമ്മതിന് ഇന്ന് നിശ്ചയമുള്ളൂ. ആരെന്തു പണിയേല്പിച്ചാലും മമ്മത് ചെയ്യുന്നു. കിട്ടിയതുവാങ്ങി അത്രയേ താനിക്കർഹതയുള്ളു എന്നു കരുതി ഒരിടത്തടങ്ങി കഴിഞ്ഞുകൂടുന്ന മമ്മത് ഇപ്പോൾ വൃദ്ധനാണ്. കാലവും ശൂന്യതയിലെ അലച്ചിലും നാഥനില്ലായ്മയും എല്ലാംകൂടി മമ്മതിൽ പ്രായത്തേക്കാൾ കൂടിയ വാർദ്ധക്യം അടിച്ചേല്പിച്ചിട്ടുണ്ട്. ഈയിടെ ഞാൻ മമ്മതിനെ കണ്ടത് പേരാമ്പ്രയിൽ ഒരു യോഗത്തിൽ പങ്കെടുക്കാൻ ചെന്നപ്പോഴായിരുന്നു. ചായ കുടിക്കാൻ യോഗ സംഘാടകരോടൊപ്പം മുമ്പിൽ കണ്ട ഹോട്ടലിൽ കയറി. കൈ കഴുകാൻ വേണ്ടി പിന്നാമ്പുറത്ത് ചെന്നപ്പോൾ കുമ്പാരം കൂട്ടിയ വിറകട്ടിക്കപ്പുറത്തെ നനഞ്ഞു കുതിർന്ന തിണ്ണയിൽ ഒരു വൃദ്ധൻ ഇരുന്ന് ചുമയ്ക്കുന്നത്കണ്ടു. കാസശ്വാസത്തിന്റെ വലിവുകൾ ഒരു ഏങ്ങലായി ഉയരുന്നത് കേട്ടതിനാലാണ് അങ്ങോട്ടു നോക്കിയത്. വൃദ്ധൻ എന്നെ തിരിച്ചറിഞ്ഞു: "ആര് അത്യക്കാതറോ-?"

ഞാൻ തറപ്പിച്ചു നോക്കി. നനഞ്ഞ തിണ്ണയിൽ വിരിച്ച മുഷിഞ്ഞു

നാറുന്ന ഈറൻ തുണിയിൽ കിടക്കാൻ ഭാവിക്കുമ്പോഴാണ് എന്നെക്കണ്ടത്. ഞാൻ ചോദിച്ചു: "മമ്മത്ക്കാ അല്ലേ?"

അയാൾ ചിരിച്ചു. ശ്വാസംമുട്ടുന്ന ചുമയുണർത്തിയ ചിരി. ആ പല്ലുകൾ കറപിടിച്ചു കറുത്തിട്ടുണ്ട്. പണ്ട് ബാപ്പയുടെ അടയ്ക്കാപ്പീടികയിൽ അടയ്ക്കാ വെട്ടുകാരനായുണ്ടായിരുന്നു. അടയ്ക്കാ കച്ചവടത്തിനുമുമ്പ് പൈങ്ങാ കച്ചവടമുണ്ടാവും. കളിയടയ്ക്കയുണ്ടാക്കാനുള്ള ഏർപ്പാട്. മൂക്കാത്ത പച്ച അടയ്ക്ക കത്രിച്ച് കഷണങ്ങളാക്കുന്ന മമ്മതിന്റെ വിരലുകൾ കറപിടിച്ചു കറുത്തതായിരുന്നു. ഉറക്കം വരാതിരിക്കാനും ഉഷാറു കിട്ടാനും ചിലപ്പോൾ മൂക്കാത്ത അടക്കാ കഷണങ്ങൾ വായിലിട്ടു ചവയ്ക്കുന്നതിനിടയിലാണത്രേ മമ്മതിന്റെ പല്ലുകൾ മുഴുക്കെ കറുത്തുപോയത്. ആ കറുത്ത ചിരിക്കുമാത്രം വർഷങ്ങൾ കടന്നുപോയിട്ടും മാറ്റം വന്നിട്ടില്ല. ഞാൻ അന്ന് കാറിലിരുന്ന് ആലോചിച്ചത് മുഴുക്കെ മമ്മതിനെ കുറിച്ചായിരുന്നു. മമ്മതിന്റെ ബാപ്പ മരിക്കുമ്പോൾ പതിനാലു നമ്പർ സ്വത്തുക്കൾ മമ്മതിന്റെ പേരിൽ എഴുതിവെച്ചിട്ടാണത്രേ മരിച്ചത്. പത്തിരുപത് മുറി പീടികകൾ വാടകയിനത്തിൽ വരവുണ്ടാക്കിവെച്ചിട്ടാണ് മമ്മതിന്റെ ബാപ്പ മരിച്ചത്. മകൻ ഒന്നുകൊണ്ടും ബുദ്ധിമുട്ടരുതെന്നു ബാപ്പ കരുതി. പക്ഷേ, സംഭവിച്ചത് എന്തായിരുന്നു എന്ന് എനിക്കറിയാം. മമ്മതിനു പാകതയെത്തിയിട്ടില്ലാത്തതിനാൽ, സ്വന്തം കാര്യം തൻനിലയ്ക്ക് ആലോചിച്ചുചെയ്യാൻ ശേഷിയില്ലായെന്ന് എല്ലാവരും പറഞ്ഞതിനാൽ കുടുംബത്തിൽപ്പെട്ടവർതന്നെ അങ്ങനെ വിധിച്ചതിനാൽ, സ്വത്തുക്കൾ നോക്കിനടത്താൻ മമ്മതിന്റെ കാരണവർ മുന്നിൽ നിന്നു.

ഒരുറുപ്പികയ്ക്ക് പതിനാറ് അണയും ഒരണയ്ക്ക് നാലു മുക്കാലും എന്ന സമ്പ്രദായം നിലനിന്നിരുന്ന കാലം. ഒരുനാൾ കാരണവർ ഒരു കിഴി നിറയെ ഓട്ടമുക്കാൽ (അക്കാലത്ത് ഓട്ടമുക്കാല് എന്ന നാണയം ഉണ്ടായിരുന്നു. നേതാക്കന്മാരെ അന്ന് ഓട്ടമുക്കാലുകൾ കൊണ്ട് ഹാരമുണ്ടാക്കി അണിയിക്കുന്ന പതിവുണ്ടായിരുന്നു. നോട്ടുമാലയല്ല.) കൊണ്ടുവന്ന് മമ്മതിന്റെ കൈയിൽ കൊടുത്തുവത്രെ. എനിക്കെന്തിനാണിത്രയും പണം എന്നുചോദിച്ച മമ്മതിനോട് കാരണവർ പറഞ്ഞുവത്രെ: "നിന്റെ വസ്തുവഹകൾക്കും പീടികകൾക്കും ഞാനല്ലേ മുക്ത്യാറ്. കിട്ടുന്നത് വാങ്ങിക്കോ മോനെ."

മമ്മത് വാങ്ങി. കാരണവർ നീട്ടിക്കൊടുക്കുന്ന മുദ്രകടലാസുകളിലൊക്കെ ഒപ്പിട്ടുകൊടുക്കുകയും ചെയ്തു. പിന്നീട് കാരണവർ ഒരുനാൾ പണക്കിഴിയുമായി വന്നു. അതേല്പിച്ചപ്പോൾ പറഞ്ഞു; "ഇന്നാ പിടിച്ചോ നിന്റെ ഹക്ക് കഴിഞ്ഞു–നിനക്കുള്ളത് എണ്ണിക്കണക്കാക്കി. ഇത്രയും ഉണ്ട്. സ്വത്ത് നോക്കിനടത്താൻ എനിക്കാവൂലാ–ഞാനത് നല്ല വെലയ്ക്ക് വിറ്റ് നിനക്കും വേണ്ടി. പീടികകളിൽ നേരാ നേരത്ത് പോയി വാടക പിരിക്കാൻ നിന്നെക്കൊണ്ടാവൂലാ. ഞാനത് വേറെ വിറ്റ്. കൂലി നിനക്കപ്പം ഒന്നായി വാങ്ങാം. ഇന്നാ പിടിച്ചോ."

ആ കിഴിയിൽ എത്ര പണമുണ്ടെന്ന് എണ്ണിക്കണക്കാക്കാൻപോലും മമ്മതിനാവുകയില്ലായിരുന്നു. അവനത് കാരണവരെതന്നെ പിടിപ്പിക്കാൻ നോക്കി. "ഹക്ക് എടവാട് എനക്ക് തീർക്കണം" എന്ന വാശിപിടിച്ച് കാരണവർ ആ സംഖ്യ വാങ്ങിയില്ല. മമ്മത് ആ സംഖ്യ തന്റെ ബന്ധത്തിൽപ്പെട്ട ഒരു മുസ്ലിം റസ്റ്റാറണ്ട് ഉടമയ്ക്ക് ഏല്പിച്ചു. മമ്മത് ആ പീടികയിൽ പറ്റാക്കി. നിത്യേന പൊറാട്ടയും ഇറച്ചിയും തിന്നു. ചോറ് തിന്നു. ബിരിയാണിയും നെയ്ച്ചോറും തിന്നു. മമ്മത് വീട്ടിൽ പോകാതായി. അഥവാ വീട്ടിലെ മറ്റംഗങ്ങൾ മമ്മതിന് അവിടെ ഒരു പായയും തലയണയും കൊടുക്കാതായി. വീട്-മമ്മതിന്റെ ഓഹരിക്കുള്ള അവകാശം-അവൻ, അവന്റെ പെങ്ങന്മാർക്ക് ഇഷ്ടദാനം നടത്തിയത്രെ. അതിനു രേഖയുണ്ട്. അതെന്താണെന്നുപോലും മമ്മതിന് അറിയില്ലായിരുന്നു. പെങ്ങന്മാരുടെ ഭർത്താക്കന്മാർ നീട്ടിയ കടലാസുകളിൽ മമ്മത് ഒപ്പിട്ടുകൊടുത്തതും ആ ദിവസങ്ങളിൽ തറവാട്ടിലെ നടുവകത്തിരുന്ന് നല്ല രുചിയോടെ മീൻ കരിച്ചതും പൊരിച്ചതുമെല്ലാം കൂട്ടി നന്നായി ഭക്ഷണം കഴിച്ചതും മമ്മത് ഓർക്കുന്നു. അത്രതന്നെ. ഒരുനാൾ മുസ്ലിം റസ്റ്റാറണ്ടിന്റെ മുതലാളി പറഞ്ഞു: "മമ്മതേ, നിന്റെ പണം തീർന്ന്. ഇപ്പം ഇങ്ങോട്ടാ. പിന്നെ നീ വയ്യാപ്രത്തു ചെന്ന് ലേശം വെറക് കീറിത്താ. തടിയൊന്ന് എളകട്ടെ. അല്ലെങ്കിൽ പിത്തം പിടിക്കും."

അങ്ങനെ റസ്റ്റോറണ്ടിന്റെ പിന്നിൽ വിറക് കീറൽ തുടങ്ങി. നല്ല പണി. ധാരാളം വിശപ്പ്. മമ്മതിനെക്കൊണ്ടാവുന്ന പണിയെല്ലാം അവർ എടുപ്പിച്ചു. വെള്ളം കോരി ടാങ്കിൽ നിറച്ചു. ഹോട്ടലിന്റെ പിന്നിൽ മമ്മതിന് ഭക്ഷണം വിളമ്പി. ഹോട്ടലിന്റെ പിന്നിൽ അന്തിയുറങ്ങി. അവൻ പറഞ്ഞു: "എനക്ക് പണിയായി. ഇപ്പം ഹോട്ടലിന്നാ ചോറും ഒറക്കും-"

"മുതലാളി നിനിക്ക് എന്തു തരും?" ആരോ ചോദിച്ചു.

"എന്തു തരാൻ. ചോറ് തരും. ബാക്കിയായ ബിരിയാണി ചോറുണ്ടെങ്കിൽ അതും തരും." മമ്മത് ചിരിക്കുന്നു.

കേട്ടവർ കേട്ടവർ പറഞ്ഞു: "ഒരു അണ്ണം പൊണ്ണരി. പിളന്തൻ തടിയൻ. ബുദ്ധിയില്ലാത്തവൻ."

മമ്മത് കേൾക്കാതെയും ആളുകൾ ഈ അഭിപ്രായം പറഞ്ഞു തുടങ്ങി. ധാരാളം സ്വത്തിന്റെ ഏക അവകാശി. വിവരക്കേടിന്റെ ഊക്കു കൊണ്ട് എല്ലാം അന്യാധീനപ്പെട്ടു. അങ്ങനെയുള്ളവരെ വേറെയെന്തു പേരിലാണ് വിളിക്കുക? വല്ലപ്പോഴെങ്കിലും ഒരു പെരുന്നാളിനോ നോമ്പിനോ സ്വന്തം തറവാട്ടിൽ വന്നു കയറുന്ന മമ്മതിനെ കുട്ടികൾപോലും കളിയാക്കി.

"അണ്ണം പൊണ്ണാരി മമ്മത്."

അതുകേട്ട് മിണ്ടാതെ അവൻ തിരിച്ചുനടക്കുകയേയുള്ളു. ആരോടും പരിഭവമില്ല. പിണക്കവുമില്ല. എഴുത്തും വായനയും ഒന്നും നിശ്ചയ

മില്ലാത്ത അവൻ വേറെ എന്തു ജോലിയാണെടുക്കുക? കഥയറിയുന്ന ആരോ പറയുന്നു: കുനിത്തറികാക്ക ഇതൊന്നും കരുതിയില്ല. സമ്പാദിച്ചുവെച്ച സ്വത്തൊക്കെ മോന് കിട്ടുംന്ന് കരുതി. കുനിത്തറികാക്ക മോനെ പൊന്നുപോലെ പോറ്റി. ഓനെ പഠിപ്പിക്കാൻ കൂടി പറഞ്ഞയച്ചില്ല–"

ഒന്നാം ക്ലാസിൽ കേട്ടെഴുത്ത് തെറ്റിച്ച അവന്റെ ചന്തിക്ക് ഗോപാലൻ മാസ്റ്റർ അന്ന് ചെക്കൻ നന്നാവട്ടെ എന്നു കരുതി നാലു വീക്കിയത്രെ. കണ്ടവന്റെ ആട്ടും വീക്കും ഏല്ക്കാൻ മകനെ സ്കൂളിൽ പറഞ്ഞയക്കണ്ടായെന്ന് അവന്റെ ഉമ്മ നിശ്ചയിച്ചു. അല്ലെങ്കിലും നാലക്ഷരം പഠിച്ചിട്ടാണോ താനിത്രയും സമ്പാദിച്ചത് എന്ന് അവന്റെ ഉപ്പ അക്കാലത്ത് ഉറക്കെ ചോദിക്കുകയും ചെയ്തു. അത്രതന്നെ. ഹോട്ടലിന്റെ ഇരുളടഞ്ഞ ചെരിവിലെ, പിന്നാമ്പുറത്തെ തിണ്ണയിൽ നനഞ്ഞ നിലത്തു കിടന്ന് മമ്മത് ചിരിച്ചു. മുൻഭാഗത്തെ മേശപ്പുറത്ത് ചുടുചായ എന്നെയും കാത്തുനില്പുണ്ടായിരുന്നു. അത് മോന്തിക്കുടിക്കാൻ മനസ്സു വന്നില്ല.

മനസ്സിൽ സ്വസമുദായത്തിന്റെ തകർച്ചയെക്കുറിച്ച്, അധഃപതിച്ചുപോയ സമുദായത്തിന്റെ ദുഃഖചിത്രം വിവരിക്കുന്ന ആ പ്രസംഗം. പിന്നെ മമ്മത്...

പേരാമ്പ്രയിലെ പൊതുയോഗത്തിൽ ഞാൻ ഉറക്കെപ്പറഞ്ഞത്, വെള്ളംകോരിയും വിറകുവെട്ടിയുമായ മമ്മതിന്റെ കഥയായിരുന്നു. അത് എന്റെയും കഥയാണല്ലോ.

പരം പൊരുൾ: "നിങ്ങളുടെ സമുദായം ഉണർന്നിരിക്കയാൽ നിങ്ങൾക്ക് സുഖമായുറങ്ങാം. പക്ഷേ, എന്റെ സമുദായം ഉറങ്ങുന്നു. അതിനാൽ ഞാൻ ഉണർന്നിരിക്കണം." – മൗലാനാ മുഹമ്മദലി

നെൽപ്പാടത്തിന്റെ നെടുവീർപ്പുകൾ

ഏതാനും ദിവസങ്ങൾക്കുമുമ്പ് ഒരുനാൾ, അടുത്ത ബന്ധുവിന്റെ മരണമറിഞ്ഞ്, നാട്ടിലെ ബന്ധുവീട്ടിൽ ഞാൻ എത്തി. കബറടക്കം ഉച്ചതിരിഞ്ഞ് രണ്ടു മണിയോടെ മാത്രമേയുണ്ടാവൂ എന്നറിഞ്ഞിരുന്നു. നന്നേ രാവിലെ തന്നെ കുടുംബിനിയേയും കൂട്ടി ഞാനാ വീട്ടിൽ ചെന്നു.

ആ വലിയ വീടിന്റെ കോലായയ്ക്കപ്പുറത്തെ മുറ്റത്ത് നിരത്തിയിട്ട കസേരയിലൊന്നിൽ ഞാനും ചെന്നിരുന്നു. ആളുകൾ വരികയും, നടുവകത്ത് കട്ടിലിൽ കിടത്തിയ മൃതദേഹത്തിന്റെ മൂടുതുണി നീക്കി അന്തിമദർശനം നടത്തുകയും അല്പനേരം കോലായിലോ മുറ്റത്തോയിട്ട കസേരയിൽ ചെന്നിരിക്കുകയും ചെയ്യുന്നു. കുറേനേരം ഞാനവിടെ യിരുന്നു. എന്റെ പൂർവ്വസ്മരണകളിൽ എത്രയെത്ര സംഭവങ്ങളുമായി കൂട്ടിക്കൊളുത്തപ്പെട്ട വ്യക്തിയായിരുന്നു അദ്ദേഹം. പെങ്ങളുടെ ഭർത്താവിന്റെ പിതാവ്. ഇളയമ്മയുടെ കാരണവർ. നാട്ടിലെ എന്റെ എല്ലാ കണ്ണികളും കോർക്കപ്പെട്ടിട്ടുള്ളത് ബാപ്പയുടെ-ഒഴിഞ്ഞ കസേരകളുടെ വടക്കേ തലയ്ക്കൽ ഒറ്റയ്ക്കിരിക്കുമ്പോൾ മനസ്സിൽ തെളിഞ്ഞുറിവരുന്ന പഴയ കാലങ്ങൾ. ഇരിപ്പിടത്തിനപ്പുറത്ത് കന്മതിലിനും വടക്ക് ഒഴി ഞ്ഞുകിടക്കുന്ന പാടത്തുനിന്നും പതുക്കെ കാറ്റ് വീശുന്നുണ്ടായിരുന്നു. തണ്ടാംവയലിൽനിന്നും ഈറൻ വീശുന്ന തണുത്ത കാറ്റ്. ഞാൻ എഴുന്നേറ്റുനിന്ന് കന്മതിലിനപ്പുറത്തെ തണ്ടാംവയൽ നോക്കി. കൃഷിയിറക്കാത്ത പാടം നിറയെ മുറ്റിപ്പടർന്ന പുല്ലുകൾ. നെൽക്കൊറ്റകൾ ചാഞ്ചാടിയിരുന്ന പാടം അങ്ങ് കണ്ണെത്തും ദൂരം വരെ 'കള'മുറ്റിവളർന്ന് പച്ചമൂടി മരവിച്ച മട്ടിൽ. പണ്ട് കൃഷിയുണ്ടായിരുന്ന കാലങ്ങളിൽ, ചിങ്ങക്കൊയ്ത്തിന് പാടം സജീവമാകുന്ന സമയമാണല്ലോ ഇപ്പോൾ.

അക്കാലങ്ങളിൽ തണ്ടാംവയലിന്റെ നടുവിലെ കുനിയിൽ കാര്യസ്ഥൻ കുഞ്ഞിക്കണാരൻ നായരോടൊപ്പംനിന്ന് പണിക്കാർക്ക് ഉറക്കെയുറക്കെ നിർദ്ദേശങ്ങൾ നല്കി കൃഷിയിലും കൊയ്ത്തിലും ആണ്ടുമുഴുകാറുണ്ടാ യിരുന്ന മനുഷ്യൻ. വിളഞ്ഞ് ചാഞ്ചാടുന്ന നെല്ക്കതിരുകൾ ചിങ്ങംപിറന്ന് ആദ്യനാളുകളിൽതന്നെ കൊയ്യാൻ ധൃതി കാണിക്കാറുണ്ടായിരുന്നു. തണ്ടാംവയലിലെ കറ്റകൾ തറവാട്ടുവീടിന്റെ മുറ്റത്തട്ടിയിടുകയും മെതിക്കുകയും ചെയ്ത ദിനങ്ങൾ. പൊലുവളക്കുന്ന കുഞ്ഞിക്കണാരൻ നായർ. അളന്ന്ചൊരിയുന്ന പൊലു ഓരോരുത്തരുടേയും വകയെത്രയെ ത്രയെന്ന് വേറെവേറെ കണക്കെഴുതിവെക്കുന്ന ഞങ്ങൾ കുട്ടികൾ. ഏറ്റവുമധികം കറ്റകൾ കൊയ്ത് കൂട്ടിമെതിച്ച് ഏറ്റവും കൂടിയ അളവ് പൊലു ചൊരിഞ്ഞ് ഏറ്റവുമേറെ ‘വല്ലി’ അളന്ന് വാങ്ങുന്ന പുലയൻ ചോയിക്കുട്ടിയും മക്കളും, കുങ്കറും മക്കളും. വീട്ടിന്റെ പിന്നാമ്പുറത്ത് പഴയ കൃഷിപ്പണിക്കാരിലാരൊക്കെയോ വന്നു കൂടിനില്ക്കുന്നുണ്ട്. കൃഷിയില്ലാതെ വെറുതെയിട്ട തണ്ടാംവയലിലെ കാരമുളച്ച കളകൾ കാറ്റത്ത് പച്ചപ്പിന്റെ മുഴുപ്പ് കാണിച്ച് സമൃദ്ധിയിൽ ആടുന്നു.

ഇല്ലായ്മയുടെ നിറപ്പകിട്ടാർന്ന സമൃദ്ധി. കൃഷിയിറക്കാത്ത പാടം, രോഗിയായി വളരെകാലം വീട്ടിൽ കഴിയേണ്ടിവന്ന ആ മനുഷ്യന്റെ മനസ്സിൽ മറ്റൊരു രോഗത്തിന്റെ ഉറവയായി വറ്റാതെ നിന്നിട്ടുണ്ടാവണം. കർക്കിടകമഴയുടെ വെള്ളം തണ്ടാംവയലിലും കുളത്തിലും നിറഞ്ഞു കിടപ്പുണ്ട്. പച്ചപ്പായൽ നിറഞ്ഞ തണ്ടാംകുളവും പച്ചപ്പുല്ല് നിറഞ്ഞ തണ്ടാംവയലും; തന്റെ വിരിമാറിൽ നെൽവിത്തുകൾ കാലാകാലങ്ങളിൽ വിതയ്ക്കുകയും ഉഴുതു മറിക്കുകയും കൊയ്യുകയുംചെയ്ത കൃഷി മനസ്സിന്റെ ഉടമ, വീടിന്റെ നടുവകത്ത് ചലനമറ്റ് കിടക്കുന്നത് അറി ഞ്ഞാവുമോ പതുക്കെ നെടുവീർപ്പിടുന്നത്. ആ പച്ചപ്പിന്റെ തപ്തനി ശ്വാസം കാറ്റിന്റെ നേർത്ത കല്ലോലങ്ങളായി എന്റെ ബാല്യകാല കൗതുകങ്ങളിൽ തട്ടുമ്പോൾ ആരോ മനസ്സിലിരുന്ന് പറയുന്നതുപോലെ കൊയ്ത്തും മെതിയും നടക്കുന്ന ചിങ്ങത്തിൽ തന്നെ അദ്ദേഹം പോയല്ലോ.

ഞാൻ പതുക്കെ പുറത്തേക്കിറങ്ങി. ചെന്നുകയറിയത് തറവാട്ടിലാ യിരുന്നു. അവിടെ ആരും ഉണ്ടായിരുന്നില്ല. എല്ലാവരും മരണം നടന്ന വീട്ടിലാണല്ലോ ഉള്ളത്. ഞാൻ കോലായിലിരുന്നു. എനിക്കപ്പോൾ ഏകാന്തത ആവശ്യമായിരുന്നു. തറവാട്ടു വീട്ടിന്റെ സിമന്റ് പാവിയ മുറ്റത്ത് നെൽക്കറ്റകൾ ചവിട്ടിമെതിക്കുന്ന പണിക്കാരുടെ ബഹളം ഞാൻ കാണുകയും കേൾക്കുകയും ചെയ്യുന്നു. പണിക്കാർക്ക് നടുവിൽ കാര്യസ്ഥൻ കുഞ്ഞിക്കണാരൻ നായരോടൊപ്പം കതിർക്കറ്റകളുടെ മെതിയെക്കുറിച്ച് സംസാരിച്ചുറ്റം കൊള്ളുന്ന ആൾ. മുറ്റത്തിന് കിഴക്കേപ്പൊളിയിലെ ആലയിൽ കന്നാലികളെ തീറ്റുന്ന കുഞ്ഞോയിക്ക്

നിർദ്ദേശം നല്കുന്ന കൃഷിക്കാരൻ. ഉഴാനുള്ള എരുതുകളുടെ ആരോഗ്യനില എപ്പോഴും തന്റെ സ്വന്തം തടിയേക്കാൾ ദത്തശ്രദ്ധനായി അന്വേഷിക്കുന്നത് കണ്ടിട്ടുണ്ടല്ലോ. പാടത്ത് പണിയെടുക്കുന്നവരോട് നേരവും കാലവും നോക്കാതെ കുശലം പറയാറുണ്ട്. മസാലപ്പീടികയിൽ വന്ന് സാമാനം വാങ്ങുമ്പോൾ, വീട്ടിലെ ദാരിദ്ര്യത്തെക്കുറിച്ച് അവർ പറയുന്നത് കേട്ടാൽ, സാമാനം പൊതിയുന്ന കുഞ്ഞിരാമനോട് പറയുന്നത് കേൾക്കാം. "തിര്യാതക്ക് എന്താന്ന് വെച്ചാൽ കൊടുക്ക്. പിന്നെ കണക്കാക്കാം. ണ്ണേ–നിന്റെ പറ്റ് എമ്പാടും ആയി."

മൂരിക്കാരൻ കുഞ്ഞോായി ഉഴുതു കഴിഞ്ഞ് നേരം ഇളയുച്ച നേരത്ത് പീടികയ്ക്കു മുമ്പിൽ വന്നാൽ, അവർ പീടികയിറയത്ത് ചുറ്റിപ്പറ്റി നില്ക്കുന്നത് കണ്ടാൽ, പറയുന്നത് കേൾക്കാം: എടോ ചെക്കു പൂശാരിന്റെ പീട്യേൽ പോയി വേണ്ടത് തിന്ന് പഹയാ. എപ്പളും എറക്ക് മോന്തണംന്നേയുള്ളൂ, എന്തെങ്കിലും തിന്ന്, കന്നും കലപ്പേം പിടിക്കണ്ടോനാ."

തൊട്ടുമുമ്പിലെ ചായപ്പീടികയിലേക്കു നോക്കി ഉച്ചത്തിൽ വിളിച്ചു പറയുന്നു; "ചെക്കു പൂശാരീ, കുഞ്ഞോായിക്ക് പുട്ടും കടലേം എന്റെ പറ്റിൽ കൊടുക്ക്. കണക്കൊക്കെ പിന്നെ കണക്കാക്കാം."

മൂരിയെ പൂട്ടി പാടം ഉഴുതു മറിച്ച് കുഞ്ഞോായി ചെക്കു പൂശാരിയുടെ പീടികയിൽ കയറുന്നു. വയറ് നിറച്ചുവന്ന് വീട്ടിലേക്ക് കൊണ്ടുപോകാനുള്ള അരിയും ചില്ലാനവും പൊതിഞ്ഞ് കെട്ടിവച്ചിട്ടുണ്ടാവും. പീടികയിറയിൽ വന്ന് നില്ക്കുന്നവനോട് പറയും: "അതെടുത്തോ പഹയാ. രാവിലെ പണിക്കെത്തണ്ടതാ."

കൃഷിപ്പണിയുമായി ബന്ധപ്പെട്ടവർക്കൊക്കെ വല്ലിക്ക് പുറമേ പീടികയിലും പറ്റ് ഏർപ്പാടാക്കി. അവർ സങ്കടം പറയുന്നത് കേൾക്കാൻ വയ്യ്യായിരുന്നത്രെ. കണ്ടത്തിൽ ഒരു മണി കൂടുതൽ വിളഞ്ഞാൽ അത് അവരുടെ കൂടി ഒത്താശ കൊണ്ടാണെന്ന് എല്ലാവരും കേൾക്കെ ഉറക്കെ പറയാറുണ്ടായിരുന്നു. തറവാട്ടു കോലായിലെ ഏകാന്തതയിൽ ഇരുന്ന് ഞാനാ വീട്ടിന്റെ കോലായ ചുമരിലും ഉമ്മറവാതിൽപ്പടിമേലും കണ്ണോടിച്ചു. ഇല്ല: 'ഇല്ലംനിറ'യുടെ നെൽക്കതിരുകൾ ഉമ്മറവാതിലിന്റെ പൊളികളിൽ ഒട്ടിച്ചുവെച്ചിട്ടില്ല. 'വല്ലംനിറ'യുടെ നെല്ക്കതിരുകൾ കോലായയിറയത്തേ കഴുക്കോലുകളുടെയറ്റത്ത് കെട്ടിത്തൂക്കിയിട്ടുമില്ല. രോഗബാധിതനായി കിടക്കുന്നതിനുമുമ്പേ എല്ലാം നിർത്തിവെച്ചതാണല്ലോ. കൃഷി നഷ്ടം, കച്ചവട നഷ്ടം. മുടക്കിയ മുതൽ ഒരിക്കലും തിരിച്ചു കിട്ടാത്തവിധം നഷ്ടത്തിലായത്രേ നെൽകൃഷി. ആരോ അദ്ദേഹത്തോട് പറഞ്ഞുവത്രേ. "മതി കൃഷി, നെൽകൃഷി കൊണ്ടെന്ത് കാര്യം? ഉണ്ണാൻ അരി കാശ് കൊടുത്താലെത്രയും കിട്ടും. ഞങ്ങൾക്കാർക്കും നെല്ലുകുത്തരിച്ചോറ് തന്നെ തിന്നണമെന്ന് നിർബ്ബന്ധമില്ല."

ആരാണങ്ങനെ പറഞ്ഞത് എന്നറിഞ്ഞുകൂടാ. ഒഴിഞ്ഞുകിടക്കുന്ന നെൽപ്പാടത്തെ വരണ്ട കാറ്റ് അദ്ദേഹം രോഗാതുരനായിക്കിടന്ന മുറിയുടെ

വടക്കേ ജനൽ തുറന്നിട്ടാൽ അതിലൂടെ പ്രവഹിക്കും. അതദ്ദേഹത്തെ വേദനപ്പെടുത്തിയോ എന്നറിഞ്ഞുകൂടാ. എന്തായാലും മനസ്സുകൊണ്ടും ശരീരംകൊണ്ടും അദ്ദേഹം കൃഷിക്കാരനായിരുന്നു. കൃഷിയില്ലാതായപ്പോൾ അദ്ദേഹത്തിന്റെ എല്ലാ സാന്നിദ്ധ്യവും ഇല്ലാതാവുകയുണ്ടായി.

തറവാട്ടുവീട്ടിന്റെ കോലായതിണ്ണയിൽ എന്റെ ഏകാന്തതയെ ആരാണ് ഭഞ്ജിച്ചത്? ചെറിയ അനന്തിരവൻ മുന്നിൽ നില്ക്കുന്നു. ഞാനവനോട് ചോദിച്ചു; "സമയമായോ?"

"ഇല്ല രണ്ടുമണിക്കേ എടുക്കൂ. ആൾക്കാർ എത്തുന്നുണ്ട്."

അനന്തിരവൻ തിരിച്ചുപോയി. തറവാട്ടുവീട്ടിന്റെ കിഴക്കും പടിഞ്ഞാറും രണ്ടുവശത്തായി ചരിച്ചുകെട്ടിയ രണ്ടു ചരു ഉണ്ട്. രണ്ടിലും വലിയ പത്തായങ്ങൾ ഉണ്ടായിരുന്നു. പടിഞ്ഞാറ് ഭാഗത്തെ ചരുവിലെ പത്തായങ്ങളിലായിരുന്നു ഉണക്കി പരുവമാക്കിയ നെല്ല് സൂക്ഷിക്കാറ്. കൊയ്തെടുത്ത് മെതിച്ച പൊലു അളന്ന് ചൊരിയുന്നതും പടിഞ്ഞാറെപ്പുറത്തെ ചരുവിലായിരുന്നു. കിഴക്കേചരുവിലെ പത്തായങ്ങളിലാണ് പഴയ നെല്ല് സൂക്ഷിക്കുന്നത്. വിത്തിനുള്ള നെല്ല് സൂക്ഷിച്ചതും കിഴക്കേ പത്തായങ്ങളിലായിരുന്നു. മൂത്ത കാരണവരുടെ കിടപ്പും പെരുമാറ്റവുമുള്ള മുറിയിൽ. പത്തായത്തിൽ സൂക്ഷിച്ച പഴനെല്ലിന് പുറമെ വലിയ ചെമ്പുകിടാരങ്ങളിൽ വിത്തിനുള്ള നെല്ല് അളന്ന് ചൊരിഞ്ഞ് പൊതിർത്തി വെക്കാറുണ്ടായിരുന്നു. നെൽച്ചെടിക്ക് മുളപൊട്ടുന്നത് ഞങ്ങൾ കുട്ടികൾ കൗതുകത്തോടെ കാത്തിരുന്ന് കാണാറുണ്ടായിരുന്നു. പടിഞ്ഞാറേപ്പുറത്തേ പുന്നെല്ല് മുറത്തിൽ കോരി സിമന്റിട്ട മുറ്റത്ത് ഉണക്കാനിടുന്നത് കുഞ്ഞിക്കണാരൻ നായരാണ്. സഹായിക്കാൻ ഞങ്ങൾ കുട്ടികളേയും വിളിക്കും. വെയിലത്ത് ഉണക്കാനിട്ട നെല്ലിൽ മണിക്കൂറിടവിട്ട് കാലോടിക്കണം. നെല്ലിൽ കാലുകൾകൊണ്ടു ചാലു കീറി വെയിൽനാളങ്ങൾ എല്ലാ ഭാഗത്തും തട്ടിച്ചാലേ നെല്ലിന് ശരിക്കും ഉണക്കം കിട്ടുകയുള്ളൂ. കുട്ടികൾ എത്രതവണ കാലിട്ട് ചാല് കീറിയാലും തൃപ്തിവരികയില്ല. മസാലപ്പീടികയിൽനിന്നും ഇറങ്ങിവന്ന് മുറ്റത്ത് ഉണക്കാനിട്ട നെല്ലിൽ കാലോടിക്കുന്നു. പിന്നെ പെങ്ങളെ വിളിക്കും. മൂത്ത ഒരേ ഒരു പെങ്ങൾ. പെങ്ങൾ വന്ന് നെല്ലിൽ കാലിട്ടു ചാലുകീറുന്നത് നോക്കി കുറേ നേരം നില്ക്കും. വെയിലത്ത് പെങ്ങൾ നെല്ലിലൂടെ കാലിട്ടു നടക്കുന്നത് നോക്കി പറയും: "നല്ലോണം ഉണങ്ങ്യാ നല്ലത് പെണ്ണുങ്ങൾക്കാ. പുഴുങ്ങാനെളുപ്പം. പുഴുങ്ങിക്കുത്തി വെളുപ്പിക്കാനെളുപ്പം. ഉണക്കം ശരിയായ നെല്ലു കുത്ത്യ ചോറ് തിന്നാൻ കൂട്ടാൻ വേണ്ട. നല്ലോണം എറങ്ങും–"

നെല്ലിൽ ചാലിട്ടു നടക്കുന്ന മൂത്ത പെങ്ങൾ. തറവാട്ടുവീട്ടിന്റെ ചായ്പുകളിൽ പത്തായങ്ങളിൽ ഉണക്കിസൂക്ഷിക്കുന്ന നെൽവിത്തുകൾ പുഴുങ്ങുകയും ഉണക്കിയിടിച്ചരിയാക്കുകയും ചെയ്യും. തറവാട്ടിൽ എന്നേരവും നെല്ലുകുത്തരിച്ചോറ് വിളമ്പി. നാലു നുറുങ്ങിയ നെല്ലുകുത്തരിയുടെ കഞ്ഞിവെച്ചു കുടിച്ചു. അതിനാൽ നല്ലൊരു ഭക്ഷണപ്രിയ

നായിരുന്നു. മറ്റുള്ളവരെ സല്ക്കരിച്ചു കൂട്ടിക്കൊണ്ടുവന്ന് അവർക്ക് വയറു നിറയെ ആഹാരം കൊടുത്ത് സന്തോഷിപ്പിക്കുക എന്നതായിരുന്നു ഒരു വിനോദോപാധി. മസാലപ്പീടികയിലെ പെട്ടിക്കരികെയിരിക്കുമ്പോൾ യാത്രാദുരിതത്തിൽപെട്ട ഏതെങ്കിലുമൊരാളെ കണ്ടാൽ—ആദ്യത്തെ കുശലങ്ങൾക്കുശേഷം ഉടനെ ചോദിക്കുക: "ചോറു ബെയ്ച്ചാ" എന്നാണ്. കിഴക്കുനിന്നുംവരുന്ന യാത്രക്കാർ, കോടതിയിലെത്തി തിരിച്ചു പോകാനുള്ള ബസ് കിട്ടാതെ അകപ്പെട്ടു പോകുന്നവർ, എല്ലാവരും അതിഥികളായി എത്തുന്നു. തറവാട്ടുവീട്ടിലെ നടുവകത്ത് സുപ്രയിട്ട് എല്ലാവരും ഒന്നിച്ച് ഇരുന്ന് ഭക്ഷണം കഴിക്കുന്നു. രുചിയുള്ള ചോറും കറിയും നിർബ്ബന്ധമായിരുന്നു. അടുക്കളക്കാരികളുടെ ഭക്ഷണം പാകം ചെയ്യൽ അതിന്റെ പൂർണ്ണമായ രുചിയോടെതന്നെ വെന്ത് പാകമാകണമെന്ന വാശി. അതിഥിയെ ഊട്ടുവാനുള്ള ത്വര. മരിക്കുന്ന നാൾവരെയും, രോഗത്തിന്റെ പിടിവായയിൽ ആ ജീവിതം പൂർണ്ണമായും അകപ്പെട്ടിട്ടും സല്ക്കാരപ്രിയമെന്ന കമ്പം വിട്ടുമാറിയിരുന്നില്ല. പഴയ ഓർമ്മകൾ കൊണ്ടുനടക്കുകയും പഴയ ഓർമ്മകളിൽ മാത്രം ജീവിതത്തിന്റെ സായം കാലം ചെലവഴിക്കുകയും ചെയ്ത മനുഷ്യൻ. കൃഷി നഷ്ടപ്പെട്ടുപോയ പഴയ കൃഷിക്കാരൻ.

മുറ്റത്തെ സിമന്റ് നിലത്ത് സ്വർണ്ണം വിതറിയപോലെ പരത്തിയിട്ട നെന്മണികൾ ഇവന്റെ മനസ്സ് കാണുകയായിരുന്നു. അതിൽ കാലിട്ട് ചാലുകൾ കീറുന്ന ഒരേ ഒരു പെങ്ങൾ ആദ്യം പോയി. ഇപ്പോൾ ആങ്ങള അന്ത്യയാത്രയ്ക്കൊരുങ്ങിയപ്പോൾ, കൊയ്ത്തും മെതിയും ധൃതിയായി, തകൃതിയായി, നടക്കാറുള്ള ചിങ്ങമാസാദ്യത്തിൽ, തണ്ടാംവയൽ നിറയെ പച്ചപ്പുല്ലുകൾ, പച്ചപ്പായലുകൾ, കർക്കിടക മഴയുടെ വെള്ളവും ചളിയും തളംകെട്ടിക്കിടക്കുന്ന വയലിന്റെ തപ്തനിശ്വാസങ്ങൾ, ഒഴിഞ്ഞ തറവാട്ടുമുറ്റം. കതിർക്കാറ്റുകൾ മണിചിതറി പൊലുനിറയ്ക്കുന്ന തറവാട്ടു മുറ്റം ശൂന്യം. തറവാട്ടുമ്മറവാതില്ക്കൽ 'ഇല്ലംനിറ'യില്ല. കഴുക്കോലറ്റത്ത് 'വല്ലംനിറ'യുടെ കതിരുകൾ തൂങ്ങുന്നുമില്ല. ചെറിയ അനന്തിരവൻ തിരിച്ചുവന്നു പറയുന്നു: "സമയമായി കുളിപ്പിച്ചുകഴിഞ്ഞു."

പരംപൊരുൾ: പണ്ടു പന്തലായനി തീവണ്ടിയാപ്പീസിൽ നിന്നൊരാൾ തീവണ്ടിയിൽ കയറിയാൽ തിക്കോടിയാപ്പീസിലെത്തുന്നതുവരെ ഇരുപുറത്തും പച്ചച്ച നെൽപ്പാടങ്ങൾ മാത്രമായിരുന്നു കാണുക. അതിനാൽ നന്തി ഗെയിറ്റ് കടന്നാൽ തീവണ്ടിയിലിരിക്കുന്നവർക്ക് അങ്ങു ദൂരെ ഓടക്കുന്നിലെ ദീപസ്തംഭം നന്നായി കാണാം. ഇന്ന് ഇരുപുറത്തും വെൺമാളികകൾ. ഇടതൂർന്ന പുരയിടങ്ങൾ. ദീപസ്തംഭം അതിന്റെ തൊട്ടടുത്ത് ചെന്നു നിന്നാൽപോലും ഇപ്പോൾ കാണാനാവുകയില്ലത്രേ. നെൽപ്പാടങ്ങളെക്കുറിച്ച് പറയുന്നതു കേട്ടാൽ കുട്ടികൾ അതെന്ത് പാടം എന്ന് ചോദിച്ചുതുടങ്ങിയോ?

ട്രാവൽ ഏജന്റ് തരികിട തിരിമറി

വീണ്ടും ഒരു യാത്രയ്ക്കുകൂടി തയ്യാറെടുക്കുകയായിരുന്നു. ഒരു മാസക്കാലം യുണൈറ്റഡ് അറബ് എമിറേറ്റ്സിലെ ഭൂവിഭാഗങ്ങൾ പറന്നും നടന്നും കാണ്മാനുള്ള സന്ദർശകവിസ ദുബായിലെ ബന്ധു മൂസ ശരിപ്പെടുത്തി അയച്ചിട്ടുണ്ട്. ഇത്തവണ എനിക്കും ശ്രീമതിക്കും കൂടിയാണ് വിസ അയച്ചിട്ടുള്ളത്. കൂട്ടത്തിൽ മൂസ പറയുകയും ചെയ്തു: "കഴിഞ്ഞതവണ ദുബായിൽ വരുമെന്ന് കരുതി ഞങ്ങളെല്ലാം കാത്തിരുന്നു. പക്ഷേ, വന്നില്ല. ഈ പ്രാവശ്യം വരാതിരിക്കരുത്. രണ്ടുപേർക്കും വിസ അയച്ചത് അതിനാണ്. നാളെത്തന്നെ ട്രാവൽ ഏജന്റിനെ കാണുക. പുറപ്പെടാനൊരുങ്ങുക. വിസയുടെ കാലാവധി രണ്ടുമാസമേയുള്ളൂ. അതിന് മുമ്പ് ദുബായിൽ ലാന്റ് ചെയ്യണം. യാത്ര നീട്ടിവെക്കരുതേ."

മൂസയുടെ വർത്തമാനങ്ങൾക്ക് മുഴുക്കെ മൂളി. വരാമെന്നുതന്നെ വാക്കു കൊടുത്തു. ശ്രീമതിക്കാണെങ്കിൽ യാത്രയ്ക്കൊരുങ്ങിയ നാളിലെ ആവേശം വിസ കൈയിൽ കിട്ടിയപ്പോൾ കാണുന്നില്ല. കാരണം അബുദാബിയിലെ മകൾ നാട്ടിലെത്തിയിരിക്കുന്നു. കൂട്ടത്തിൽ അവളുടെ കടിഞ്ഞൂൽ പൈതലും ഉണ്ട്. കണവനോടൊത്ത് കഴിയുന്ന മകളെ കാണുകയായിരുന്നു ദുബായ്-അബുദാബി കാണുന്നതിനേക്കാൾ അവളുടെ കമ്പം. എങ്കിലും അവൾ പറഞ്ഞു: "രണ്ടുമാസം കാലാവധിയുണ്ടല്ലോ. അതിനുമുമ്പ് ഏതായാലും പോകാം. യാത്രാരേഖകൾ ശരിപ്പെടുത്താൻ ട്രാവൽ ഏജന്റിനെ കണ്ടോളൂ. അത് മുടക്കേണ്ട."

മൂസയുടെയും കെട്ടിയപെണ്ണിന്റെയും കല്പനപ്രകാരം ട്രാവൽ ഏജന്റിനെ ചെന്നു കണ്ടു. എന്റെ ഇതുവരെയുള്ള എല്ലാ യാത്രകളിലും എന്നെ സഹായിച്ച ഏജന്റിനെത്തന്നെയാണ് ചെന്നുകണ്ടത്. വിസയും

ഞങ്ങളുടെ പാസ്പോർട്ടും തിരിച്ചും മറിച്ചും നോക്കി ഏജന്റ് പറഞ്ഞു: “ഇതിൽ കുഴപ്പമൊന്നും ഇല്ല. ദുബായിൽനിന്ന് വിസയ്ക്ക് ഒരു ഡിക്ലറേഷൻ വരുത്തണം. അല്ലെങ്കിൽ നിങ്ങൾ രണ്ടുപേർക്ക് അറുനൂറ് വീതം ഡോളർ വാങ്ങണം. പിന്നെ അങ്ങോട്ടുമിങ്ങോട്ടുമുള്ള വിമാന ടിക്കറ്റും. രണ്ടുംകൂടി ഹാജരാക്കിയാൽ മാത്രമേ എമിഗ്രേഷൻ ക്ലിയറൻസ് അടിച്ചുകിട്ടുകയുള്ളൂ. പോകുന്ന തീയതി ശരിപ്പെടുത്തിക്കിട്ടിയ ടിക്കറ്റും ഡോളറും കൂട്ടി വേണം എമിഗ്രേഷനു സമർപ്പിക്കുക. വിസ തന്ന ആളുടെ ഡിക്ലറേഷൻ ഉണ്ടെങ്കിൽ പന്നെ ഡോളറിന്റെ പ്രശ്നമില്ല. രണ്ടുമാസത്തെ കാലാവധി കഴിയാൻ ഇനിയും ദിവസങ്ങൾ ഉണ്ടല്ലോ. ഡിക്ലറേഷൻ അയച്ചുതരാൻ എഴുതു.”

അങ്ങനെയാവാമെന്ന് പറഞ്ഞ് വിസയും പാസ്പോർട്ടും തിരിച്ചു വാങ്ങി ഞാൻ വീട്ടിലേക്ക് പുറപ്പെട്ടു. അപ്പോൾ ഏജന്റ് ഒന്നുകൂടി പറഞ്ഞു: “യാത്ര ബോംബെയിൽ നിന്നാണെങ്കിൽ മടക്കടിക്കറ്റ് ഒരു മാസത്തെ കാലാവധിക്ക് പരിമിതപ്പെടുത്തിയത് കിട്ടും. കാശ് ലാഭമുണ്ട്. പിന്നെ കരിപ്പൂരിൽനിന്ന് ബോംബെക്കുള്ള ടിക്കറ്റ് മാത്രം വേറെ വാങ്ങിയാൽ മതിയല്ലോ. പക്ഷേ, കരിപ്പൂർ-ബോംബെ ടിക്കറ്റിന് പ്രയാസമാണ്. രണ്ടുമാസം മുമ്പേ ശ്രമിക്കണം. അല്ലെങ്കിൽ നമുക്ക് വേറെ വഴിയുണ്ട്. അതിൽ ശരിപ്പെടുത്താം, ആരുടെയെങ്കിലും പേരിൽ റിസർവ്വ് ചെയ്തുവെച്ചത് നമുക്ക് ശരിപ്പെടുത്താം.”

ട്രാവൽ ഏജന്റ് സംഗതികൾ തുറന്നുപറഞ്ഞു ചിരിച്ചു. കൈയിൽ പിടിച്ച യാത്രാരേഖകൾ ഒരു പത്രക്കടലാസിൽ പൊതിഞ്ഞ് ഞാൻ ഭദ്രമായി കക്ഷത്തിറുക്കി. ദുബായിലെ മകന്റെ അളിയൻ മൂസയുടെ ഫോൺ നമ്പർ കൈയിലുണ്ട്. വിളിച്ചുപറഞ്ഞാൽ ഡിക്ലറേഷൻ ഫോറം ഒരാഴ്ചയ്ക്കകം കിട്ടും. എയറിന്ത്യയിലെ ഉദ്യോഗസ്ഥൻ വളരെ അടുത്ത സുഹൃത്തുക്കളിൽ ഒരാളാണ്. യാത്ര പുറപ്പെടുവാനുദ്ദേശിക്കുന്ന വിവരങ്ങൾ അന്നൊരുനാൾ മുഖദാവിൽ കണ്ടപ്പോൾ വിശദമായി സംസാരിച്ചതുമാണ്. റിട്ടയർമെന്റിനുശേഷം എന്താ പരിപാടി എന്നു ചോദിച്ചപ്പോൾ ഞാൻ പറഞ്ഞിരുന്നു: “പെട്ടെന്ന് ഒരു ലാവണത്തിലും കയറിയിരിക്കുന്നില്ല. ഒരു യാത്ര ഉദ്ദേശിക്കുന്നു.”

“വളരെ നല്ലത്. ശരീരത്തിനും മനസ്സിനും ഒരു റിലാക്സേഷൻ, പിന്നെ പുതിയ അനുഭവങ്ങൾ. നിങ്ങൾ എഴുത്തുകാർക്ക് അതാണ് നല്ലത്. അതല്ലാതെ ഒരു ഉദ്യോഗത്തിൽ വീണ്ടും തളച്ചിടാൻ നിന്നുകൊടുക്കേണ്ട കാര്യമില്ല. ഏതായാലും പുറപ്പെടുന്ന വിവരം പറയുക. നമുക്ക് ശരിപ്പെടുത്താം.”

ചങ്ങാതിയുടെ വാക്കുകൾ നിലനില്ക്കുന്നതുകൊണ്ട് ടിക്കറ്റ് ഒരിക്കലും പ്രശ്നമാവുകയില്ലെന്നറിയാം. അത് ഏതു വിധത്തിൽ വാങ്ങണമെന്ന ഉപദേശവും നിർദ്ദേശവും ആ സുഹൃത്ത് തരികയും

ചെയ്യും. അപ്പോൾ പിന്നെ എന്റെ തട്ടകത്തിൽനിന്നും ബോംബെക്ക് പുറപ്പെടൽ–അതും പ്രയാസമുണ്ടാവുകയില്ല. നാലഞ്ചുതവണ യാത്ര പുറപ്പെടുന്നതിന്റെ തലേദിവസം ചെന്നുപറഞ്ഞിട്ടുപോലും എനിക്ക് ബോംബെക്ക് പറക്കുവാൻ എന്റെ പേരിലുള്ള ടിക്കറ്റുതന്നെ ഫോണിലൂടെ പറഞ്ഞിട്ടുപോലും, അദ്ദേഹം വഴി ലഭിച്ചിട്ടുണ്ടല്ലോ.

കാര്യങ്ങളുടെ കുറ്റിയും കൊളുത്തും നിശ്ചയമുള്ള ട്രാവൽ ഏജന്റ് ചിരി തൂകി ഇത്രകൂടി പറഞ്ഞു: "ഖാദർ സായിവേ, നിങ്ങൾക്ക് അതൊന്നും പ്രശ്നമാവുകയില്ല. ടിക്കറ്റ് ഓകെയായി തന്നെ കിട്ടും. പരിചയം, ബന്ധം, പിന്നെ തൃക്കോട്ടൂർ പെരുമ–" സ്നേഹിതൻ ഉറക്കെയുറക്കെ ചിരിച്ചു. ആ ചിരിയുടെ അലകൾ കേട്ടുകൊണ്ടുതന്നെ ഞാൻ എന്റെ ബസ്സ്റ്റോപ്പിലേക്ക് പതുക്കെ നടക്കുകയും ചെയ്തു.

അന്നേരത്താണ് എന്റെ മനസ്സിൽ ആ ഉദ്ഘാടന ചടങ്ങ് പെട്ടെന്ന് കടന്നുവന്നത്. രണ്ടുമൂന്നു മാസങ്ങൾക്കുമുമ്പ് നടന്ന ഒരു ട്രാവൽ ഏജൻസി ഓഫീസിന്റെ ഉദ്ഘാടനച്ചടങ്ങിലെ പ്രസംഗങ്ങളും ആഹ്ലാദങ്ങളും ഞാൻ പെട്ടെന്ന് ഓർത്തു. കുവൈത്തിൽ ജോലി ചെയ്യുന്ന എന്റെ ഒരു സുഹൃത്തിന്റെ ഉടമസ്ഥതയിലുള്ള ട്രാവൽ ഏജൻസി ഓഫീസിന്റെ ഉദ്ഘാടനമായിരുന്നു അന്ന് നടന്നത്. നഗരത്തിന്റെ തിലകക്കുറിയായി രൂപംകൊള്ളുന്ന ഒരു പ്രദേശത്താണ് ആ ഓഫീസിന്റെ കെട്ടിടം; വ്യാപാരസ്ഥാപനങ്ങൾ എമ്പാടും ആരംഭിക്കാൻ പോകുന്ന ഒരു കെട്ടിടത്തിന്റെ മൂന്നാം നിലയിലായിരുന്നു ഉദ്ഘാടന ചടങ്ങ്. ട്രാവൽ ഓഫീസിനു തൊട്ടടുത്ത വ്യാപാരഭവന്റെ സമ്മേളനഹാളിൽ വെച്ചായിരുന്നു നടന്നത്. പരേതനായ ഒരു നേതാവിന്റെ–കേരളം കണ്ട ഏറ്റവും തന്റേടിയായ വിദ്യാഭ്യാസമന്ത്രിയുടെ–മകനായിരുന്നു പട്ടുനാട മുറിച്ച് ട്രാവൽ ഏജൻസി ഉദ്ഘാടനം ചെയ്തത്. ആശംസാപ്രസംഗത്തിൽ എനിക്ക് പലതും പറയുവാൻ തോന്നിയിരുന്നു. യാത്ര ചെയ്യാനുദ്ദേശിക്കുന്നവർക്ക് വഴികാട്ടിയും സഹായിയും ഒക്കെയായി ട്രാവൽ ഏജൻസികൾ വർത്തിക്കേണ്ടതിന്റെ ധാർമ്മികമായ ചുമതലയെക്കുറിച്ച് വളരെ വിശദമായിത്തന്നെ ഉദ്ഘാടകനായ നേതാവിന്റെ മകൻ വിസ്തരിച്ചു സംസാരിച്ചു. നമ്മുടെ നാട്ടിൽ യാത്രയെന്നത് ക്ലേശകരമായ ഒരനുഭവമായിത്തീർന്നിരിക്കുന്നു എന്നും, യാത്രയിൽ പാലിക്കേണ്ട കാര്യങ്ങളെക്കുറിച്ച് യാത്രികർ തികച്ചും അജ്ഞരാണെന്നും, യാത്രക്കാർക്ക് ബോധവും അറിവും പകർന്നു കൊടുക്കേണ്ട ബാദ്ധ്യതകൂടി ട്രാവൽ ഏജൻസികൾക്കുണ്ടെന്നും, ആ യുവാവ് തന്റെ സ്വതഃസിദ്ധമായ നർമ്മത്തിലൂടെ ചെറു വാക്യങ്ങളിൽ ആ സദസ്സിനെ ഓർമ്മപ്പെടുത്തി. നല്ല പ്രസംഗം. ഒരു ട്രാവൽ ഏജൻസിയുടെ ഉദ്ഘാടനചടങ്ങിൽ ആശംസാ പ്രാസംഗികൻ എന്താണ് സംസാരിക്കേണ്ടത് എന്ന് ചിന്തിച്ചിരിക്കുന്ന ഈയുള്ളവന് അതൊരു വഴികാട്ടിയായിരുന്നു. എനിക്ക് പ്രസംഗിക്കുവാനുള്ള വിഷയം ഏതെന്ന്

വളരെ വ്യക്തമായും ചൂണ്ടിക്കാട്ടിത്തരികയായിരുന്നു ആ ചെറുപ്പക്കാരന്റെ വാക്കുകൾ. ആശംസകൾ നേരുവാൻ എഴുന്നേറ്റു നിന്നവൻ ചിലചില കഥകൾ പറയുവാനാണ് ആദ്യം മുതിർന്നത്. എങ്ങനെയെല്ലാമോ അക്കരെ പൂകിയ ഒരു ചെറുപ്പക്കാരൻ. മരുഭൂമിയിലെ അദ്ധ്വാനത്തിന്റെ രാപ്പകലുകൾ, വിയർപ്പിന്റെ വിലയായി അവൻ സ്വരൂപിച്ചുവെച്ച ദിനാറുകൾ, ഒടുവിൽ നാട്ടിലെ ഉറ്റവരേയും ഉടയവരേയും കാണുവാനുള്ള മോഹത്തോടെ അരിച്ചുപെറുക്കിക്കൂട്ടിയ അവധി ദിനങ്ങളുമായി വിമാനത്തിൽ പുറപ്പെടുന്ന കുടുംബസ്നേഹി– അദ്ധ്വാനം മാത്രം കൈമുതലാക്കി നേടിയ ഏതാനും ദിനാറുകൾ മാറ്റി ഉറുപ്പികയാക്കി കൈയിൽക്കരുതി ബോംബെ എയർപോട്ടിൽ എത്തുന്നു. കസ്റ്റംസിലെ അവന്റെ ദുരിതങ്ങൾ നമുക്കറിയാം. അവിടെ അവനെയിട്ട് അങ്ങോട്ടുമിങ്ങോട്ടും പന്താടുന്ന ഉദ്യോഗസ്ഥരുടെ അകമിരിപ്പ് ആ സാധുവിനെ പരമാവധി പിഴിയുകയെന്നതുതന്നെ. എണ്ണപ്പെട്ട ദിവസങ്ങൾ നാട്ടിൽ ചെലവഴിക്കാനുള്ള ബദ്ധപ്പാടിൽ മണ്ടിപ്പാഞ്ഞുവന്ന ആ യുവാവ് പുറത്തേക്കിറങ്ങിയാൽ നാട്ടിലേക്ക് ആവുന്നത്ര വേഗം പുറപ്പെടാനുള്ള വഴി അന്വേഷിക്കുന്നു. ട്രാവൽ ഏജന്റുമാർ സഹായഹസ്തം നീട്ടി സമീപിക്കുന്നു–നാട്ടിലേക്ക് ബസ്. അവന്റെ ധൃതിയെ പരമാവധി പിഴിഞ്ഞ് അതിലൂടെ ഒഴുകുന്ന രക്തം പാനംചെയ്യുവാൻ എത്രപേരാണ് അവന്റെ ചുറ്റും വട്ടമിട്ടു പറക്കുന്നത്. അഞ്ചിരട്ടിയും ആറിരട്ടിയും അധിക ചാർജ് വസൂലാക്കുന്ന ബസ് യാത്രകൾ. അതല്ലെങ്കിൽ മുൻകൂട്ടി ആരുടെയോ പേരിൽ വാങ്ങിവെക്കുന്ന വിമാനടിക്കറ്റുകൾ. അവസാന നിമിഷത്തിലെ മറിച്ചുവില്ക്കലുകൾ. 'ഓക്കെ'യാക്കലുകൾ... ആരുടേയോ പേരിൽ ആ യുവാവ് നാട്ടിലേക്കുള്ള വിമാനത്തിൽ കയറിപ്പറ്റുന്നു. ആവുന്നത്ര വേഗം നാട്ടിലെത്തുകയാണല്ലോ ലക്ഷ്യം. അവധി ദിവസങ്ങളുടെ എണ്ണം നാട്ടിൽ ആവുന്നത്ര ലഭിക്കണമല്ലോ. മറിച്ചുവിറ്റ ടിക്കറ്റുമായി പുറപ്പെട്ട യാത്രക്കാരൻ അതിന്റെ വരുംവരായ്കകളെക്കുറിച്ച് ചിന്തിക്കുന്നില്ല. അതിനെക്കുറിച്ചവന് യാതൊരു അറിവുമില്ല. നാട്ടിൽ പരമാവധി ദിവസങ്ങൾ ചെലവഴിച്ച് തിരിച്ചുപോകുന്ന യാത്രക്കാരന് ഒ കെ ടിക്കറ്റില്ല. ബോംബെയിൽ വെച്ച് അത് ശരിപ്പെടുത്താമെന്ന പ്രത്യാശ. പക്ഷേ, നാട്ടിൽനിന്നും ബോംബെക്ക് എത്തണമല്ലോ. ആശംസാപ്രസംഗത്തിൽ പരിചയക്കാരനായ ഇബ്രായിയുടെ കഥ പറയുന്നു. കരിപ്പൂരിൽനിന്ന് ഇബ്രാഹിം പോയത് ഏതോ മുഹമ്മദ്കുട്ടിയുടെ പേരിലായിരുന്നു. ഒരു ട്രാവൽ ഏജന്റ് ചെയ്തുകൊടുത്ത സഹായം. അന്ന് തൊള്ളായിരത്തി ചില്ലാനം ഉറുപ്പിക ടിക്കറ്റ് ചാർജ് കൊടുത്തതിനു പുറമേ ട്രാവൽ ഏജന്റ് കൂടുതലായി ചുരുങ്ങിയ തുക മാത്രം വാങ്ങി. വെറും അഞ്ഞൂറ് ഉറുപ്പിക. അത് കീശയിൽ തിരുകി ട്രാവൽ ഏജന്റ് പറഞ്ഞുവത്രെ: "ഇബ്രാഹിം എന്റെ ചങ്ങാതിയാ. ഓന്റെ വിഷമം വിചാരിച്ചാ ഞാനിത് ഇത്ര ചുരുങ്ങിയ

ചാർജിൽ ശരിപ്പെടുത്തിയത്. ലാഭം ഒട്ടും മോഹിച്ചില്ല."

ലാഭം മോഹിക്കാത്ത ആ ട്രാവൽ ഏജന്റിന്റെ കഥ ഞാൻ ആശംസാപ്രസംഗത്തിൽ വിവരിച്ചുപറഞ്ഞു. ഉദ്ഘാടകൻ, ഒരു യഥാർത്ഥ ട്രാവൽ ഏജന്റ് യാത്രക്കാരന് എങ്ങനെയെല്ലാം സഹായിയായി വർത്തിക്കണം എന്നായിരുന്നു വിവരിച്ചത്. ഒരു മാർഗ്ഗദർശകൻ, കൂട്ടുകാരൻ, ഒത്താശക്കാരൻ, യാത്രയിൽ പാലിക്കേണ്ട കാര്യങ്ങൾ യഥാവിധി പഠിപ്പിച്ചുകൊടുക്കുന്ന ഗുരുനാഥൻ, ലാഭത്തിലുമുപരി സേവനത്തിന്റെ അംശങ്ങൾ, പ്രകാശം, ധാരാളം ഉൾക്കൊള്ളുന്ന രംഗം. ഒരു പ്രവർത്തന മണ്ഡലം. പക്ഷേ, ആ പ്രവർത്തനമണ്ഡലത്തിലെ കള്ളക്കമ്മട്ടങ്ങളെക്കുറിച്ച് ഞാനന്ന് എന്തോ വല്ലാതെ വാചാലനായി. നാടു കാണാൻ പോകുന്ന ധനികനെയല്ല നാട്ടിലെ ട്രാവൽ ഏജന്റ് പരിചരിക്കേണ്ടത്. വിയർപ്പ് വിറ്റ്, അദ്ധ്വാനം വിറ്റ്, തടി വിറ്റ്, കുടുംബം പോറ്റാൻ അക്കരെ കടക്കുന്ന പാവത്താനെയാണ് ട്രാവൽ ഏജന്റ് പരിചരിക്കേണ്ടത്. അവനെ വട്ടമിട്ടു പറന്ന്, കൊത്തിവലിച്ച്, അവന്റെ ശുഷ്ക ശരീരത്തിലെ ഉണങ്ങിയ മാംസക്കഷണങ്ങളെ കൊത്തി വലിക്കരുതേ... അവന്റെ സിരകളിലൊഴുകുന്ന 'ഇല്ലാ രക്ത'ത്തെ ഊറ്റിക്കുടിക്കരുതേ എന്നെല്ലാം പുതിയ സ്ഥാപനത്തിന് ആശംസകൾ നേരുന്നതിനിടയിൽ ഞാൻ പറഞ്ഞുപോയി. കാരണം അതിന്റെ തലേന്നാൾ മറ്റാരുടേയോ പേരിൽ കരിപ്പൂരിൽ വിമാനമിറങ്ങി നാട്ടിലെ എന്റെ തറവാട്ടിലേക്ക് കുതിച്ചുവന്ന എന്റെ മരുമകന്റെ കരിവാളിച്ച മുഖമായിരുന്നു എന്റെ മനസ്സിൽ. ബന്ധുക്കളെ ആവുന്നത്ര വേഗം കാൺമാനുഴറി കുതിച്ചുവന്നവന്റെ ആകാംക്ഷാഭരിതമായ കണ്ണുകളായിരുന്നു എന്റെ അകംനിറയെ. അപ്പോൾ എന്റെ ചങ്ങാതി കൂടിയായ ആ ട്രാവൽ ഏജൻസിയുടമയ്ക്ക് മറ്റെന്ത് പറഞ്ഞാണ് ഞാൻ ആശംസകൾ നേരുക...

പരംപൊരുൾ: ആവശ്യക്കാരന് ഔചിത്യമില്ല. അതറിഞ്ഞു നിറവേറ്റിക്കൊടുക്കുന്നവനാണതാവശ്യം- ഒരു പഴയ നാട്ടുചൊല്ല്. ലസ് ലഗേജ് മോർ കംഫർട്ട് മെയ്ക്ക് ട്രാവൽ എ പ്ലഷർ – ഒരു തീവണ്ടിച്ചൊല്ല്.

കഥയെഴുത്തിലെ പ്രകാശരേഖകൾ

പഴയ കാര്യങ്ങൾ വീണ്ടും ഒന്നു പൊടിതട്ടിയെടുത്തവതരിപ്പിച്ചാലോ എന്നു തോന്നി. കഥയെഴുത്തിന്റെ കാര്യത്തിൽ, എന്റെ മനസ്സിൽ ചില മുൻധാരണകൾക്ക് മുളപൊട്ടാനും, പിന്നീടത് എത്രതന്നെ ചെത്തിക്കോരി വെടിപ്പാക്കാൻ മുതിർന്നാലും പിന്നേയും തളിരിട്ട് പച്ചയോടെ പിടിക്കാനും പടരാനും തക്കതരത്തിൽ ആഴത്തിൽ വേരോടാനും കാരണമാക്കിയത്, ആ പഴയ സംഭവങ്ങൾ തന്നെയാണെന്ന് ഇപ്പോഴും തോന്നുന്നു. അതിനാൽ വ്യക്തിപരമായ ആ കഥകൾ എടുത്തുപറയുന്നതുതന്നെയാണ് എന്നെ സംബന്ധിച്ചിടത്തോളം കഥയ്ക്കു പിന്നിലെ കഥ, കഥയെഴുത്തിന്റെ അടിപ്പൊരുൾ.

ആയിരത്തിത്തൊള്ളായിരത്തിഅമ്പത്തിമൂന്ന് അമ്പത്തിനാലു വർഷങ്ങളിലാണെന്നാണ് ഓർമ്മ. അന്ന് *നവയുഗം* വാരികയുടെ ആപ്പീസ് *ദേശാഭിമാനി* പത്രം ആപ്പീസിന്റെ പടിഞ്ഞാറെ ചരിവിലുള്ള ഒരു ചായ്പുമുറിയിലായിരുന്നു. *ദേശാഭിമാനി* പത്രം മാനേജരുടെ മുൻപുറത്തെ മുറി കടന്ന്, പത്രാധിപസമിതി അംഗങ്ങൾ ഇരിക്കുന്ന നടുവകത്തെ മേശകൾക്കിടയിലൂടെ കുറുകേ പടിഞ്ഞാറോട്ട് നീങ്ങിയാൽ വലിയ വാതിലിന്നപ്പുറത്തെ നെട്ടാനീളത്തിലുള്ള ചരുവിൽ എത്താം. ചരുവിൽ തെക്കോട്ടേക്ക് മുഖംതിരിച്ച് മണ്ണാലത്ത് ശ്രീധരനും വടക്കോട്ട് മുഖമായി എ കെ തങ്കപ്പനും ഇരുന്ന് *നവയുഗം* വാരികയിൽ അച്ചടിക്കാനുള്ള വിഭവങ്ങൾ ഒരുക്കുന്നു. തങ്കപ്പന്റെ ഇരിപ്പിടത്തിനരികെ തന്നെയാണ് *ദേശാഭിമാനി* പത്രത്തിലേക്ക് വാർത്തകൾ വന്നുവീഴുന്ന "ടെലിപ്രിന്റർ" യന്ത്രവും. ചായ്പിന്റെ തെക്കേയറ്റത്ത്, കോടതി നിരത്തിലേക്ക് വാതിൽ തുറന്നിട്ട മുറിയിൽ, *ദേശാഭിമാനി*യുടെയും

നവയുഗം വാരികയുടേയും വില്പനക്കണക്കുകൾ ശരിപ്പെടുത്തുന്ന ചന്ദ്രേട്ടനും ബാബുവും ഭരതനുമൊക്കെയിരിക്കുന്നു. അവരിരിക്കുന്നതിനപ്പുറത്തും ഇപ്പുറത്തുമൊക്കെയായി കെ ടി ഗോപാലൻകുട്ടി മേനോനായിരുന്നു. *നവയുഗം* പത്രാധിപരായിരുന്ന കെ ദാമോദരൻ ഇരുന്ന മുറി ഏതായിരുന്നു എന്ന് എനിക്കോർമ്മയില്ല. ഞാൻ ഗോപാലൻകുട്ടി മേനോന്റെയരികെ ചെന്നുനിന്നു. എനിക്ക് കാണേണ്ടത് പി ആർ നമ്പ്യാരെയായിരുന്നു. എല്ലാവരും തിരക്കിട്ട് ജോലിചെയ്യുന്നു. ഗോപാലൻകുട്ടി മേനോൻ പറഞ്ഞു: "പി ആർ അപ്പുറത്ത് പാർട്ടി ആപ്പീസിലുണ്ടാവും. ഇല്ലെങ്കിൽ പിന്നാമ്പുറത്തെ കാന്റീനിൽ അന്വേഷിക്കൂ. കാന്റീനിലൂടെ ചെന്ന് ചെറിയ വാതിൽ കടന്നാൽ അപ്പുറത്തെ പാർട്ടി ആപ്പീസിലെത്തും. അവിടെ കോയ ഉണ്ടാവും. പി ആർ എവിടെയെന്ന് കോയ പറഞ്ഞുതരും..." അത്രയും പറഞ്ഞ് മേനോനും ജോലിയിൽ മുഴുകി.

പറഞ്ഞപ്രകാരം *നവയുഗം* ആപ്പീസിന്റെ പടിഞ്ഞാറെ കന്മതിലിന്റെ ഓരത്തിലൂടെ നടന്ന് *ദേശാഭിമാനി* പത്രം ആപ്പീസിന്റെ പിന്നാമ്പുറത്തെ കാന്റീനു തൊട്ടടുത്ത മുറിയുടെയരികിലെ കിണറും കുളിമുറിയും കടന്ന് പാർട്ടി ആപ്പീസിലേക്കുള്ള ഇടവഴിയുടെ അറ്റത്ത് എത്തി. അതാ ഞാൻ അന്വേഷിച്ച ആൾ ഇങ്ങോട്ടു വരുന്നു. കാന്റീനിലേക്കാണ്. എന്നെ കണ്ടയുടനെ പറഞ്ഞു: "വാ, ഒരു ചായ കുടിക്കാം. നല്ല ചൂടുള്ള വടയും ഉണ്ടാവും. വരൂ."

പി ആർ നമ്പ്യാർ എന്നെ തിരിച്ചറിഞ്ഞിരിക്കുന്നു. പി ആർ നമ്പ്യാരെ പരിചയപ്പെട്ടതെന്നാണെന്ന് ഓർമ്മയുണ്ട്. ഐക്യവിദ്യാർത്ഥി ഫെഡറേഷന്റെ താലൂക്ക് സമ്മേളനത്തിൽ പങ്കെടുക്കാൻ വന്നതായിരുന്നു പി ആർ. ഞാൻ കഥയെഴുതാറുണ്ടെന്നും അതിനകം നാലഞ്ചു കഥകൾ *ചന്ദ്രിക ആഴ്ചപ്പതിപ്പി*ലും *ജയകേരള*ത്തിലുമായി അച്ചടിച്ചുവന്നിട്ടുണ്ടെന്നും യോഗസംഘാടകരിലാരോ പരിചയപ്പെടുത്തിപ്പറഞ്ഞപ്പോൾ പി ആർ എന്നെ അരികെ വിളിച്ചുവരുത്തി അഭിനന്ദിച്ചിരുന്നു. കൂട്ടത്തിൽ പറയുകയും ചെയ്തു; "*നവയുഗം* കാണാറില്ലേ? അതിലും എഴുതണം. ഒരു കഥ എഴുതി എന്റെ പേർക്കയച്ചുതരൂ."

വിദ്യാർത്ഥിസമാജത്തിലെ കൂട്ടുകാർക്കിടയിൽ വെച്ച് എന്റെ നേരെ കാണിച്ച താല്പര്യം. കഥയെഴുതാറുണ്ടെന്നറിഞ്ഞപ്പോൾ സന്തോഷത്തോടെ പറഞ്ഞ വാക്കുകൾ. അഭിനന്ദനങ്ങൾ, *നവയുഗ*ത്തിലേക്കു കഥയെഴുതൂ എന്ന ക്ഷണം. യോഗം കഴിഞ്ഞ അന്ന് രാത്രിതന്നെ, ആ ചൂടോടെ തന്നെ ഞാൻ *നവയുഗ*ത്തിന് കഥയെഴുതാനിരുന്നു.

അക്കാലത്ത് നാട്ടിൽ അലഞ്ഞുതിരിഞ്ഞു നടന്നിരുന്ന ഒരു അപരിചിതനായ വ്യക്തിയുടെ കഥ. മരങ്ങളായ മരങ്ങളിലൊക്കെ മൂർച്ചയുള്ള ഉളികൊണ്ട് ഏതോ ഒരു പെൺകുട്ടിയുടെ പേർ കൊത്തിവെക്കുന്ന ഉത്തരേന്ത്യക്കാരനായ ഒരാൾ. ഭ്രാന്തനെപ്പോലെ തോന്നിക്കുന്ന

കീറ മാറാപ്പും തോളിലേറ്റി നടക്കുന്ന ഒരു പ്രാകൃതൻ. നാട്ടുകാർ ഭ്രാന്തൻ എന്നോ, സി ഐ ഡിയെന്നോ സംശയിക്കുന്ന മനുഷ്യൻ. മരങ്ങളിൽ നഷ്ടപ്പെട്ട മകളുടെ പേർ കൊത്തിവച്ച് നാടായ നാട്ടിലൊക്കെ അലയുന്ന മനുഷ്യന്റെ കഥയെഴുതിയപ്പോൾ അതിന് വടക്കേ ഇന്ത്യയിൽ നടന്ന ഹിന്ദു മുസ്ലിം ലഹളയുടെ പശ്ചാത്തലം വന്നു. ലഹളയിൽ ചിന്നിച്ചിതറിയ നിരവധി കുടുംബങ്ങളിൽ ഒന്നിന്റെ കഥയായി അത് മാറി. എല്ലാം നഷ്ടപ്പെട്ട് ഭ്രാന്തനെപ്പോലെ കേരളത്തിൽ അലഞ്ഞുതിരിയുന്ന മനുഷ്യന്റെ പൂർണ്ണരൂപം അയാളുടെ നഷ്ടപ്പെട്ട കുടുംബാംഗങ്ങളുടെ കഥ പറഞ്ഞ് ഞാൻ അവതരിപ്പിച്ചു. ഇപ്പോൾ ആ മനുഷ്യൻ ഭ്രാന്തനായി അലഞ്ഞുതിരിയുന്നു എന്നെഴുതി ആ കഥ അവസാനിപ്പിക്കുകയും ചെയ്തു. ശൂന്യതയിൽ അലയുന്ന ഭ്രാന്തന്റെ കഥ.

കഥ പി ആർ നമ്പ്യാരുടെ മേൽവിലാസത്തിൽ പിറ്റേന്നുതന്നെ അയച്ചുകൊടുത്തു. നമ്പ്യാർ എനിക്ക് തന്ന മേൽവിലാസം കമ്യൂണിസ്റ്റ് പാർട്ടി ജില്ലാകമ്മറ്റിയുടേതായിരുന്നു. കഥ നഷ്ടപ്പെട്ടാലോ എന്ന് കരുതി അതിന്റെ ഒരു പകർപ്പ് ഞാൻ സൂക്ഷിച്ചിരുന്നു. നേതാക്കന്മാർക്ക് അയച്ചു കൊടുക്കുന്ന ഉരുപ്പടി നഷ്ടപ്പെട്ടാൽ ആരോട് ചോദിക്കും? അവരെ അന്വേഷിച്ചുചെന്നാൽ, ചെല്ലുന്നേടത്തുവെച്ച് കാണാനാവുമോ? പക്ഷേ, കഥ കിട്ടി ഒരാഴ്ച കഴിഞ്ഞപ്പോൾ മറുപടി വന്നു. ചെറിയ അക്ഷരത്തിൽ വായിക്കാൻ വല്ലാത്ത പ്രയാസംതോന്നും വിധത്തിലുള്ള കൈയക്ഷര ത്തിൽ, പി ആർ അയച്ച കത്തിലെ വരികൾ കല്ലിൽ കൊത്തിയപോലെ ഇന്നും മനസ്സിലുണ്ട്. കഥയെഴുത്തിന്റെ കലാപരമായ മർമ്മത്തെ തൊട്ടുണർത്തുന്ന രണ്ടു കത്തുകളാണ് എനിക്ക് എന്റെ കഥാജീവി തത്തിൽ ആദ്യം കിട്ടിയത്. ഒന്നു പരേതനായ സി എച്ച് മുഹമ്മദ്കോ യയുടേത്. എന്റെ ആദ്യത്തെ കഥ 'വിവാഹസമ്മാനം' വായിച്ച മുഹമ്മദ്കോയ എനിക്ക് എഴുതി: "ഖാദറെ, കഥയുടെ ഇതിവൃത്തം നന്ന്. പക്ഷേ, പ്രതിപാദനം പോരാ. വാക്കുകൾ ഔചിത്യപൂർവ്വം ഉപയോഗിക്കണം. ആന്റൻ ചെക്കോവിന്റെ കഥകൾ മനസ്സിരുത്തി വായിക്കുക. എങ്ങനെ യാണ് നമ്മൾ ഉദ്ദേശിക്കുന്ന കാര്യങ്ങൾ ചുരുങ്ങിയ വാക്കുകളിൽ, കുറിക്കു കൊള്ളുമാറ് ഉപയോഗിക്കേണ്ടത് എന്ന് ആ കഥകളിലൂടെ സൂക്ഷ്മമായി മനസ്സിലാക്കാം. 'വിവാഹസമ്മാനം' ഞാൻ പ്രസിദ്ധപ്പെടു ത്തുന്നു. ഇനിയും എഴുതണം."

രണ്ടാമത്തെ കത്തും എനിക്ക് കിട്ടുന്നത് ഒരു രാഷ്ട്രീയനേതാവിൽ നിന്നുമാണ്. പി ആർ നമ്പ്യാർ എനിക്കെഴുതി: "ഖാദറെ, കഥ നന്നായി ട്ടുണ്ട്. കഥ പറഞ്ഞ രീതിയും നന്ന്. ആ കഥാപാത്രത്തെ ഇങ്ങനെ ഭ്രാന്തനായി അലയാൻ വിടണോ? വർഗ്ഗീയകലാപം മൂലം എല്ലാം നഷ്ടപ്പെട്ടവർ എത്രയെത്ര. ഈ മനുഷ്യനെ ഭ്രാന്തനായി അലയാൻ വിടുന്നതിനുപകരം മറ്റൊരു രീതിയിൽ ചിന്തിച്ചുകൂടെ?– ഒന്ന് നേരിൽ

കാണണം. സൗകര്യംപോലെ കോഴിക്കോട്ടുവരിക. കഥ ഞാൻ തങ്കപ്പനെ ഏല്പിക്കാം. *നവയുഗ*ത്തിൽ ചേർക്കണമെന്ന് പറയുകയും ചെയ്യാം– എന്തെഴുതുമ്പോഴും അതിനൊരു ലക്ഷ്യബോധം ആവശ്യമില്ലേ.....? കഥയായാലും എഴുതുന്നതും പറയുന്നതും കാര്യം തന്നെയാണല്ലോ."

കത്ത് കിട്ടിയ അന്നുതന്നെ ഞാൻ കോഴിക്കോട്ടേക്കു ചെന്നതായിരുന്നു. എന്റെ യാത്രോദ്ദേശ്യം പി ആർ പെട്ടെന്ന് കണ്ടമാത്രയിൽത്തന്നെ മനസ്സിലാക്കിക്കാണും. കാന്റീനിൽ ചെന്ന് ചായയും ചൂടുള്ള വടയും തിന്നു. പി ആർ മുമ്പിലും ഞാൻ പിമ്പിലുമായി *ദേശാഭിമാനി* ആപ്പീസിന്റെ മുൻഭാഗത്ത് ചെന്നുകയറി. മാനേജരുടെ മുറിയിലൂടെ കടന്ന് പത്രാധിപസമിതി അംഗങ്ങൾ ഇരിക്കുന്ന മുറിയിൽ എന്നെക്കൊണ്ടുവന്ന് പി ആർ എല്ലാവരെയും പരിചയപ്പെടുത്തി.

"ഇതാണ് ചിത്രഭാനു നമ്പൂതിരി, ഇദ്ദേഹം ഐ എസ് നമ്പൂതിരി, എൻ ഇ ബലറാം, ടി വി കെ.. കെ പി മുഹമ്മദ്കോയ, എം കണാരൻ, ഇദ്ദേഹം കേരളീയൻ...."

എന്നെ അങ്ങോട്ടും ഇങ്ങോട്ടും പരിചയപ്പെടുത്തി. 'കഥയെഴുതാറുണ്ട്.' പിന്നെ എല്ലാവരോടുമായി പറഞ്ഞു:

"നമ്മുടെ വാരാന്തപ്പതിപ്പിലൊക്കെ ഇടയ്ക്കിടെ എഴുതിക്കണം. ഖാദർ എഴുതി ചിത്രഭാനുവിനോ, ടി വി കെ ക്കോ അയച്ചുകൊടുത്താൽ മതി. ശ്രദ്ധിക്കൂ..."

പി ആർ എന്നെ പടിഞ്ഞാറെ ചരിവിലേക്ക് കൂട്ടിക്കൊണ്ടുപോയി. അവിടെയിരിക്കുന്ന മണ്ണാലത്തിനെയും തങ്കപ്പനേയും പരിചയപ്പെടുത്തിയിരുന്നു. പിന്നീട് തങ്കപ്പനോട് പറഞ്ഞു: "ഞാൻ തന്ന കഥയില്ലേ. ആ മനുഷ്യൻ, അതെഴുതിയത് ഈ ഖാദറാണ്. ഖാദർ ഇടയ്ക്കൊക്കെ നമ്മുടെ പത്രത്തിൽ എഴുതട്ടെ അല്ലേ....? തങ്കപ്പൻ ശ്രദ്ധിക്കും. കഥകൾ തങ്കപ്പന് അയച്ചുകൊടുക്കണം."

തങ്കപ്പൻ ചിരിച്ചു. കവിതകൾ എഴുതാറുള്ള മണ്ണാലത്തും ചിരിച്ചു. ചന്ദ്രേട്ടനും ബാബുവും ഭരതനുമിരിക്കുന്ന മുറിയിലൂടെ കടന്നുപോരുമ്പോൾ ഭരതനോട് പറയുന്നതു കേട്ടു. "ഖാദറിന്, കഥ വന്നാൽ എന്തെങ്കിലും പ്രതിഫലവും അയച്ചുകൊടുക്കണം കേട്ടോ..."

പി ആർ പുറത്തേക്കിറങ്ങി. പിന്നാലെ ഞാനും. ഗോപാലൻകുട്ടി മേനോൻ പറയുന്നതു കേട്ടു. "എന്റെ നാട്ടുകാരനെക്കൊണ്ടെന്താ കാര്യം? നേരത്തെ അന്വേഷിച്ചല്ലോ?..."

"ഛേ, മേനോൻ അറിയില്ലേ...? ഖാദർ ശ്രദ്ധേയനായ ഒരു കഥാകൃത്തല്ലേ...? നാട്ടുകാരനാണെന്ന് പറഞ്ഞിട്ട് അതറിയില്ലേ?..." പി ആർ എന്റെ പുറംതടവി. മേനോന്റെ മുന്നിൽ നാട്ടുകാരനായ കഥാകൃത്തിനെ അവതരിപ്പിച്ചു. 'ഒരുവക തരക്കേടില്ലല്ലോ ഇവൻ' എന്ന ആഹ്ലാദവും മനസ്സിൽ പേറിയാണ് അന്ന് *ദേശാഭിമാനി* ആപ്പീസിന്റെ ഗേറ്റ് കടന്ന് ഞാനിറങ്ങിപ്പോകുന്നത്, നാട്ടിലേക്ക് വണ്ടി കയറിയത്.

നാലഞ്ചാഴ്ചകൾ കഴിഞ്ഞുവന്ന *നവയുഗ*ത്തിൽ എന്റെ കഥ അച്ചടിച്ചുവന്നു. 'ആ മനുഷ്യൻ' എന്നായിരുന്നു കഥയുടെ പേര്. അടിയിൽ എന്റെ പേര്. പക്ഷേ, പേരിൽ പി ആർ നമ്പ്യാർ അല്പം മാറ്റം വരുത്തിയിരിക്കുന്നു. അതുവരെ അച്ചടിച്ചുവന്ന കഥകളുടെ ചുവട്ടിൽ കഥാകൃത്തിന്റെ പേർ അച്ചടിച്ചത് 'കൊയിലാണ്ടി യു എ ഖാദർ' എന്ന പേരിലായിരുന്നു. അതിലെ സ്ഥലനാമം *നവയുഗ*ത്തിലെ ആൾക്കാർ മാറ്റി. ആദ്യം അല്പം ഇച്ഛാഭംഗമുണ്ടായെങ്കിലും പിന്നീടതാണ് നല്ലതെന്നു തോന്നി. പക്ഷേ, എന്റെ കഥാസങ്കല്പത്തെ ആകെ മാറ്റിയ ഒരു പാരഗ്രാഫ് അതിൽ എഴുതിച്ചേർത്തിരുന്നു. ആ പാരഗ്രാഫ് കഥയെഴുത്തിനെ സംബന്ധിച്ച് എനിക്ക് പുതിയ ധാരണകൾ എമ്പാടും പകർന്ന് തന്നു എന്നതാണ് സത്യം. ഹിന്ദു മുസ്‌ലിം ലഹളയിൽ സകലതും നഷ്ടപ്പെട്ട് ഭ്രാന്തനായി സകല മരങ്ങളിലും പേർ കൊത്തിവെച്ച് അലയുന്ന മനുഷ്യനാണല്ലോ എന്റെ കഥയിലെ കഥാപാത്രം. ശൂന്യതയിൽ അലയുന്ന മനുഷ്യൻ. തീവ്രമായ വേദനയിൽ ജീവിതം ദുരന്തപൂർണ്ണമായിത്തീരാൻ വിധിക്കപ്പെട്ട മനുഷ്യൻ. ആ മനുഷ്യന്റെ അലച്ചിൽ.

കഥയുടെ ഒടുവിലത്തെ ഖണ്ഡികയായി *നവയുഗ*ത്തിൽ അക്കാലത്ത് ഇപ്രകാരം അച്ചടിച്ചുവന്നു. "പുനംകൊത്തി കൃഷിചെയ്യുന്ന കാലം. വരണ്ട ഭൂമിയിൽ വിളവിറക്കാൻ ശ്രമിക്കുന്ന അദ്ധ്വാനശാലികളായ കൃഷിക്കാർ ഭൂമിയിൽ തങ്ങളുടെ കൈക്കോട്ടുകൾ കൊത്തിക്കിളച്ച് മണ്ണിനെ മെരുക്കിയെടുക്കാൻ ശ്രമിക്കുന്നു. അവരുടെ കൂട്ടത്തിൽ അയാളുമുണ്ട്. ഉറച്ച പാറപോലുള്ള ഭൂമിയിൽ അയാളുടെ മൂർച്ചയുള്ള ആയുധങ്ങൾ പതിക്കുന്നു. ഇപ്പോൾ അയാൾ കാണുന്നത്... അങ്ങ് ദൂരെ സ്വന്തം ഗ്രാമത്തിൽ കാറ്റേറ്റ് ചാഞ്ചാടുന്ന ഗോതമ്പ് വയലുകൾ.... കൃഷിക്കാരുടെ കൂട്ടത്തിൽ അദ്ധ്വാനശാലിയായ മനുഷ്യൻ–പുതിയ മനുഷ്യൻ..."

ഇതാണ് എഴുതിച്ചേർത്ത ഖണ്ഡിക. ഈ ഖണ്ഡിക വന്നതോടെ ഹിന്ദു മുസ്‌ലിം ലഹളയിൽ സകലതും നഷ്ടപ്പെട്ട് നിരാശനായലയുന്ന മനുഷ്യന്റെ രൂപവും ഭാവവും മാറി. കഥയാകെ മാറി. അയാളുടെ മനസ്സിലെ വടക്കെ ഇന്ത്യൻ ഗ്രാമങ്ങളുടെ ഹൃദയത്തുടിപ്പുകൾ ഉണർന്ന് കഥയ്ക്ക് പുതിയ കാഴ്ചപ്പാടും മാനവും കൈവന്നു. കഥയെഴുത്തിനെ സംബന്ധിച്ചിടത്തോളം എന്റെ മനസ്സിൽ പുതിയ ധാരണകളുടെ വിത്തു പാകുകയാണ് ആ പുതിയ ഖണ്ഡികയുടെ പിറവിയിലൂടെ സാധിച്ചത്. കഥ എന്തായിരിക്കണമെന്നും എങ്ങനെ എഴുതണമെന്നുമുള്ള പുതിയ കാഴ്ചപ്പാട്. എഴുത്തിന്റെ അടിപ്പൊരുൾ കാട്ടിത്തരുന്ന വഴികൾ...

അടുത്ത ദിവസം തന്നെ ഞാൻ വീണ്ടും പി ആർ നമ്പ്യാരെ ചെന്നു കണ്ടു. കണ്ടപാടെ പി ആർ ചോദിച്ചു: "കഥ കണ്ടില്ലേ? പുതിയ ഖണ്ഡിക ഞാൻ എഴുതിച്ചേർത്തതാണ്. സാരമില്ല, തങ്കപ്പന്റെ കൂടി അഭിപ്രായം

കണക്കിലെടുത്താണങ്ങനെ ചെയ്തത്. അതുകൊണ്ട് ആ കഥയ്ക്ക് ഒരു ഊനവും സംഭവിക്കുകയില്ല. ശരിയല്ലേ?"

എന്റെ കണ്ണുകൾ നിറഞ്ഞു. കഥയെഴുത്തിനെ സംബന്ധിച്ചിടത്തോളം ആ പുതിയ ഖണ്ഡികയെഴുതിച്ചേർത്തതിലൂടെ എന്റെ കലാപരമായ ധാരണകൾക്ക് വെളിച്ചം കിട്ടി എന്ന് പറഞ്ഞ് ഫലിപ്പിക്കുവാൻ അന്നേരം എനിക്ക് സാധിച്ചുമില്ല.

പിന്നീട് കഥയെഴുത്ത് ഒരാവേശമായിരുന്നു. പി ആർ നമ്പ്യാരും തങ്കപ്പനും *ദേശാഭിമാനി* വാരാന്ത്യപ്പതിപ്പിന്റെ ചുമതലയുള്ള ചിത്രഭാനുവും ആ കഥകൾ അച്ചടിച്ച് പ്രോത്സാഹിപ്പിക്കുകയും ചെയ്തു. അക്കാലത്ത് *നവയുഗ*ത്തിൽ അച്ചടിച്ച 'വിശുദ്ധ പൂച്ച' എന്ന കഥ അന്നത്തെ യാഥാസ്ഥിതിക സമൂഹത്തെ വല്ലാതെ ചൊടിപ്പിച്ചു. മുസ്ലിം സമുദായത്തിൽ അന്ന് നിലനിന്നിരുന്ന അന്ധവിശ്വാസത്തെ നിശിതമായി വിമർശിക്കുന്ന ആ കഥ അന്നത്തെ പൗരോഹിത്യത്തെ ചൂടുപിടിപ്പിക്കുകതന്നെ ചെയ്തു. നാട്ടിലെ പള്ളിമേധാവികളും തറവാട്ടുകാരണവന്മാരും ആ കഥയെഴുതിയ കാരണത്താൽ എന്നെ ബഹിഷ്കരിക്കുവാൻതന്നെ തീരുമാനിക്കുകയും ബർമ്മയിൽ കച്ചവടത്തിനു പോയ ബാപ്പയെ അറിയിക്കുകയും ചെയ്തു. ബർമ്മയിൽനിന്ന് ബാപ്പ എനിക്കെഴുതി. "ആളുകളെ വെറുപ്പിക്കുന്ന കഥകൾ എന്തിനാ മോനെ എഴുതുന്നത്. ആളുകൾക്ക് വെറുപ്പുണ്ടാക്കുന്ന കഥകൾ എഴുതിയിട്ടെന്താ മോനെ കാര്യം... നീ ഒരാൾ എഴുതിയതുകൊണ്ട് നാട്ടാചാരങ്ങൾ ഇല്ലാതാവുമോ? അതൊക്കെ അനാചാരം എന്ന് നീ എങ്ങനെയാ പറയ്വാ?"

വീട്ടിലും പുറത്തും എതിർപ്പുകൾ. സമുദായത്തെ താറടിച്ചു കാണിക്കാനുള്ള ശ്രമമാണ് കഥയെഴുത്തിലൂടെ നടത്തുന്നതെന്ന് ആരോപണങ്ങൾ. കുറ്റപത്രങ്ങൾ, വിലക്കുകൾ, തള്ളിപ്പറച്ചിലുകൾ, ഭീഷണികൾ, അതിനെയൊക്കെ നേരിടാൻ എനിക്കന്ന് കരുത്തും ആവേശവും തന്നത് ആ കഥകൾ പ്രസിദ്ധപ്പെടുത്തുവാൻ താല്പര്യം കാണിച്ച പത്രങ്ങൾ തന്നെയായിരുന്നു. *ദേശാഭിമാനി* വാരാന്ത്യപ്പതിപ്പിൽ *മാപ്പിളപ്പെണ്ണിന്റെ ലോകം* എന്ന ആദ്യത്തെ നോവൽ അച്ചടിച്ച് വന്നപ്പോൾ ചിത്രഭാനു എഴുതി; "എഴുതുന്നതിന്റെ കരുത്ത് നഷ്ടപ്പെടരുത്. ലക്ഷ്യബോധത്തോടെ എഴുതുക. കരുത്തനാവുക. സൗകര്യം കിട്ടുമ്പോഴൊക്കെ എഴുതുകയും ഇങ്ങോട്ടയയ്ക്കുകയും ചെയ്യുക."

ആ ലഘുനോവലിന് അവതാരികയെഴുതിയ പി ടി ഭാസ്കരപ്പണിക്കരും കഥാകൃത്ത് തന്റെ അനുഭവങ്ങൾ പകർത്തുമ്പോൾ ഒരിക്കലും മികച്ച കലാസൃഷ്ടികൾ ഉണ്ടാവില്ല പൊയ്വെടികൾ ആവരുതെന്ന് നിഷ്കർഷിച്ചു. അക്കാലത്തുതന്നെ *നവയുഗം* പ്രസിദ്ധപ്പെടുത്തിയ ഒരു കഥയിൽ ചില്ലറ ഭേദഗതികൾ വരുത്തിക്കൊണ്ട് എന്റെ കഥാരചനയുടെ ശില്പഭംഗി ഒട്ടും നഷ്ടപ്പെടുത്താതെതന്നെ എങ്ങനെയൊരു കഥ സോദ്ദേശ്യപരമാക്കാം എന്ന് കാണിച്ചുതരികയുണ്ടായി.

മദിരാശി കോളേജ് ഓഫ് ആർട്സിൽ പഠിക്കുകയായിരുന്നു ഞാനപ്പോൾ. അവിടെ മോഡൽ നില്ക്കുന്ന രങ്കമ്മ എന്ന തമിഴത്തിയാണ് കഥാപാത്രം. പ്രിൻസിപ്പൽ റോയ് ചൗധരി മോഡലിനെ നഗ്നയാക്കി നിർത്തുന്നു. ചുറ്റും കൂടി നില്ക്കുന്ന വിദ്യാർത്ഥികൾ ആ നഗ്നരൂപം പകർത്തുന്നു. താനിങ്ങനെ നഗ്നയായി നില്ക്കേണ്ടിവന്ന ദുരവസ്ഥയെക്കുറിച്ചാലോചിച്ചാണ് രങ്കമ്മ നിന്നിരുന്നത്. ഗിണ്ടിയിൽ പണിക്കൊന്നും പോകാതെ വെറുതെയലയുന്ന തങ്കവേലുവിനെ അവൾ ശപിക്കുന്നു. പിറ്റേന്നും ചിത്രകലാ വിദ്യാലയത്തിലേക്ക് സ്വയം ശപിച്ചുകൊണ്ടിറങ്ങുന്ന രങ്കമ്മയെയും അവളെ യാത്രയാക്കാൻ വരുന്ന തങ്കവേലുവിന്റെ നിസ്സഹായതയെയും അവതരിപ്പിച്ചുകൊണ്ടാണാ കഥ അവസാനിക്കുന്നത്. ചിത്രകലാവിദ്യാലയത്തിൽ നഗ്നയായി മോഡൽ നില്ക്കാൻ നിയുക്തയായ ഒരു പെണ്ണിന്റെ നിസ്സഹായതയും അവൾ വാങ്ങിക്കൊണ്ടുവരുന്ന പ്രതിഫലത്തുകയിൽ ജീവിതം പുലർത്തുന്ന കുടുംബത്തിന്റെ ദാരുണാവസ്ഥയും വിവരിക്കുന്ന കഥയിൽ ഏറ്റവും ഒടുവിൽ ഇങ്ങനെ എഴുതിച്ചേർത്തു, എഗ്മൂറിലേക്കുള്ള വണ്ടിയിൽ രങ്കമ്മയെ കയറ്റിവിട്ട തങ്കവേലു പറഞ്ഞു: "നാളെക്ക് ഒരു വേല എനക്ക് കട്ടായം കടയ്ച്ച്വിടും. ഇന്ന്ക്ക് നാൻ സെൻട്രലിലെ പോക് റേൻ. അങ്കെ ഹാർബറിൽ വേലയിരിക്കുന്ന് കുപ്പുസ്വാമി ചൊന്നാച്ച്. അതോ ഇന്ത കഷ്ടകാലം തീരും. നിമ്മതിയാ പോകൈ രങ്കമ്മ."

തങ്കവേലുവിന്റെ വാക്കുകൾ രങ്കമ്മയുടെ മനസ്സിൽ കുളിർ കോരിനിറച്ചു. അന്നത്തെ ജോലികഴിഞ്ഞ് വസ്ത്രം ധരിച്ച് പുറത്തിറങ്ങിയ അവൾ അങ്ങു ദൂരെ തങ്കവേലുവിന്റെ നിഴൽ കണ്ടു. പുതിയ ജീവിതത്തിന്റെ കരുത്ത് നേടിവരുന്ന തൊഴിലാളിയെ രങ്കമ്മ ഇരുകരങ്ങളും നീട്ടി സ്വീകരിച്ചു...

ഇത്രയും എഴുതിച്ചേർത്ത് ആ കഥ പൂർത്തിയാക്കിയപ്പോൾ സ്വന്തം നിസ്സഹായാവസ്ഥയിൽ പരിതപിക്കുന്ന പെണ്ണിന്റെ ചിത്രം ആകപ്പാടെ മാറി. നാളെയെക്കുറിച്ച് പ്രതീക്ഷപുലർത്തുന്ന പെണ്ണായി രങ്കമ്മ മാറുകയും ചെയ്തു. ഇങ്ങനെ കഥയാകപ്പാടെ മാറി. കഥയ്ക്ക് പുതിയ ഒരു കാഴ്ചപ്പാടും ലക്ഷ്യബോധവും കൈവന്നു. കഥാകൃത്തിന് തന്റെ രചനയുടെ ധർമ്മകർമ്മങ്ങളെക്കുറിച്ച് ബോധമുണർത്തുന്ന വരികൾ. *നവയുഗ*ത്തിൽ അക്കാലത്ത് അച്ചടിച്ചുവന്ന ഈ കഥയിലെ ഒടുവിലത്തെ ഖണ്ഡികയെഴുതി ചേർത്തത് ഒരുപക്ഷേ, തങ്കപ്പനായിരിക്കും. എന്റെ കഥകളെ താല്പര്യപൂർവ്വം പരിശോധിച്ച പി ആർ ആയിരിക്കാം. അക്കാലത്തെ *ദേശാഭിമാനി* പത്രത്തിലെ സബ് എഡിറ്റർമാരായ ബലറാമോ, ടി വി കെ യോ ആവാം. പക്ഷേ, അക്കാലത്തെ പത്രാധിപന്മാർ വരുത്തുന്ന മാറ്റങ്ങൾ, കൈക്രിയകൾ, രചനാകർമ്മങ്ങളിൽ വ്യാപൃതരായ എഴുത്തുകാർക്ക് എന്നും പുതിയ പുതിയ പ്രകാശ ചക്രവാളങ്ങൾ കാട്ടിക്കൊടുക്കാറുണ്ടായിരുന്നു.

കഥാരചനയിൽ ഇന്ന് ഒരുപാട് വ്യതിയാനങ്ങൾ സംഭവിച്ചിട്ടുണ്ട്. ശില്പവിദ്യയിൽ പലതരം പരീക്ഷണങ്ങൾ നടന്നിട്ടുമുണ്ട്. എങ്കിലും പണ്ടെനിക്ക് കാണിച്ചുതന്ന പ്രകാശ ചക്രവാളങ്ങൾ ഇന്നും കഥയെഴുതാനിരിക്കുമ്പോൾ എന്റെ പഴയ മനസ്സിൽ അതേ നിറപ്പൊലിമയോടെതന്നെ നിലകൊള്ളുന്നു. ചാല് മാറി ചവിട്ടണമെന്നു തോന്നുമ്പോഴും താൻ തിരിച്ചുവിടേണ്ട നീരൊഴുക്ക് ഏത് ലക്ഷ്യത്തിലേക്കാവണം എന്ന ചിന്ത എന്റെ കാലുകളെ അറിയാതെ നയിക്കാറുണ്ട്. അതൊരു ശീലമായിപ്പോയി. മനസ്സിന്റെ കാണാ ആഴങ്ങളിൽ എന്നെതന്നെ പ്രതിബിംബിച്ചു കാണിക്കുന്ന ശീലം.

ഈയിടെ ഒരുനാൾ എൻ ഇ ബലറാമിന്റെ ഒരു പുസ്തകം പ്രകാശനം ചെയ്യുന്ന ചടങ്ങിൽവെച്ച് വളരെ കാലത്തിനുശേഷം തികച്ചും യാദൃച്ഛികമായി ഞാൻ എ കെ തങ്കപ്പനെ വീണ്ടും കണ്ടു. അന്നു സദസ്സിൽ കെ പി മുഹമ്മദ് കോയയും ഐ എസ് നമ്പൂതിരിയും എം കണാരനുമെല്ലാം ഉണ്ടായിരുന്നു. വളരെക്കാലം കഴിഞ്ഞ് കണ്ടുമുട്ടിയ തങ്കപ്പനെ എനിക്ക് കെ പി പരിചയപ്പെടുത്തിത്തരേണ്ടിവന്നു. കാലം വരുത്തിയ മാറ്റങ്ങൾ. പക്ഷേ, തങ്കപ്പൻ പറഞ്ഞു: “ഖാദറിനെ കണ്ടാൽ മറക്കുകയില്ല. യാതൊരു മാറ്റവും വന്നിട്ടില്ല. ഞാനെന്നും ഖാദറിനെ ഓർക്കാറുണ്ട്. കഥകൾ കാണുമ്പോൾ പ്രത്യേകിച്ചും, ഈയിടെ എഴുതിയ കഥകൾ–തൃക്കോട്ടൂർ കഥകൾ എല്ലാം ഞാൻ വായിക്കാറുണ്ട്. ഖാദർ ഇപ്പോഴാണ് കഥയെഴുത്തിൽ ഖാദറിന്റേതായ വഴിയിൽ വന്നത്. ഖാദറിന്റെ മാത്രം വഴിയിൽ. എനിക്കതിൽ അഭിമാനമുണ്ട്. അന്നും ഇന്നും തന്റെ കഥകൾ വായിച്ചിട്ടുള്ള ഒരുവനാണല്ലോ ഞാൻ.” തങ്കപ്പന്റെ വാക്കുകൾ എന്റെ മനസ്സിനെയും കണ്ണുകളെയും ഒപ്പം നനച്ചു. ഞങ്ങൾ അന്യോന്യം കുറേനേരം നോക്കിയിരുന്നു. പിന്നെയും കാണാമെന്നു പറഞ്ഞ് യാത്രപിരിഞ്ഞപ്പോഴും തങ്കപ്പൻ പ്രോത്സാഹിപ്പിക്കുമായിരുന്നു: “എഴുതണം കേട്ടോ. ഇനിയും എത്രയോ എഴുതാൻ തനിക്കുണ്ടല്ലോ.”

ഉണ്ടായിരിക്കാം. എഴുതുവാനുള്ള താല്പര്യം–ആവേശം–നിറഞ്ഞ മനസ്സോടെ അലയുമ്പോഴും എന്തിനെഴുതുന്നു; എന്തിനുവേണ്ടി എഴുതുന്നു എന്ന് അകമനസ്സിലിരുന്നാരോ ചോദിക്കാറുണ്ട്. അതാരാണ്? ഞാൻ തന്നെയല്ലാതെ മറ്റാരാണ് എന്നോടാദ്യം ഈ വക ചോദ്യങ്ങൾ ഉണ്മയോടെ ചോദിക്കുക? മറുപടിയും ഞാൻ തന്നെ പറയണം. താൻ കഥകൾ എഴുതുന്നത് തനിക്ക് മാത്രമുള്ള മനോസുഖം കാംക്ഷിച്ചല്ല. മറ്റുള്ളവർക്കുകൂടിയാണ്! അങ്ങനെയാവുമ്പോൾ അവർക്ക് ഇത്തിരിവെട്ടം കിട്ടുന്ന വല്ലതും അതിൽ വേണംതാനും. അതിന് എന്ത് കോപ്പാണ് തന്റെ പക്കലുള്ളത്? തന്റെ ചുറ്റുമുള്ള ജീവിതത്തിന്റെ പച്ച മണ്ണിൽ നിന്നല്ലാതെ മറ്റെവിടെ തപ്പിയാണ് തന്റെ കഥകൾക്ക് വേണ്ടിയുള്ള മൂശ താൻ വാർത്തു

രൂപമാക്കുക? അപ്പോൾ സ്വന്തം അനുഭവത്തിന്റെ കയർ വട്ടത്തിൽത്തന്നെ അലഞ്ഞുമേയണമെന്നു സാരം.

പരംപൊരുൾ: കഥയെഴുത്തിന്റെ ആശാൻ–ചെറുകാട്–പണ്ടേ പറഞ്ഞുവെച്ചിട്ടുണ്ടല്ലോ. അവനവന്റെ മുരിങ്ങാച്ചോട്ടിൽനിന്ന് കാണുന്ന ആകാശത്തിലെ നക്ഷത്രങ്ങൾ എണ്ണിക്കണക്കാക്കുക. ആ എണ്ണം ഒരിക്കലും പിഴയ്ക്കുകയില്ല എന്ന്...

ആയഞ്ചേരി അസ്സയിനാർ

പതിനെട്ടുകളരികൾക്കാശാനായ മമ്മത് ഗുരിക്കൾ പണ്ടൊരിക്കൽ പ്രിയശിഷ്യർ പതിനെട്ടുപേരെയും പെരുമാൾപുരം പാലങ്ങാട്ടുപുലത്ത് കളരിയിൽ വിളിച്ചുവരുത്തി, പാകപ്പൊരുത്തമറിഞ്ഞു പയറ്റും മുറയുടെ പത്തര മാറ്റു പകിട്ടു പൊത്തനയും കുട്ടികളെ പറഞ്ഞു മനസ്സിലാക്കിയത്രേ. ഇനിയേറെ നാൾ പറയാനോ, കച്ചകെട്ടിച്ചവിട്ടിക്കാനോ തന്നെക്കൊണ്ടാവുകയില്ല എന്നൂഹിച്ച് ഗുരിക്കൾ പിരിയുംമുമ്പു പറയേണ്ട കാര്യങ്ങൾ പാതിവെച്ചു നിർത്താതെ പൂരിപ്പിക്കുകയായിരുന്നു. അന്നതിൽപ്പിന്നെ പാലൂരിലെ പൂവെടിത്തറയ്ക്കു പടിഞ്ഞാറു പാലൂത്തറ പൂവാട്ടുപറമ്പിൽ ഗുരിക്കളുടേയും കുട്ടികളുടെയും വക ഒരു അഭ്യാസപ്രകടനവും നടത്തി. ശിഷ്യന്മാർ പഠിച്ച വിദ്യകൾ പാകമൊപ്പിച്ചു ചിട്ടയോടെ, പറമ്പിൽ കൂടിയ പതിനായിരം കാണേ പയറ്റി. അതിശയം കണ്ട ആളുകൾ കൈയടിച്ചഭിനന്ദിച്ചു. കൂട്ടത്തിൽ അത്യത്ഭുതത്തോടെ സർവ്വരും നോക്കിനിന്നത് ആയഞ്ചേരിക്കാരൻ അസ്സയിനാരുടെ 'കൊയ് മേൽ കൊയ്'മലക്കമായിരുന്നു. "കൊയ് മേൽ കൊയ്" പതിമൂന്നും പിന്നെ നിന്നനില്പിൽ നിലവിട്ട് ഒൻപതും അവൻ മറിഞ്ഞു. അസ്സയിനാരുടെ മലക്കം കണ്ടമ്പരന്ന തൃക്കോട്ടൂരുകാർ പറഞ്ഞു: "ഇതെന്തതിശയം. ഇതെന്തു മലക്കം. മിന്നൽ മലക്കം-കീലേരിക്കാരും കണ്ടതിശയിക്കും മലക്കം."

മമ്മത് ഗുരിക്കളും ശിഷ്യനെ വാഴ്ത്തി. പിന്നെ പാലൂത്തറയ്ക്കലെ അരയാൽ ചുവട്ടിൽചെന്നിരുന്ന ശിഷ്യനെ അരികെ വിളിച്ചിരുത്തി ഉപദേശിച്ചു: "നന്നായി നിനക്ക് അഭ്യാസം അറിയ്യാന്ന് തിരിഞ്ഞ്. എന്നാൽ ഒന്നു കേട്ടോ. ഒരു വിദ്യ ഒരിക്കലേ ഒരിടത്തു പ്രയോഗിക്കാവൂ. ഒരിക്കൽ

കൈയടി കിട്ടിയെന്നുവച്ചു കാട്ടിയ വിദ്യ കാണിക്കരുത്. ഒരിക്കൽ കൈയടിവാങ്ങിയ ഓതിരം പിന്നെയൊരു കുറികൂടി കൈയടി കേൾക്കാനുള്ള പൂതിവെച്ച് മറിയരുത്. മനസ്സിലായോ."

ആൾക്കാർ കാണുന്നിടത്തുവെച്ചൊക്കെ പുകഴ്ത്താൻ തുടങ്ങിയപ്പോൾ അസ്സനിയാർ ഗുരുവചനം മറന്നു. കൈയടി കിട്ടിയ വിദ്യതന്നെ പലകുറി കാണിച്ചു. അപ്പോഴൊക്കെയും ആൾക്കാർ അഭിനന്ദിച്ചു. അസ്സയിനാർക്ക് അത് ഒരുതരം ലഹരിപോലെയായി. അയാൾ കാണുന്നിടത്തുവച്ചൊക്കെ അഭ്യാസപ്രകടനം ആവർത്തിച്ചു. നാലാൾ കൂടുന്നിടത്തുവെച്ചു നാലുവാക്കു നന്മ പറയുന്നതു കേട്ടാൽ മതി അസ്സയിനാർ താറഴിച്ചു കെട്ടുന്നു. തലമുറുക്കിക്കെട്ടുന്നു. പിന്നെ സ്ഥലവും കാലവും നോക്കാതെ, ആളും അവസ്ഥയും നോക്കാതെ 'കൊയ് മേൽ കൊയ്' പതിമൂന്നും നിന്നനില്പിൽ നിലവിട്ട് ഒൻപതും മറിയുന്നു.

തൃക്കോട്ടൂരാണല്ലോ നാട്. ഒന്ന് ഒൻപതുകുറി കണ്ടാൽ കൊമ്പനാനപ്പുറത്തെ തിടമ്പെഴുന്നള്ളിപ്പായാലും ഞങ്ങൾക്കു മടുക്കും. അസ്സയിനാരുടെ കളിയിലെ പുതുമയും പകിട്ടും ഞങ്ങൾക്കു പഴയതായി. പഴകിപ്പുളിച്ചുതുടങ്ങി. കണ്ടുമടുത്ത കച്ചകോപ്രാട്ടികൾ കാണുമ്പോൾ ആൾക്കാർ പറയാൻ തുടങ്ങി: "ഇതെന്താ, ആയഞ്ചേരി അസ്സയിനാരുടെ മലക്കം പോലാണല്ലോ. ഒരു വീര്യവുമില്ല. ഒരതിശയവുമില്ല. ഇതെത്ര കണ്ടതാണ്– ഈ തലകുത്തിമറിച്ചിൽ."

ആൾക്കാരുടെ നാവിൻതുമ്പത്തെ ഒരു നാട്ടുചൊല്ലായി ഈ കാര്യം. ആവർത്തനവിരസമായ എന്തുണ്ടായാലും കണ്ടാലും ആളുകൾ പറയും: "ആയഞ്ചേരി അസ്സയിനാരുടെ തലകുത്തി മലക്കംപോലെ.... ഒരു കോപ്പിരാട്ടി..."

ഗുരിക്കൾ ഉപദേശിച്ചതവഗണിച്ച അസ്സയിനാരുടെ അഭ്യാസപ്രകടനങ്ങൾ ആർക്കും കാണേണ്ട, വേണ്ട, എന്നേടത്തായി സംഗതികൾ. കണ്ടുമടുത്ത കാഴ്ചകൾ കാണുമ്പോൾ, കേട്ടുമടുത്ത പ്രസംഗങ്ങൾ തന്നെ പിന്നെയും പിന്നെയും ചൊല്ലി പറയുന്നതു കേൾക്കുമ്പോൾ, ഞങ്ങൾ മുഖം നോക്കാതെ പരുഷമായി പറഞ്ഞുതുടങ്ങി: "അതാ ആയഞ്ചേരി അസ്സയിനാരുടെ മലക്കം തുടങ്ങി. തലകുത്തിമലക്കം."

അസ്സയിനാരെ നമുക്കിപ്പോൾ എവിടെയും കാണാം അസ്സയിനാരുടെ മലക്കമാണ് നാമിപ്പോൾ എന്നേരവും കാണുന്നത്. ഒരിക്കൽ ഒരു കാര്യം കുറച്ചാളുകളെ ആകർഷിച്ചാൽപ്പിന്നെ അതനുകരിച്ചു സംഗതി മടുപ്പിക്കുന്നതാക്കി മാറ്റുന്ന പലരും. ഒരു പുതുക്കാഴ്ച കണ്ടു ജനം കൈയടിച്ചാൽ പിന്നെ അതുതന്നെയാവർത്തിച്ച് കൈയടി വാങ്ങാനുള്ള വ്യഗ്രത. ഒരു ചിത്രം എന്തോ കാരണവശാൽ കുറെ പ്രേക്ഷകരെ രസിപ്പിച്ചാൽ, പിന്നെ തുടർന്നത്തരം ചിത്രങ്ങളുടെ ഒരു മലവെള്ളപ്പൊക്കം തന്നെ ആരംഭിക്കുന്നു. ഒടുക്കം കണ്ടുമടുത്ത ഒരേതരം കാഴ്ചകൾതന്നെ

ജനങ്ങൾ എല്ലാ ചിത്രങ്ങളിലും കാണുമ്പോൾ ആദ്യം കൈയടിച്ചഭിനന്ദിച്ചവർതന്നെ കൂവുന്നു. ഒരു സാഹിത്യകൃതി, നോവൽ, നാടകം, കഥ, കവിത ഏതെങ്കിലുമൊരു കാരണത്താൽ സഹൃദയശ്രദ്ധ പിടിച്ചെടുത്താൽ പിന്നെയുണ്ടാവുന്ന എല്ലാ കൃതികളും അതിന്റെ ചുവടുപിടിച്ചാണ് നിർമ്മിക്കപ്പെടുന്നത്. സംവേദനത്തിന്റെ പുതിയ മേഖല, പുതിയ ഒരു ശീലം, കണ്ടുപിടിക്കാനോ വെട്ടിത്തുറക്കാനോ, മിനക്കെടാൻ ആരും നില്ക്കുന്നില്ല. "മുമ്പേ ഗമിച്ചീടിന ഗോവിന്റെ പിന്നാലെയുള്ള നടത്തം..."

ഒരു രാഷ്ട്രീയനേതാവ് അല്ലെങ്കിൽ ഭരണാധികാരി, പ്രതിപക്ഷനേതാവു തന്റെ ഏതോ ഒരു ചപ്പടാച്ചികൊണ്ട് അല്പം ആളുകളെ രസിപ്പിച്ചാൽ, അവരുടെ സൗഹൃദമോ, അനുകമ്പയോ, വോട്ടോ നേടിയാൽ പിന്നെ ആ ചപ്പടാച്ചി തന്നെ എല്ലാ ജനനേതാക്കളും ആവർത്തിക്കുന്നു. കൈയടി വാങ്ങി ശീലിച്ച ആയഞ്ചേരി അസ്സയിനാർ വീണ്ടും വീണ്ടും കൈയടി കിട്ടാൻ ഒരിക്കൽ കാട്ടിയ വിദ്യതന്നെ പലകുറി കാട്ടിയതുപോലെ.

ഈ നീക്കത്തിനെതിരായി–ഇത്തരത്തിലുള്ള മനോഭാവത്തെ നിരുത്സാഹപ്പെടുത്താൻ, ജനശ്രദ്ധയ്ക്കായി നവംനവങ്ങളായ കർമ്മപരിപാടികൾ ആവിഷ്കരിക്കാൻ പ്രേരണയെന്ന നിലയ്ക്കു തൃക്കോട്ടൂരുകാരവലംബിച്ച മാർഗ്ഗമാണുത്തമമെന്നു തോന്നുന്നു. ജീവിതത്തിന്റെ എല്ലാ തുറകളിലും സംഭവിക്കുന്ന ആവർത്തനവിരസങ്ങളായ കാര്യങ്ങൾക്കുനേരെ, അവയെ ശ്ലാഘിക്കുന്നതിനു പകരം പുച്ഛംകൊണ്ടു നേരിടുക. കണ്ടുമടുത്ത കാഴ്ചകൾ കണ്ടാൽ, കേട്ടുമടുത്ത പ്രസംഗങ്ങൾ കേട്ടാൽ, ഒരേമട്ടിലുള്ള സാഹിത്യകൃതികൾ തന്നെ ജനപ്രീതി ലാക്കാക്കി വീണ്ടും വീണ്ടും കമ്പോളം ലക്ഷ്യംവെച്ചു പടച്ചുവിടുമ്പോൾ, ഒരേവിധം പൈങ്കിളിപ്രമേയങ്ങൾ മാത്രം സിനിമാനിർമ്മിതിക്കായി തെരഞ്ഞെടുക്കുമ്പോൾ, അവയെ അവഗണിക്കുക. അവയെ 'അസ്സയിനാരുടെ തലകുത്തിമലക്കം' എന്നുപറഞ്ഞു തള്ളുക. ജീവിതത്തിന്റെ പല തുറകളും കൈയടക്കി വാഴുന്ന ആയഞ്ചേരി അസ്സയിനാർമാർ നമുക്കിടയിൽ ധാരാളമുണ്ട്. ഏതാനും ചില മുരട്ടുവിദ്യകൾ മാത്രം കൈയിൽ കൊണ്ടു നടന്ന് സ്ഥാനത്തും അസ്ഥാനത്തും അതുതന്നെ പ്രയോഗിച്ചു മേനിക്കണ്ടപ്പൻമാരായി വിളയാടുന്നവർ. അവരുടെ പ്രകടനങ്ങൾ കാണുമ്പോൾ നാം അവഗണിക്കുക. തൃക്കോട്ടൂരുകാർ അസ്സയിനാരുടെ മലക്കം കണ്ടു പൊട്ടിച്ചിരിച്ചു. അവന്റെ കോപ്രാട്ടികൾ നോക്കി തള്ളിപ്പറഞ്ഞു. കണ്ടുമടുത്ത കാര്യങ്ങൾ കാണുമ്പോഴും കേൾക്കുമ്പോഴും പറയാൻ അവർക്ക് ഒരു ചൊല്ലുമുണ്ടായി: "അസ്സയിനാരുടെ മലക്കംപോലെ–തലകുത്തിമലക്കം പോലെ."

ആയഞ്ചേരി അസ്സയിനാർമാരായി കണക്കെഴുതി ഒഴിവാക്കേണ്ട ഒരുപാടുപേർ നമ്മുടെ എല്ലാ രംഗത്തും ഇന്നുണ്ട്. അവരുടെ പഴകിപ്പുളിച്ച അഭ്യാസപ്രകടനങ്ങൾ കാണുമ്പോൾ കൈയടിക്കുന്നതിനുപകരം,

നാവുറപ്പോടെ, ചങ്കുറപ്പോടെ, നട്ടെല്ലുറപ്പോടെ അവക്കെതിരായി പ്രതികരിക്കുക-അസ്സയിനാരുടെ മലക്കം ഇനി കാണേണ്ടതില്ല എന്നുറക്കെയുറക്കെ പറയുക. എന്നാലേ പുതുമയുള്ളൂ. രാഷ്ട്രീയ സാംസ്കാരിക സാമൂഹ്യരംഗങ്ങൾ വെടിപ്പാകയുള്ളൂ. പുതിയ സൃഷ്ടികൾ ലഭ്യമാവുകയുള്ളൂ. പഴകിപ്പുളിച്ച അഭ്യാസങ്ങൾ എവിടെ കണ്ടാലും ആരു കാണിച്ചാലും ഉറക്കെ പറയുക: "അസ്സയിനാരുടെ മലക്കം കുറേ കണ്ടതാണ്. ഇനിയിതു നിർത്തുക."

ഇതിവിടെ നിർത്തട്ടെ. ഏറെപ്പറഞ്ഞാൽ, പറഞ്ഞതുതന്നെ ആവർത്തിച്ചാവർത്തിച്ചു പറഞ്ഞാൽ ഈ ലേഖനം വായിക്കുന്നവനും പറയും: "ഖാദറെ അസ്സയിനാരുടെ മലക്കം താനും നിർത്തണം. നിർത്തിയില്ലെങ്കിൽ നിർത്തിക്കും. വായനക്കാരന്റെ മേൽ കുതിരസവാരിക്ക് ആരെയും വിടുകയില്ല; തന്നെ പ്രത്യേകിച്ചും വിടില്ല."

അതിനാൽ ഇനിയും നീട്ടിപ്പറയാതെ, ആയഞ്ചേരി അസ്സയിനാരെ ഓർത്തു നിർത്തട്ടെ. തൃക്കോട്ടൂരിലെ മമ്മത് ഗുരിക്കൾക്കു നന്ദി. ഒരിക്കലേ ഒരു വിദ്യ ഒരിടത്താകാവൂ എന്ന മന്ത്രം ശിഷ്യർക്ക് ഓതിക്കൊടുത്ത ഗുരുവിനു നന്ദി...

പരംപൊരുൾ: ട്രാൻസ്പോർട്ട് മന്ത്രി ബസ് ഓടിച്ച് ഉദ്ഘാടനകർമ്മം നിർവ്വഹിച്ചു. പുതുമ പത്രങ്ങളിൽ വെണ്ടയ്ക്ക. വിദ്യാഭ്യാസമന്ത്രി സ്ലേറ്റിൽ "തറപറ"യെഴുതി വിദ്യാലയത്തിന്റെ ശിലാസ്ഥാപന കർമ്മം നടത്തി. പുതുമതന്നെ. പത്രത്തിനൊരുപെട്ടി വാർത്തയും. സംഗതി ഇവ്വിധം നീണ്ടാൽ പിന്നെപ്പിന്നെ ഈവക കാര്യങ്ങൾക്ക് ഒരു നാടമുറിക്കലിന്റെ ഹരംകൂടിപ്പകരാനാവുകയില്ല. വാർത്താമൂല്യം ഇമ്മട്ടിൽ ചോർന്നാൽ പിന്നെ മന്ത്രിപുംഗവന്റെ പ്രസക്തിയെന്തെന്നു സച്ചിദാനന്ദനേയറിയൂ.

പൊതുകാര്യ തല്പരൻ പരീക്കുട്ടി

അവനവന്റെ കൈ എന്നേരവും വെടിപ്പായിരിക്കണം-ചരിത്രത്തിലെ, പിലാത്തോസ് പണ്ടും, കഥയിലെ പരീക്കുട്ടി ഇന്നും പറയുന്നത് അതൊന്നാണ്. യേശുവിനെ കുരിശിലേറ്റിയ പിലാത്തോസിനെ വിടുക-പഴങ്കഥകൾ മറക്കുക. നമുക്കിടയിൽ ജീവിക്കുകയും വാഴുകയും ചെയ്യുന്ന പരീക്കുട്ടി എന്തു ചെയ്തു. സ്വന്തം കൈ വെളുപ്പിച്ചും തെളിപ്പിച്ചും സേവനസന്നദ്ധനായി രാപ്പകൽ കഴിഞ്ഞുപോരുന്നതിനിടയിൽ, എന്നു നമുക്കൊന്നു പരിശോധിക്കാം.

പരീക്കുട്ടി ആരേയും ശിക്ഷിച്ചിട്ടില്ല; രക്ഷിച്ചിട്ടേയുള്ളു എന്ന് ഉറക്കെ പറയാറുമുണ്ട് പരീക്കുട്ടി. മുത്തായിട്ടെടുക്കേണ്ട വാക്ക് മുത്താറിക്ക് നമ്മൾ വില്ക്കേണ്ടതില്ലല്ലോ. ആർക്കും എപ്പോഴും എന്തിനും ചെന്നാശ്രയിക്കാവുന്ന സേവനനിരതനായ ഒരു കർമ്മോത്സുകനെക്കുറിച്ച് കുറ്റം പറയുന്നവന്റെ നാക്ക്, നാട്ടിനില്ലാപ്പെരുമ പാടുന്നവന്റേതായാലും കരിഞ്ഞുപോകുമെന്ന് കരുതുന്ന ഞങ്ങൾ എപ്പോഴുമെപ്പോഴും നല്ലതേ പറയാറും പാടാറുമുള്ളൂ.

അങ്ങനെയിരിക്കും കാലം ഒരുനാൾ, രാത്രിയിൽ നഗരവീഥിയിലൂടെ, അന്നത്തെ ജനോപകാരപ്രദങ്ങളായ കാര്യപരിപാടികൾ യഥാവിധി നിർവ്വഹിച്ച് ചാരിതാർത്ഥനായ ശേഷം തിരിച്ച് സ്വഗേഹം പൂകുകയായിരുന്നു കഥാപുരുഷൻ. അപ്പോൾ പരീക്കുട്ടി ഒരു മനുഷ്യന്റെ ഞരക്കം കേട്ടു. പാതിരാനേരം. ബസ്സ്റ്റാന്റിലെ ആളൊഴിഞ്ഞ മൂല. സിമന്റ് തറ. ഏതോ ഒരു മനുഷ്യജീവി കിടന്നുപിടയ്ക്കുന്നു. വിറച്ചുതുള്ളുന്നു. പരീക്കുട്ടി അങ്ങോട്ടു നടന്നുചെന്നു. തൊട്ടുനോക്കി. ശരീരം തീപോലെ പൊള്ളുന്നു. വിളിച്ചുനോക്കി. മറുപടിയില്ല. ബോധവുമില്ലായെന്നു തോന്നി.

പരീക്കുട്ടി എന്തു ചെയ്യും? സ്ഥലം ബസ് സ്റ്റാന്റ്. ചുറ്റിലുമുള്ള ആൾക്കാർ അധികവും പരിചിതർ. പിന്നെ ഒരു പൊതുപ്രവർത്തകന് കണ്ടില്ലാ കേട്ടില്ലാ എന്നു നടിച്ചു മാറിപ്പോകാനാവുമോ? കിംബഹുനാ.... പരീക്കുട്ടി ടാക്സി വിളിച്ചു. ബസ്സ്റ്റാന്റിനടുത്താണ് ടാക്സിസ്റ്റാന്റ്. അതു നന്നായി. ടാക്സി വിളിക്കേണ്ട താമസം എത്തി. അതനുസരിച്ച് ആൾക്കാരും കൂടി. നടുവിൽനിന്ന് നിർദ്ദേശങ്ങൾ നല്കുന്ന ആളെ എല്ലാവരും കണ്ടു. സുപരിചിതൻ. നഗരത്തിന്റെ മകൻ. നഗരത്തിൽ സകലർക്കും വേണ്ടപ്പെട്ടവൻ. പരീക്കുട്ടിയുടെ ശബ്ദംകേട്ടാണ് ആൾക്കാർ കൂടിയത് എന്നും പരീക്കുട്ടിയുള്ളയിടത്തൊക്കെ ആൾക്കാർ സ്വയം കൂട്ടംകൂട്ടമായി എത്തിക്കൊള്ളുമെന്നും പറഞ്ഞവനാരായാലും ഗുളികൻ ആ നാക്കിൻ തുമ്പത്തുതന്നെ.

"ടാക്സിയുടെ ചാർജ് എത്രവേണം? ഈ രോഗിയെ ജനറലാശുപത്രിയിലെത്തിക്കണം."

പരീക്കുട്ടിയുടെ ഉച്ചത്തിലുള്ള ചോദ്യം. പൊതുപ്രവർത്തകൻ പതുക്കെ വർത്തമാനം പറയുകയില്ലല്ലോ. അപ്പോഴേക്കും ഉദാരമതികൾ ചുറ്റും കൂടി. കാരണം അറിയപ്പെടുന്ന ഒരു പൊതുപ്രവർത്തകൻ. രാഷ്ട്രീയത്തിലും സാംസ്കാരികരംഗങ്ങളിലും മുങ്ങിത്തെളിഞ്ഞവൻ. ഭരണകക്ഷിയിലും പ്രതിപക്ഷകക്ഷിയിലും ഒരുപോലെ ശോഭിച്ചരുളുന്ന ഒരു ശോഭരാജൻ. മാത്രവുമല്ല പത്താൾ കേൾക്കെയുറക്കെ പലപ്പോഴും ടെലിഫോണിൽ തലസ്ഥാനം ലാക്കാക്കി 'പി എം' എന്നും 'സി എം' എന്നും വിളിച്ച് സംസാരിക്കുന്നതും കളിതമാശകൾ പറഞ്ഞ് ചിരിക്കുന്നതും കൂടിനില്ക്കുന്ന ജനം എത്ര കുറി കണ്ടതാണ്. ടാക്സിക്കാരൻ തന്റെ കൂലി എത്രവരുമെന്ന് പറയാൻ തുനിയുന്നതിനു മുൻപുതന്നെ ഞാൻ ഞാൻ എന്ന മട്ടിൽ ഉദാരമതികൾ കൂടി. പണം പുല്ലുപോലെ എന്നു പറയാറുള്ളത് ഇമ്മാതിരിപ്പെട്ട നേരങ്ങളിലാണ്. മനുഷ്യപ്പറ്റ് ആൾക്കാരുടെ മനസ്സിൽ വറ്റിയിട്ടില്ലായെന്ന് തോന്നുന്നതും ഇത്തരം രംഗങ്ങൾക്ക് സാക്ഷ്യം വഹിക്കുമ്പോഴാണ്. ബസ്സ്റ്റാന്റിൽ കിടന്നു മരണവെപ്രാളം കാണിക്കുന്ന രോഗിയേയും വഹിച്ച ടാക്സിക്കാർ ജനറലാശുപത്രി ലാക്കാക്കി ഓടി എന്നു പറഞ്ഞാൽ മതിയല്ലോ. കാറിൽ മുൻസീറ്റിൽ തന്നെ പരീക്കുട്ടി ഇരുന്നു.

ജനറൽ ആശുപത്രിയിൽ പെട്ടെന്ന് എത്തിപ്പെട്ടു. വഴിതടസ്സങ്ങൾ ഒന്നും ഉണ്ടായതേയില്ല. കാറ് ക്യാഷ്വാൽറ്റിയുടെ മുമ്പിൽ വന്നുനിന്നു. നല്ല നേരം–നേർപറഞ്ഞാൽ അന്ന് ഡ്യൂട്ടിയിലുണ്ടായിരുന്ന ഡോക്ടറുടെ സുകൃതം. സാധാരണ ഇതുപോലുള്ള പാതിരാത്രികളിൽ ഉറക്കമിളച്ച് രോഗികളെയും കാത്ത് ക്യാഷ്വാൽറ്റി സീറ്റിൽ മുഷിഞ്ഞിരിക്കാൻ ഏത് ഡോക്ടറെയാണ് കിട്ടുക? എന്തോ, പരീക്കുട്ടിയുടെ സാമീപ്യം മണത്തറിഞ്ഞതിനാലാവാം.

ഡോക്ടർ സീറ്റിലുണ്ട്. രോഗിയെ പരിശോധിച്ചു. പത്ത്നാൾ അന്നാഹാരം ചെല്ലാഞ്ഞാൽ ഇതുപോലെയൊക്കെ വന്നുഭവിക്കാം എന്നു പറഞ്ഞില്ല ഡോക്ടർ. ഡോക്ടർ പരിശോധിച്ച് കിടത്തുവാൻ വിധിച്ചു. രാത്രികാലങ്ങളിൽ മൂക്കറ്റം കുടിച്ച് ബോധംകെട്ടു വഴിയിൽ കിടക്കുന്ന ചിലരെ, നേരം വെളുപ്പിക്കാൻ വേണ്ടി പൊലീസുകാർ കൂട്ടിക്കൊണ്ടുവന്ന് ആശുപത്രിയിൽ കിടത്താറുണ്ടത്രേ. ഏതോ ഒരു വിരുതൻ ഉറക്കപ്പിച്ചി ലെന്നോണം അങ്ങനെ പറയുന്നത് കേട്ടു. നേരം വെളുത്താൽ എഴുന്നേറ്റു പോകുന്ന ആ വക കൂട്ടങ്ങളിൽപ്പെട്ട കേസല്ലാ ഇത്. ഇത് സംഗതി വേറെ, സാക്ഷാൽ രോഗാതുരൻ തന്നെ.

ആശുപത്രിയിൽ വല്ലപ്പോഴെങ്കിലും കിടക്കാൻ യോഗമുണ്ടായവർക്ക് അവിടുത്തെ ചിട്ടവട്ടങ്ങളറിയാം. അഡ്മിറ്റ് ചെയ്യുമ്പോൾ രോഗിയുടെ പേരറിയണം. വയസ്സ്, വരുമാനം, മേൽവിലാസം എല്ലാം കുറിക്കണം. രോഗിയുടെ പേരെന്താണെന്ന് ഞരങ്ങുകയും മൂളുകയും ചെയ്യുന്നതിനിട യിൽ രോഗിയിൽനിന്നും പരീക്കുട്ടി സമ്പാദിച്ചിരുന്നു. രോഗിയുടെ പേര് പറഞ്ഞു: സുമാർ വയസ്സും പറഞ്ഞു. തുടർന്നങ്ങോട്ടുള്ള വിലാസം പരീക്കുട്ടിയുടേതായിരുന്നു. രോഗിയെ കൊണ്ടുവന്ന് അഡ്മിറ്റ് ചെയ്ത യാളുടെ മേൽവിലാസം. ഉത്തവാദപ്പെട്ട ആൾ. നാളെ നമ്മുടെ ഭരണ ചക്രം ഏറ്റെടുക്കേണ്ട ജനനേതാവിന്റെ മേൽവിലാസത്താൽ അനുഗൃഹീ തനായി നമ്മുടെ അപരിചിതനായ രോഗി ആശുപത്രിയിലെ ഒരു വാർഡിൽ, കട്ടിലിൽ; കിടക്കയിൽ മരണവെപ്രാളങ്ങൾ കാട്ടിക്കിടന്നു. ടാക്സിക്കൂലി പരീക്കുട്ടി കൊടുത്തു. പിരിഞ്ഞുകിട്ടിയ ബാക്കി തുക പരീക്കുട്ടി കാറിലിരിക്കെ സ്വന്തം കീശ്യിൽത്തന്നെ നിക്ഷേപിച്ചു. അല്ലാതെന്ത് ചെയ്യും? -പണം കാറ്റിൽ പറത്തുന്നതെങ്ങനെ? കണ്ടമാനം വലിച്ചെറിയാമോ? ഇനിയാണ് കഥ.

രാത്രി വീടുപൂകിയ പരീക്കുട്ടി തളർന്നു കിടന്നുറങ്ങി. ആശുപത്രി പൂകിയ രോഗി അവിടെ കട്ടിലിൽ വിറച്ചും, പിച്ചും പേയും പറഞ്ഞും, മരണപരാക്രമങ്ങൾ കാട്ടി കിടന്നു. രോഗിയെ ശുശ്രൂഷിക്കാൻ ബാദ്ധ്യതപ്പെട്ടവർ നേരം പുലരുവാനുള്ള നാഴികമണികൾ എണ്ണി.

ആശുപത്രികട്ടിലിൽ കിടന്നു ഞരങ്ങുന്ന രോഗിയെ വാർഡു റൗണ്ടിന് വന്ന ഡോക്ടർ പരിശോധിച്ചു. രോഗം മൂർച്ഛിച്ചിരിക്കുന്നുവല്ലോ. വാർഡു ഡോക്ടർ വിധിയെഴുതി. "കാര്യം ബന്ധുക്കളെ അറിയിക്കണം. പേഷ്യന്റിനെ ഡി ഐ എൽ ലിസ്റ്റിലിടുക."

ഡ്യൂട്ടി സിസ്റ്റർ വിവരം ഒരു കടലാസിലെഴുതി മുറപ്രകാരം ആഫീസിലെത്തിക്കുന്നു. ആഫീസ് പ്രവർത്തനനിരതമാകുന്നത് രാവിലെ പത്തേകാൽ മണിക്കുശേഷമാണെന്ന് എല്ലാവർക്കും അറിയാമല്ലോ. ആഫീസിൽ ജോലിക്ക് ഹാജരായ ക്ലാർക്ക് ചട്ടപ്പടി സ്റ്റാഫ് നഴ്സ് എഴുതി അറിയിച്ച വിവരങ്ങൾ വെച്ച് കേസ്ഷീറ്റിലെഴുതിയ വിലാസക്കാരന്

കമ്പിയടിക്കുന്നു. "രോഗി അത്യാസന്നനിലയിൽ. കൂടെ നില്ക്കുവാനും പരിചരിക്കുവാനും വേണ്ടതു ചെയ്യാനും ഉടനെ വരിക."

മേൽവിലാസം പൂർണ്ണമായിരുന്നതിനാൽ കമ്പിശിപായി നീട്ടിയ കമ്പിസന്ദേശം പരീക്കുട്ടി ഒപ്പിട്ടു വാങ്ങണമല്ലോ. സന്ദേശത്തിലൂടെ പരീക്കുട്ടിയുടെ കണ്ണുകൾ നീങ്ങി. ഏത് രോഗി? എപ്പോൾ അഡ്മിറ്റ് ചെയ്ത രോഗി? സേവനനിരതനായ ഒരു വ്യക്തി താനതുവരെ ചെയ്തുപോന്ന പരോപകാരപ്രദങ്ങളായ കാര്യങ്ങളുടെ പട്ടിക മനസ്സിൽ പേറി നടക്കുക പതിവുള്ളതല്ലല്ലോ. എങ്കിലും ഓർത്തുനോക്കി. തലേന്ന് രാത്രി ജുബ്ബായുടെ കീശയിൽ ബാക്കിയായ നോട്ടുകളുടെ എണ്ണം ഒന്നുകൂടി കണക്ക് കൂട്ടി നോക്കി. അപ്പോൾ നേരിയ ഓർമ്മ–ഏതോ ഒരു അനാഥനെ ആശുപത്രിയിലെത്തിക്കുകകൂടി ചെയ്തിട്ടുണ്ടല്ലോ. അനാഥൻ രോഗിയാണെങ്കിൽ –ചികിത്സ ലഭിക്കട്ടെ. ചികിത്സ ഫലിക്കാതെ പോവുന്നുവെങ്കിൽ മതിയല്ലോ അനന്തര കൃത്യങ്ങളെന്തെന്ന് ആലോചിക്കൽ. കമ്പി വാങ്ങി കീശയിലിട്ടു. നൂറായിരം നാട്ടുകാര്യങ്ങൾക്കിടയിൽ വന്നുകയറിയ ചേനക്കാര്യം കീശയിലെ കീറക്കടലാസുകൾക്കൊപ്പം കിടന്നു. ജീവിതത്തിന്റെ ബഹുമുഖ പ്രവർത്തനങ്ങൾക്ക് സദാ സഹായമായി വർത്തിക്കുന്ന സഹധർമ്മിണി സാധാരണ കൃത്യം പോലെ കീശയിലെ നോട്ടുകെട്ടുകൾ മാറ്റിവെക്കുകയും, കീറക്കടലാസുകൾ കീറക്കാറ്റിൽ പറത്തുകയും ചെയ്യുന്ന കൂട്ടത്തിൽ, കമ്പിക്കടലാസും തുണ്ടം തുണ്ടമായി കാറ്റിൽ പറന്നിരിക്കാം. പരീക്കുട്ടി ആ കഥകൾ മറന്നു. അത്യാസന്നനിലയിൽ ഉർദ്ധശ്വാസം വലിക്കുന്ന രോഗി ആശുപത്രിയിലെ ഇരുമ്പ് കട്ടിലിൽ കിടന്നു ഞരങ്ങുകയും മൂളുകയും കൂട്ടത്തിൽ വളരെ വ്യക്തമല്ലാത്ത വിധത്തിൽ ഈശ്വരന്മാരെ വിളിക്കുകയും ചെയ്തു. ആശുപത്രിക്കാർ, അതൊരു ധർമ്മാശുപത്രിയാകയാൽ, അവർക്കാവുംപോലെയൊക്കെ ചികിത്സിച്ചിട്ടും അഡ്മിറ്റ് ചെയ്ത ആറാം നാൾ രാത്രി എട്ടുമണിക്ക് രോഗി ഇഹലോകവാസം വെടിഞ്ഞു. മരണത്തെ തുടർന്ന് ഡ്യൂട്ടിഡോക്ടറും നഴ്സും പല കടലാസുകളിലും പുസ്തകങ്ങളിലും മരണകാര്യങ്ങൾ വിധിയാം എഴുതി വെക്കുന്നു. ഈ വക കാര്യങ്ങൾ ചിട്ടവട്ടങ്ങൾ ഒപ്പിച്ചെഴുതി പൂർത്തിയാവുമ്പോൾ മണി പന്ത്രണ്ട് കഴിയുമെന്നത് തീർച്ചയാണല്ലോ. രാത്രി പന്ത്രണ്ട് മണിക്ക് രോഗി മരണപ്പെട്ടു എന്ന വിവരം ബന്ധുജനങ്ങളെ അറിയിക്കാൻ പറ്റുകയില്ല. മൃതദേഹം മോർച്ചറിയിലേക്ക് നീക്കി. വാർഡിലെ സിസ്റ്റർ മറ്റു രോഗികളുടെ കാര്യങ്ങൾ അന്വേഷിച്ചു. വാർഡിൽ ഒരാൾ മാത്രമല്ലല്ലോ രോഗി. അത്യാസന്ന നിലയിൽ കിടക്കുന്നതും ഒരാൾ മാത്രമായിരിക്കില്ലല്ലോ. മരണം അഥവാ വന്നു ഭവിക്കുന്നതും ഒരാൾക്ക് മാത്രമായിരിക്കുകയില്ലല്ലോ. 'ഡെത്തായ' രോഗികളെ മോർച്ചറിയിലേക്കു മാറ്റുന്നതും അതിനേർപ്പാടുകൾ ചെയ്യുന്നതും വാർഡിലെ നഴ്സിന്റെ

ഡ്യൂട്ടി. പുലരാൻ നേരത്ത് വരുന്ന നഴ്സിന് ചാർജ് ഏല്പിച്ചതിനുശേഷം, ഡെത്തായ രോഗികളുടെ വിവരങ്ങൾ അറിയിച്ചശേഷം, പുതിയ നഴ്സ് പകലത്തെ പണിക്കിറങ്ങുമ്പോൾ ഉറക്കക്ഷീണവുമായി സ്വഗേഹം പൂകുന്ന 'രാത്രിനഴ്സ്' മരണപ്പെട്ടവരുടെ കഥകളും കാര്യങ്ങളും മറക്കുന്നു.

പകൽ ജോലിക്കെത്തുന്ന നഴ്സ് രാത്രിയിൽ മരണപ്പെട്ട രോഗികളുടെ ലിസ്റ്റും അവരുടെ മേൽവിലാസവും ആഫീസിലെത്തിക്കുന്നു;

ആഫീസ്, സർക്കാർ ആഫീസ് ആകയാൽ, പത്തേകാൽ മണിക്ക് മാത്രമേ പ്രവർത്തനമാരംഭിക്കുകയുള്ളു. ക്ലാർക്ക് സീറ്റിൽ വന്നിരിക്കാൻ, വന്നിരുന്ന് യാത്രാക്ഷീണം തീർക്കാൻ, ഫാനിന്റെ കാറ്റേറ്റ് അല്പമിരിക്കാൻ, പുതിയ ശമ്പളസ്കെയിലിന്റെ ലാഭഛേദങ്ങളെപ്പറ്റി പത്ത് വാക്കുരിയാടാൻ–അതിനൊക്കെ അല്പനേരം വേണമല്ലോ. നമ്മുടെ ക്ലാർക്ക് ആ വക വിഷയങ്ങളിൽ വാചാലനായി സംസാരിക്കാൻ പറ്റിയ ആളാണുതാനും. എന്തോ അന്നാവക വിഷയങ്ങളൊന്നും സംസാരിക്കാൻ നില്ക്കാതെ മേശപ്പുറത്തെ ഡെത്ത് റിപ്പോർട്ടുകൾ നോക്കി ബന്ധുക്കളെ വിവരമറിയിക്കാൻ ക്ലാർക്ക് ഉത്സുകനായി. കൃത്യം പത്ത് നാല്പത്തിയഞ്ചിന് നമ്മുടെ പരീക്കുട്ടിക്കു മരണം കമ്പിയായി പോയി. ബന്ധുക്കൾക്ക് ശവം ഏറ്റുവാങ്ങണമെന്ന് കമ്പി പോയാൽ അവർ വരുന്നതും കാത്ത് ശവം മോർച്ചറിയിൽ സൂക്ഷിക്കണം. കമ്പിയടിച്ച നിമിഷം തൊട്ട് നാല്പത്തിയെട്ട് മണിക്കൂർ. അത് നിയമമാണ്. എന്നിട്ടും ആരും എത്തിയിട്ടില്ലെങ്കിൽ മാത്രമേ ശവത്തിന്റെ ജാതി തിരിച്ച് അവ സംസ്കരിക്കാൻ വേണ്ട ഏർപ്പാടുകൾ ആരംഭിക്കാൻ പറ്റുകയുള്ളൂ.

പരീക്കുട്ടിയുടെ പേരിൽ അയച്ച കമ്പി കൈപ്പറ്റാതെ തിരിച്ചുവന്നു. മരണപ്പെട്ട രോഗിയുമായി തനിക്ക് ബന്ധമില്ലായെന്നും അതിനാൽ കമ്പി തനിക്ക് ബാധകമല്ലാ എന്നും പരീക്കുട്ടി പറഞ്ഞത് രേഖപ്പെടുത്തിയാണ് കമ്പി തിരിച്ചു വരുന്നത്. തിരിച്ചയച്ച കമ്പി ആശുപത്രി ആഫീസിലെത്തുന്നത് കമ്പിയടിച്ചതിന്റെ പിറ്റേ ദിവസമാണ്. ഏതാണ്ട് ഉച്ചയോടടുത്ത നേരത്ത്. അത് ക്ലാർക്ക് ഫയലിൽ ഒട്ടിച്ചു. ഇനി ആ ശവം നാല്പത്തിയെട്ടു മണിക്കൂർ വച്ചിരിക്കേണ്ട കാര്യമില്ല. മരണം നടന്നത് രാത്രി എട്ടുമണിക്ക്. മരണവൃത്താന്തമറിയിച്ച കമ്പി പോയത് പിറ്റേന്ന് രാവിലെ പത്തേമുക്കാൽ മണിക്ക്. കമ്പി സ്വീകരിക്കാതെ തിരിച്ചുവരുന്നത് അതിനടുത്ത ദിവസം ഉച്ചയോടുകൂടി. അപ്പോഴേക്കും ശവം മോർച്ചറിയിൽ എത്ര നേരം കിടന്നു എന്നൂഹിക്കാമല്ലോ? രോഗം മൂർച്ഛിച്ച് അന്ത്യശ്വാസം വലിച്ച് അനാഥൻ ശവമുറിയിലെ കട്ടിലിൽ ചീർത്തു വിറങ്ങലിച്ചു.

അഡ്മിറ്റ് ചെയ്ത രേഖകൾ പ്രകാരം ശവം മറവുചെയ്യാൻ അതിന് നിയുക്തരായവരെ ഏല്പിച്ചു. അവർ വന്നു ശവം ഏറ്റുവാങ്ങി. വല്ലാത്ത നാറ്റം എന്ന് മൂക്കറ്റം കുടിച്ചിട്ടും ശവം ഏറ്റുവാങ്ങി പൊതിഞ്ഞെടുത്തവർ പറഞ്ഞു. അവർ ശവവുമായി പോയി. ഡെത്ത് രജിസ്റ്ററിൽ ശവം

ഏറ്റുവാങ്ങിയൊപ്പിട്ട് അതിനായി നിശ്ചയിക്കപ്പെട്ട തുക കൈപ്പറ്റി അവർ പൊതുശ്മശാനത്തിൽ കുഴിവെട്ടാൻ പണിക്കോപ്പുകളുമായി നടന്നു പോയി. അവർ കുഴിച്ചിട്ടുകാണും. പണിക്കൂലിയായിക്കിട്ടിയ തുക വീതിച്ച് ഓരോരുത്തരും കീശയിലിടുകയോ ചെലവാക്കുകയോ ചെയ്തു കാണും... സേവനത്തിന്റെ കഥ ഈ വിധം തീരേണ്ടതായിരുന്നു. എന്നാൽ സേവനസന്നദ്ധരും, സേവനപാരമ്പര്യവും എമ്പാടും പൊലിഞ്ഞാടുന്നേടത്ത് ഒരു കഥയും തീരേണ്ടമട്ടിൽ തീരുകയില്ലല്ലോ.

ഒരാഴ്ച കഴിഞ്ഞ് പത്രത്തിൽ ഒരു പെട്ടി വാർത്ത: "ആശുപത്രിയിൽ ശവങ്ങൾ ചീഞ്ഞഴുകി പല ദിവസങ്ങൾ മോർച്ചറിയിൽ അനാഥമാക്കിയിട്ടതിന് ശേഷം മാത്രമേ മറവ് ചെയ്യുവാൻ അധികൃതർ ഏല്പിക്കുന്നുള്ളൂ. അതിനായി ഫണ്ടുണ്ടായിട്ടും ദുർഗ്ഗന്ധം വമിച്ച് പരിസരത്തെ ദുഷിപ്പിച്ചതിനുശേഷം മാത്രമേ അവ മോർച്ചറിയിൽനിന്നും പൊതുശ്മശാനത്തിൽ എത്തിക്കുന്നുള്ളൂ. എന്തൊരു അനാസ്ഥ. ഇതിനെതിരായി ജനങ്ങൾ ശബ്ദമുയർത്തുകയും തക്കതായ നടപടികൾ എടുക്കാൻ ബന്ധപ്പെട്ട അധികാരികളെ വിവരമറിയിക്കുകയും ചെയ്യേണ്ടതാണ്. ഇതിനായി പൊതുപ്രവർത്തകന്മാരായ പരീക്കുട്ടി മുതൽ പലരും അധികാരസ്ഥാനങ്ങളിലും ഭരണതലങ്ങളിലും വേണ്ടത് ചെയ്യാമെന്നും, പ്രശ്നപരിഹാരമുണ്ടാക്കാമെന്നും ഏറ്റിരിക്കുന്നു. ആശുപത്രികളിൽ നടമാടുന്ന ഇത്തരം അനീതികൾക്കെതിരായി പൊതുജനക്ഷേമ രംഗങ്ങളിൽ അറിയപ്പെടുന്ന ജനസേവകനായ പരീക്കുട്ടി തന്റെ മുഴുവൻ സമയവും..."

ഈ പത്രവാർത്തയുടെ കട്ടിങ് ആശുപത്രി അധികൃതരുടെ വിശദീകരണമാവശ്യപ്പെട്ട് മേലാധികാരികളിൽനിന്നും ലഭിച്ചു. ബന്ധപ്പെട്ട ക്ലാർക്ക് അതിന്റെ വിശദീകരണം എഴുതിക്കൊടുക്കുകയും ചെയ്തു. തിരിച്ചുവന്ന കമ്പിസന്ദേശപ്പകർപ്പ് അതിന്റെ കുറിപ്പുകളുടെ വിശദീകരണത്തിന്റെ ഒപ്പം അയച്ചു. ഫയൽ അങ്ങനെ ക്ലോസ് ചെയ്യുക എന്ന നിർദ്ദേശം ലഭിച്ചതിനാൽ പത്രവാർത്തയുടെ കഥ തീരുകയും ചെയ്തു.

പരംപൊരുൾ: പത്താൾ കാണേ ഒരു പൊതുകാര്യം പരീക്കുട്ടി എന്ന സേവന സന്നദ്ധൻ ചെയ്തു. ഒരു അനാഥനെ ആശുപത്രിയിലെത്തിച്ചു. പിന്നെ കണ്ണോക്കടിയന്തിരവും പരീക്കുട്ടിതന്നെ നടത്തണമെന്നുണ്ടോ? അതിന് വേറെയുമുണ്ടല്ലോ സേവനനിരതന്മാരായ പരീക്കുട്ടിമാർ...

ഓണം കാണാതെപോയ മാവേലി

മാവേലിത്തമ്പുരാൻ വീണ്ടും തന്റെ പാതാളത്താവളത്തിലേക്ക് തിരിച്ചുപോയതിന്റെ മൂന്നാം നാളിലാണ് ഞാനാ കൂട്ടുകാരെ കണ്ടെത്തിയത്. അവർ അഞ്ചു പേരുണ്ടായിരുന്നു. ഒരു മാരുതി ഡീലക്സിൽ തിങ്ങിയിരുന്ന്, നഗരമാരുതന്നേറ്റ് ചതയനാളിലും തിളങ്ങിവിളങ്ങുന്ന നഗരപ്പൊങ്ങച്ചങ്ങളിൽ നീന്തിത്തുടിക്കുവാനായിരുന്നില്ല അവർ തലങ്ങും വിലങ്ങും മണ്ടിപ്പാഞ്ഞു നടന്നത്. ഓണാഘോഷങ്ങൾ സമാപിക്കാൻ ഒരുനാൾകൂടി ബാക്കിയിരിക്കേ, ഒരു കൊട്ടിക്കലാശമെന്ന നിലയ്ക്ക് ഒന്നുകൂടിയാടുവാനുമല്ല അവരന്നേരം പല താവളങ്ങളിലും കയറിയിറങ്ങിയത്. നാരായണഗുരു ചെത്തുന്നതിനും കുടിക്കുന്നതിനും എതിരായിരുന്നു. ആ ഓർമ്മ നിലനിർത്തുവാനോ എന്തോ അന്ന് നഗരത്തിലെ മദ്യവില്പന കേന്ദ്രങ്ങൾ മുഴുവനും പ്രത്യക്ഷത്തിൽ അടഞ്ഞുകിടന്നു. അങ്ങനെയുള്ള അവസരങ്ങളിൽ ആ കിട്ടാപ്പാനീയം തേടിപ്പിടിച്ച് അകത്താക്കുന്നത് രസകരമാണല്ലോ. അതിനാൽ അന്ന് അടഞ്ഞുകിടന്ന ബാറുകൾക്കു സമീപം അവർ കാർ നിർത്തി നടത്തിപ്പുകാരോട് ചോദിച്ചു: "ലേശം കിട്ടാനെന്താ വഴി?" "അതിനെന്താ തരാമല്ലോ? എന്നായി നടത്തിപ്പുകാർ. പക്ഷേ, വിളമ്പുന്നത് സ്വകാര്യമായിട്ടായിരിക്കും. വാടകയ്ക്ക് കൊടുക്കപ്പെടും മുറികളുണ്ട്. അതിന് വാടക വേണ്ട. റൂമുകളിൽ ചെന്നിരിക്കാം. അവിടെ ഇഷ്ടപാനീയം എത്ര അളവിൽ വേണമെങ്കിലും എത്തിക്കാം. മാരുതിയിൽവന്ന പയ്യന്മാർ പുഞ്ചിരിതൂകി. അവർക്കായി ചൂണ്ടിക്കാട്ടിയ മുറികളിൽ കയറിയിരുന്നു. ഓണവെയിൽ കത്തുന്ന മദ്ധ്യാഹ്നത്തിൽ തണുപ്പാക്കി മാറ്റിയ ശീതീകൃത മുറികൾ. അഞ്ചുപേർക്കായി നിരത്തിയ ഗ്ലാസുകൾ. ഐസ്ക്യൂബുകൾ. പിന്നെ

ചില്ലിൻ ഗ്ലാസിൽ തിളങ്ങും പീതവർണ്ണ പാനീയങ്ങൾ. കള്ളുകുടി അതിന്റെ മട്ടിലും മാതിരിയിലും ആ മുറികളിൽ ഉണരുന്നു. ആ വലിയ ഹോട്ടലിന്റെ ബാർ–മദ്യശാല–അടഞ്ഞുതന്നെ കിടന്നു. ചതയസ്മരണ കളിൽ ഉറ്റംകൊള്ളുന്നവർ നടത്തുന്ന നഗരത്തിലെ വലിയ ഹോട്ടലിന്റെ മുറികൾ മദ്യശാലകളായി രൂപപരിണാമം നേടിക്കഴിഞ്ഞിരുന്നു. അവയിൽ നിറയെ നിയമലംഘന കർമ്മങ്ങളിൽ കമ്പം പൂണ്ടവർ അവരവരുടെ ഗ്ലാസുകൾ മുട്ടിച്ചു–ചിയേഴ്സ്. കുപ്പികളിൽ അവർക്കായി വീണ്ടും വീണ്ടും നിറയ്ക്കപ്പെടുകയും, മുറിയിലെ ശീതകാലാവസ്ഥയിൽ അല്പാല്പമായി പകരപ്പെടുകയും! മദ്യസേവയിൽ മുഴുകിയവർ അവരുടെ ആദ്യത്തെ ജലപാനയജ്ഞം കഴിഞ്ഞ് പുറത്തിറങ്ങിയപ്പോഴായിരുന്നു എന്നെ കണ്ടുമുട്ടിയത്. ഇന്ത്യക്കുവേണ്ടി ഐക്യരാഷ്ട്രസഭയിൽ മണിക്കൂറുകൾ നീണ്ട വാചാപ്രസംഗം നടത്തിയ മഹാന്റെ പ്രതിമ സ്ഥാപിച്ച മുനമ്പിലെ തിരിവിൽ ആ മാരുതി പെട്ടെന്ന് ബ്രേക്കിട്ടു. കാരണം രണ്ടായിരുന്നു. ഒന്ന്, പാർക്ക് മുറിച്ചുകടന്ന് എനിക്കായുള്ള ബസ് വന്നുനില്ക്കുന്ന ഇടത്തിലേക്ക് കുതിക്കുന്ന ഇവനെ കണ്ടപ്പോൾ കാറിലിരിക്കുന്നവർക്ക് ഒന്ന് കുശലം പറയണമെന്ന് തോന്നി. രണ്ട്, അവർ ഗതാഗതനിയമത്തിലെ ഏതോ കാണാ അദ്ധ്യായത്തിലെ വരികൾ അപ്പോൾ ലംഘിച്ചിരിക്കുന്നു. ട്രാഫിക്കിൽനിന്ന് നിയമപാലകൻ കണ്ടുപിടിച്ച് അവരെ പിടിച്ചുനിർത്തി. ഗതാഗത നിയമലംഘനത്തിന് അപ്പോൾ കരണീയമായ പ്രതിവിധി യെന്തോ അതവർ പെട്ടെന്ന് ചെയ്തു തീർത്തു. നിയമപാലകൻ സംഗതി യുടെ ഗൗരവം കണക്കിലെടുത്ത് സുദർശനം പിടിച്ച ആളിന് സലാം വെച്ചു. രണ്ടു നിയമങ്ങൾ ഒന്നിച്ചു ലംഘിക്കപ്പെട്ടവർ രണ്ടാംവട്ടം ലംഘി ക്കപ്പെട്ട നിയമത്തിന്റെ ചരടുകൾ പൊട്ടിച്ചു. ഒന്നാംവട്ടം തെറ്റിച്ച നിയമം എന്താണെന്നതുപോലും അവർ മറന്നു. ശരിക്കും അവരല്ലല്ലോ കുറ്റക്കാർ. അടഞ്ഞുകിടന്നേടം അടഞ്ഞുതന്നെ കിടക്കുന്നു. ആരും തുറക്കുകയോ വ്യാപാരം നടത്തുകയോ ചെയ്തിട്ടില്ല. പിന്നെ കാംക്ഷിച്ചവർക്ക് തല്പരകക്ഷികൾ സാധനം എത്തിച്ചു കൊടുത്തു. അന്വേഷിപ്പിൻ കണ്ടെ ത്തും എന്നാണല്ലോ പ്രമാണം. മുട്ടിയാൽ തുറക്കപ്പെടും വാതിലുകൾ, ആവശ്യമാണ് സൃഷ്ടിയുടെ മാതാവ്. അങ്ങനെയൊക്കെയാവുമ്പോൾ കുടിക്കാൻ കമ്പം തോന്നുന്നവർക്ക് സാധനം എത്തിക്കിട്ടുന്നു. നിയമ ത്തിന്റെ നൂലാമാലകൾക്ക് സ്ഥാനമില്ല. ചതയദിനമാണെങ്കിലും, ശ്രീനാരാ യണഗുരു കള്ളുകുടിക്ക് എതിരാണെങ്കിലും, സർക്കാർ ആ പേരിൽ ഷാപ്പുകൾ അടച്ചിടുന്നതുകൊണ്ടോ ബാറുകൾ ബന്താക്കുന്ന തുകൊണ്ടോ ഫലമില്ലാതാവുന്നു. ഫലിക്കാത്ത കാര്യം. ഫലസിദ്ധി ഉള്ളംകൈയിലെന്നു പറഞ്ഞപോലെ, സംഗതികൾ സുഗമമായ സ്ഥലത്ത്, മഹാത്മാക്കളെ ആദരിക്കാൻ അവരുടെ പേരും പറഞ്ഞ് (പിൻവാ തിലുകൾ തുറന്നിടാനുള്ള പ്രേരണയുണ്ടാകുന്ന വിധം) ഓരോരോ

വേണ്ടാപ്പണികൾ, കട്ടുകുടിക്കാൻ മോഹമുള്ള മനസ്സുകൾക്ക് അനല്പമായ ചാരിതാർത്ഥ്യത്തിനും സംഗതിവരുത്തുന്ന നിയമക്കുരുക്ക്. അങ്ങനെ കള്ള് കിട്ടാദാനം കിട്ടി കുടിച്ചു എന്ന സംതൃപ്തിയോടെ കാറ് നിറുത്തിയവർ ഇവനെ അരികിലേക്ക് വിളിച്ചു. ഇവൻ ചോദിച്ചു: “ഇന്നെല്ലാരും ഫോമിലാണല്ലോ.” “ആണല്ലോ” – ഒരു സമൂഹഗാനംപോലെ അവർ മൊഴിഞ്ഞു: “കള്ള് ചെത്തരുത്, കുടിക്കരുത്. ഞങ്ങൾ ചെത്തുകാരുമല്ല; കുടിയന്മാരുമല്ല. ഇന്ന് ഓണാഘോഷം തിമർക്കുന്നു. ഇനി വരും കാലമല്ലേ ഇതുപോലെയൊരു ആഘോഷം ഉള്ളൂ. ആ ദിനത്തിൽ ആ വാരാചാരണത്തിൽ ടൂറിസ്റ്റുകൾ, നമ്മുടെ നാട്ടിൽ തലങ്ങും വിലങ്ങും കാഴ്ചകൾ കണ്ടുരസിച്ചു നടക്കുമ്പോൾ എന്തിനാ ബാറ് ബന്താക്കണോ? അതൊന്ന് പരിശോധിക്കണംന്ന് തോന്നി. പരിശോധിച്ചു. ബാറൊക്കെ ബന്തുതന്നെ. കള്ളവുമില്ല പൊളിയുമില്ല. കള്ളുംകുടങ്ങൾക്ക് പഞ്ഞമില്ല.”

അവർ ചിരിച്ചു. കാറോട്ടുന്നവൻ തലയാട്ടി ചിരിച്ചു. ഇവൻ ചോദിച്ചു:

‘‘എന്തിനാ ഇങ്ങനെ? വല്ല അപകടവും വന്നാലോ. കുടിച്ച് വണ്ടിയെടുക്കരുതെന്നല്ലേ?”

“അപകടം വന്നാലെന്താ? പോയോൻ പോയി. ഞങ്ങൾക്കെന്താ?”

“ഒന്നിന്റെ കാറ്റ് ഒഴിഞ്ഞാ, അതൊഴിഞ്ഞു. ആ കട്ടിൽ വേറെ ആൾക്ക് കിട്ടും. അത്രയും മെച്ചം.”

അവർ ഉറക്കെ ചിരിച്ചു. മരണവും അങ്ങനെതന്നെ. ഒന്നിന്റെ കാറ്റൊഴിയൽ മാത്രം. മനസ്സ് അമ്മട്ടിൽ പാകം വന്നിരിക്കയാണല്ലോ. നിത്യേന കേൾക്കുന്നത് മരണത്തിന്റെ എണ്ണപ്പെരുപ്പം വിളിച്ചോതുന്ന വാർത്തകൾ. പഞ്ചാബിലായാലും മറ്റേത് ദിക്കിലായാലും ഒരുദിവസം ഇത്രയെണ്ണത്തിനെ ഇന്നേടത്തൊക്കെവെച്ച് ഇന്നിന്ന ആൾക്കാർ ഇന്നിന്നവിധം വെട്ടിക്കൊലപ്പെടുത്തി, ആ വാർത്തയിലൂടെ കണ്ണോടിച്ച് നമ്മൾ പ്രഭാതകർമ്മങ്ങൾ നിർവ്വഹിക്കുന്നു. സുഖശോധന നടത്തുന്നു. ഞാനൊന്നുമറിഞ്ഞില്ലേ രാമനാരായണ എന്ന മട്ടിൽ നടന്നുപോവുകയും ദൈനംദിന വ്യാപാരകർമങ്ങളിൽ ഊട്ടപ്പെടുകയും ചെയ്യുന്നു. അവർ ചോദിച്ചു: “എങ്ങോട്ടാ?”

“വീട്ടിലേക്ക്” – ഞാൻ പറഞ്ഞു. “ഞങ്ങളുടെ ഒപ്പം കൂടുന്നോ?” ആരോ ചോദിക്കുന്നു. ‘‘ഇല്ല. എനിക്ക് വീട്ടിലെത്തിയിട്ട് കുറേ കാര്യങ്ങളുണ്ട്.” ഞാൻ ഒഴിഞ്ഞു മാറുവാൻവേണ്ടി അങ്ങനെ പറഞ്ഞു. അപ്പോൾ കൂട്ടത്തിലുള്ളവൻ പറഞ്ഞും: “അതൊക്കെ പോകട്ടെ, നീ അത്രയ്ക്ക് ഹിപ്പോക്രാറ്റ് ആവണ്ട. നിന്നെ പൊക്കിക്കൊണ്ടുപോകാൻ അറിയാഞ്ഞിട്ടല്ല. പക്ഷേ, ഈ കാറിൽ നിന്നെ കുത്തിക്കൊള്ളിക്കാൻ സ്ഥലമില്ലാഞ്ഞിട്ടാ. ഇപ്പോൾതന്നെ ഒരാൾ ഏറെയാ. ഈ പാട്ടയിൽ അത്രയ്ക്കേ കുത്തിത്തിരികാനാകൂ. അല്ലെങ്കിൽ നിന്റെ കഴുത്ത്പിടിച്ച് ഇതിനകത്ത് തള്ളിയിട്ടേനെ.”

അവർ കാറോടിച്ച് വീണ്ടും പോയി. ഞാൻ നമ്മുടെ 'നാട്ടുനിർമ്മിതി'യായ മാരുതിയെ വാഴ്ത്തി. എന്റെ 'ഹിപ്പോക്രസി'യെന്ന് അവർ പഴിചാരിയ മനസ്സിൽ ഭയാശങ്കകളായിരുന്നു നിറയെ. അവർ വീണ്ടും കുടിശാലകൾ തേടി പോയിരിക്കുകയാണ്. ഒരാഴ്ച ആഘോഷിക്കാൻ കിട്ടിയ അവസരം. അതിൽതന്നെ പാനീയനിരോധം ഏർപ്പെടുത്തിയ ഒരു പ്രത്യേക ദിനം. ദേശീയാഘോഷമെന്ന നിലയിൽ നീണ്ട ഒരാഴ്ചക്കാലം സർക്കാർസ്ഥാപനങ്ങൾ അടച്ചിട്ടിരിക്കുന്നു. ഭരണചക്രം അതിന്റെ മുറയ്ക്ക് ചലിക്കുമെങ്കിലും ആ ചലനപ്രക്രിയയിൽ ഭാഗഭാക്കാകേണ്ടവർ ഒരാഴ്ചക്കാലം ആഘോഷത്തിമർപ്പുകളിൽ ആണ്ടുമുഴുകാൻ വിധിക്കപ്പെടുന്നു. നല്ല കാര്യംതന്നെയാണ് സമ്മതിക്കാം. നാം സമ്പന്നരാഷ്ട്രത്തിലെ പ്രജകൾ ആണല്ലോ! തേനും പാലും വെറുതെയൊഴുകുന്ന നാട്ടിലെ സന്താനപരമ്പരകളിൽപെട്ടവരുമാണല്ലോ.

ആ കാറ് എന്റെ കണ്ണിൽനിന്നു മറഞ്ഞു. പക്ഷേ, അതുപോലുള്ള നിരവധി കാറുകൾ ജനം നുരഞ്ഞുപുളച്ച് ഒഴുകുന്ന നിരത്തിലൂടെ ലക്കും ലഗാനുമില്ലാതെ പറക്കുന്നത് കാണുന്നു. അവയിലേതെങ്കിലുമൊന്ന് അപ്പോൾ കുടിച്ച പാനീയത്തിന്റെ ലഹരിബാധയേറ്റ് അല്പമൊന്ന് പാളിപ്പോയെങ്കിൽ, എങ്കിൽ.. അതിനപ്പുറത്തേക്ക് എന്റെ ആലോചനകൾ കടന്നുചെന്നില്ല. ചുരുങ്ങിയത് അഞ്ചാറെണ്ണം സിദ്ധികൂടും. പക്ഷേ, അതിൽ എത്രയോ പേർ നിത്യേന വെടിവെച്ച് വീഴ്ത്തപ്പെട്ട് യമലോകം പൂകുന്ന വാർത്ത വായിച്ച് പ്രഭാതകൃത്യങ്ങൾ സുഖകരമാക്കുന്ന എനിക്ക് അതൊന്നും വലിയ അത്യാഹിതമായി ഭവിക്കുന്നില്ലല്ലോ. നമുക്ക് ആഘോഷത്തിമർപ്പുകളാണല്ലോ അടിസ്ഥാന സത്യം. നിയമം ലംഘിച്ച് സുഖിച്ച് ലഹരിയനുഭവിക്കുന്നവരുടെ കാറ് വീണ്ടും എന്റെ മുന്നിൽ വന്ന് ബ്രേക്ക് ചവുട്ടി. വീണ്ടും റോഡ്നിയമം തെറ്റിച്ചു എന്നു പറയുന്നില്ല. അവർ ഉറക്കെ പറഞ്ഞു: "ബസ് പോകട്ടെ. താൻ വരിക. ഞങ്ങളുടെ കൂട്ടത്തിലേക്ക് ചേരുക. നല്ലൊരു ഓണമായിട്ട്, ചതയദിനമായിട്ട്, താൻ മാത്രം ഇങ്ങനെ യാതൊരു മൂഡുമില്ലാതെ–ഛേയ്, പരമബോറുതന്നെ തന്റെ കാര്യം."

അത്രയും പറഞ്ഞ് എന്നെ പാതാളത്തിലേക്ക് ചവുട്ടിത്താഴ്ത്തി ആ കാറ് കണ്ണിൽനിന്ന് മറഞ്ഞു. ആഘോഷത്തിന്റെ ആറാംരാത്രി അതിന്റെ എല്ലാ വർണ്ണപ്പൊലിമയിലും കുളിച്ചുനിന്നു. കടകൾ അടഞ്ഞുതന്നെ കിടന്നു. അവയുടെ കിളിവാതിലുകൾക്കരികിലെ ക്യൂവിന് നീളം വർദ്ധിച്ചുകൊണ്ടിരുന്നു. അവിടെ വില്പന തിരുതകൃതിയായി നടന്നുകൊണ്ടിരിക്കുന്നു. വിലകൂടിയ ഹോട്ടലുകളുടെ തണുത്ത മുറികളിൽ മനുഷ്യചൂരും ചൂടും കുമിഞ്ഞുയർന്നു. പുകപടലങ്ങൾ പടർന്നു. ഗ്ലാസുകൾ കൂട്ടിമുട്ടി. പൊട്ടിച്ചിരികൾ പ്രവഹിച്ചു. കൂട്ടത്തിലാരൊക്കെയോ ശ്രീനാരായണ മന്ത്രം ഉരുവിട്ടുകൊണ്ടിരുന്നു. കള്ളു ചെത്ത

രുത്. കുടിക്കരുത്. മതമേതായാലും മനുഷ്യൻ നന്നായാൽ മതി... ഒരു ഫലിതം കേട്ടാസ്വദിക്കും മട്ടിൽ അവരൊക്കെ കോപ്പകൾ കാലിയാക്കുകയും വീണ്ടും വീണ്ടും നിറയ്ക്കുകയും ചെയ്തുകൊണ്ടിരുന്നു. ആഘോഷത്തിന്റെ ദിവസങ്ങൾ കടന്നുപോവുകയാണല്ലോ. തിരുവോണത്തിൻനാൾ വന്നു, കണ്ടു, തിരിച്ചുപോയ മാവേലി ഓണാഘോഷം തീർത്തും കാണാതെപോകുന്നതെന്തിന്!

പരംപൊരുൾ: ഓണം അഡ്വാൻസ്, അഡ്ഹോക്ക് ബോണസ്, ശമ്പളം എല്ലാം കൈയിൽ കുമിഞ്ഞുനിറഞ്ഞ മാസം, പണം പുല്ലുപോലെ ചെലവഴിക്കാനുള്ളതാണല്ലോ. കാണം വില്ക്കാതെ തന്നെ ഓണം ഓണംപോലെ തിമർത്താഹ്ലാദിക്കാം. കലണ്ടറിലെ ചുവന്ന കോളങ്ങൾ ഇനിയത്തെ ഓണത്തിന് ഇതിലുമേറെ എന്നതാവട്ടെ. ഇനിയത്തെ പരിമിതാവശ്യം മുദ്രാവാക്യം.

തെക്കേപ്പുറത്തെ മാളികപ്പുറങ്ങൾ

അഹമ്മദ്കോയ പറഞ്ഞതധികവും തെക്കേപ്പുറത്തെ കോയമാരുടെ ഓരോരോ നാട്ടാചാരങ്ങളെക്കുറിച്ചും പൊങ്ങച്ചങ്ങളെക്കുറിച്ചുമായിരുന്നു. അതൊക്കെ ഒരുപക്ഷേ, ഇന്നലെവരെയുണ്ടായ പഴയ കഥകൾ ആവാം. എങ്കിലും ആ വലിയ വലിയ 'ബഡാബന്തർ' വീടുകളും ആ വീടുകളുടെ അടുക്കളയടുപ്പുകളിൽ വേവുന്ന വിവിധങ്ങളായ കഞ്ഞിക്കലങ്ങളും വെവ്വേറെ വെപ്പുകളും ആ വെപ്പുകൾക്കുടയവർ കഴിഞ്ഞുകൂടുന്ന അറകളും കൊല്ലങ്ങൾക്കുമുമ്പുതന്നെ ഞാൻ നോക്കിനിന്നിട്ടുണ്ടല്ലോ. പലതരം അടുപ്പുകളിൽ വെന്തു പാകമാവുന്ന വൈവിദ്ധ്യം നിറഞ്ഞ പദാർത്ഥങ്ങൾ, പല പല പാത്രങ്ങളിൽ, പിഞ്ഞാണങ്ങളിൽ ആ വലിയ വീട്ടിലെ നിരവധി അറകളിലേക്ക് പല കൈവഴികളിലൂടെ പ്രവഹിക്കുന്നതിന്റെ ചിത്രം പണ്ടെനിക്ക് ഒരു സുഹൃത്ത് വരച്ചുകാട്ടിത്തന്നിരുന്നു. ആ സുഹൃത്ത് ഇപ്പോഴില്ല. എങ്കിലും ഒരു അപ്പവാണിഭ നേർച്ചയുടെ അവസാന ദിവസമായിരുന്നു അയാൾ എന്നെ തറവാട്ടിലേക്ക് കൂട്ടിക്കൊണ്ടു പോയത്. അത് അയാളുടെ തറവാടായിരുന്നില്ല. ഭാര്യവീടായിരുന്നു. ആ വീടിന്റെ വിശാലമായ കോലായിൽ ഞങ്ങൾ എത്തിയപ്പോൾ വിവിധതരം ആളുകൾ, കുട്ടികൾ, മുതിർന്നവർ. ചിലർ അദ്ദേഹത്തോട് സംസാരിച്ചു. പലരും മിണ്ടാതെ, തീരെ വകവെക്കാതെ, ഇങ്ങനെ ചിലർ ആ വീടിന്റെ വരാന്തയിൽ വന്നിരിക്കുന്നു എന്നു ഗൗനിക്കാതെ, താന്താങ്ങളുടെ മുറികൾ ലാക്കാക്കി നടന്നുപോയി. അകത്തളത്തിൽ ഒന്നിച്ച് അന്തിയുറങ്ങുന്ന അപരിചിതരുടെ ഒരു താവളമോ ആ വലിയ വീട്? എനിക്ക് അത്ഭുതമായിരുന്നു. എങ്കിലും അഹമ്മദ്കോയ പറയുന്നത് കേട്ടപ്പോൾ അതൊക്കെ ഇന്നലത്തെ കഥകൾ ആവണേ എന്ന് എന്റെ മനസ്സ് ആഗ്രഹിച്ചു.

പീടികയുടെ മുകളിലത്തെ നിലകളിൽ മാളികപ്പുറങ്ങളിൽ മുമ്പ് ക്ലബ്ബും പഞ്ചായത്തുമായിക്കഴിഞ്ഞ ചില കൊമ്പന്മാരുടെ ജീവിത പതനങ്ങളുടെ കഥകളും അഹമ്മദ്കോയ നിർത്താതെ വിവരിക്കുന്നു. ഹാർമോണിയവും തബലയും മദ്ദളവുമായി പാട്ടുകാരെ വിളിച്ചുവരുത്തി പാട്ടുകച്ചേരി. കൗമാരപ്രായം വിട്ടുമാറാത്ത യുവാക്കളുടെ ഇംഗിതങ്ങൾ ക്കൊപ്പിച്ച്, അവരെ രസിപ്പിക്കാനും തങ്ങളോട് അവർക്ക് ഇഷ്ടം വർദ്ധിപ്പിക്കാനും ഓരോരോ കാട്ടിക്കൂട്ടലുകൾ, പണംവെച്ച് ശീട്ടുകളി, 'കുണുക്ക്' തൂക്കിയവരുടെ വക ചായസല്ക്കാരങ്ങൾ. പിഴച്ചോറുകൾ, അവിലും ശർക്കരയും പൂവൻപഴവും ചെറുനാരങ്ങാനീരും ഒന്നിച്ച് ഞമ ണ്ടിയുണ്ടാക്കുന്ന കുഴമ്പുപരുവത്തിലുള്ള "കൊച്ചീക്കുഴ"കൾ. ഈന്തു പിടിയുടെ മജ പറച്ചിലുകൾ. പൊരിച്ച കോഴിയും പൊറാട്ടയും കൂട്ടിയുള്ള മത്സരത്തീറ്റ. എല്ലാം കഴിഞ്ഞ് ഒടുവിൽ കടപ്പുറത്തെ ആ വലിയ ഹോട്ടലിൽനിന്നും "ചങ്ങായിയെ തക്കരിക്കുന്ന" അരപ്ലേറ്റ് നെയ്ച്ചോറും കോഴികുറുമയും. അങ്ങനെ, നട്ടപ്പാതിരവരെ പീടികമുറികളിൽ പഞ്ചായത്തും കെട്ടിമറിച്ചിലുമൊക്കെയായി കഴിഞ്ഞ് ഉറക്കച്ചടവോടെ രാത്രിയുടെ അവസാനത്തെ യാമത്തിൽ ഭാര്യവീട്ടിൽ കയറിവരുന്ന തെക്കേപ്പുറത്തുകാരുടെ പ്രതാപങ്ങൾ. പാതിരാത്രിക്ക് കയറിവരുന്ന പുയ്യാപ്ലയുടെ ബൂട്ടിന്റെ ശബ്ദം കേൾക്കുമ്പോഴേക്കും കെട്ടിയവീടർ ബീവി വാതിൽ തുറന്നുകൊള്ളണമത്രെ. വൈകിയതിന് ക്ഷമാപണമില്ല. പരാതിപറച്ചിലുമില്ല. നടുവകത്തെ പടാപ്പുറത്ത് കിടന്നുറങ്ങുന്ന കുട്ടികളെ നോക്കുക പോലും ചെയ്യാതെ വാതിൽ കടന്ന് തന്റെ അറയിലേക്ക് അദ്ദേഹം ഊളിയിടുന്നു. പടാപുറത്ത് കിടന്നുറങ്ങുന്ന നിരവധി കുട്ടികളിൽ തന്റേത് ഏത് എന്നറിയാനുള്ള താല്പര്യം പോലും അദ്ദേഹം കാണിക്കാറില്ലല്ലോ. ഭർത്താവ് എന്ന അഴിയാച്ചരടിൽ ജീവിതകാമ നകളത്രയും കെട്ടി ബന്താക്കിയ ബീവിയും അറയിലേക്ക് ചെല്ലണം.

ചില കോയാമാർ രാത്രി ഭാര്യവീട്ടിൽനിന്ന് ഒന്നും കഴിക്കുകയില്ല. അന്തിയുറക്കത്തിന്റെ അന്ത്യയാമത്തിൽ തളർന്നുറങ്ങുവാൻവേണ്ടി മാത്രം ഭാര്യവീട്ടിലെ അറയിൽ എത്തുന്നവരാണല്ലോ അവർ. അറയിൽ നല്ല ബുലൂദിന്റെ കിടക്ക, പങ്ക ഇത്യാദി സൗകര്യങ്ങൾ. പിന്നെ ആധുനികമായ കുളിമുറികളും മറ്റും. ആ സുഖസൗകര്യങ്ങളിൽ തടിമറന്ന വിശ്രമമാവശ്യമാണല്ലോ. വീണ്ടും മാളികമുകളിലെ ഹരങ്ങൾ. യുവാക്കന്മാരായ തോഴരോടൊത്ത് വിനോദങ്ങൾ. ഉറക്കമിളച്ച് കാത്തിരുന്ന ഭാര്യ അറയിൽ ചെല്ലുമ്പോൾ കൂർക്കം വലിച്ചുറങ്ങുന്ന കെട്ടിയവന് പുതപ്പിച്ചുകൊടുക്കണം. ചിലർ ഏത് നട്ടപ്പാതിരയ്ക്ക് വന്നാലും ചൂടോടെ പൊരിച്ച പത്തിരിയും അതിലും ചൂടോടെ ഇറച്ചിച്ചാറും വേണം. ഉറക്കമിളച്ചിരിക്കുന്ന ഭാര്യമാർക്ക് അവരുടെ നിത്യശീലംകൊണ്ട് പുള്ളിക്കാരൻ എത്താറാവുന്ന സമയം ഊഹിച്ചറി

യുവാനാകും. അതിനു തക്കവണ്ണമാവും ആ പാതിരാത്രികളിൽ പല വീടുകളിലും പാചകമാരംഭിക്കുക. ഉറങ്ങാത്ത അടുക്കളകൾ, പല അറകളിലും കിടക്കയും കട്ടിലും സോഫാസെറ്റും അലമാരകളും സജ്ജമാക്കിവെക്കുന്നതിനു പുറമേ ഭക്ഷണം കഴിക്കാൻ ഒരു മുറി വേറെയുമുണ്ടാവും. അവിടെ ഗ്യാസ് അടുപ്പുകൾ, ഇലക്ട്രിക് സ്റ്റൗ ഇത്യാദികൾ, പലവ്യഞ്ജനങ്ങൾ ഒരുക്കിവെക്കാൻ കബോഡുകളും ഫ്രിഡ്ജുകൾ വരെയും ഒരുക്കിയ ഭക്ഷണമുറി.

ഈയിടെ ഒരു കല്യാണം ക്ഷണിക്കാൻ ഞങ്ങൾ ഒരു വലിയ വീട്ടിൽ പോയിരുന്നു. അവിടത്തെ ഒരംഗം എന്റെ അകന്ന ബന്ധുവും അടുത്ത സ്നേഹിതനുമാണ്. ഞാനും ഭാര്യയും അവരെ തിരക്കിയെത്തിയപ്പോൾ ആ വലിയ വീട്ടിന്റെ പടിഞ്ഞാറെയറ്റത്തെ മുറി ഞങ്ങൾക്ക് ഒരാൾ കാണിച്ചുതന്നു. കോണികൾ കയറിയും ചുറ്റിത്തിരിഞ്ഞും ആ മുറിയിൽ എത്തിയപ്പോൾ സുഹൃത്ത് അവിടെയുണ്ട്. ഞങ്ങൾ കല്യാണം ക്ഷണിച്ചു. ചായ കഴിച്ചിട്ടേ പോകാവു എന്ന് സ്നേഹിതനും ഭാര്യയും നിർബ്ബന്ധിച്ചതിനാൽ അവിടെയിരുന്നു. സ്വല്പം കഴിഞ്ഞപ്പോൾ ചായ എത്തി. ആ അറയുടെ തൊട്ടടുത്ത് മറ്റൊരു മുറി. അവർ അടുക്കളപോലെ ഉപയോഗിക്കുന്നു. അവിടെവെച്ച് സ്റ്റൗ കത്തിച്ചാണ് ചായ ഉണ്ടാക്കിയത്. രാത്രി 'കഞ്ഞി' കുടിച്ച് പോയാൽ മതി എന്നവർ ഏറെ നിർബ്ബന്ധിച്ചു. പക്ഷേ, പല വീടുകളിലും ഇതുപോലെ കല്യാണക്കുറിയുമായി ചെല്ലാനുണ്ട് എന്നുപറഞ്ഞ് ഞങ്ങൾ ഒഴിഞ്ഞു. ഇറങ്ങിപ്പോരുമ്പോൾ വഴിയിൽവെച്ച് എന്റെ ഭാര്യ പറഞ്ഞു: "ആ അറയിൽ നിന്നുതന്നെ അവരുടെ വെപ്പും തീനും. രാത്രിക്ക് ഇറച്ചി മുറിക്കുന്നത് കണ്ടു. പത്തിരിക്ക് പൊടി കുഴക്കുകയാണ് ഞാനകത്ത് ചെന്നപ്പോൾ. ആ അറ തന്നെ അവരുടെ അടുക്കളയും. വെപ്പും തീനും കുളിയും കിടത്തവു മെല്ലാം അതിനകത്ത്."

ഞാൻ ഭാര്യയെ നോക്കി. ആ വലിയ വീട്ടിലെ നിരവധി മുറികൾ ഓരോന്നും ഓരോ വീടുകളായി വിഭജിച്ചുനില്ക്കുന്നു. പൊതുവെയുള്ള അടുക്കളയിൽ തന്നെ നിരവധി അടുപ്പുകൾ, ഞങ്ങൾ തെക്കേപ്പുറത്തെ വഴികളിലൂടെ നടന്നു വരുമ്പോഴാണ് വീണ്ടും അഹമ്മദ്കോയയെ കണ്ടത്. പഴയ കഥകൾ പറഞ്ഞ് എന്റെ ശ്രദ്ധ നഗരത്തിന്റെ പടിഞ്ഞാറ് ഭാഗത്തേക്ക് അദ്ദേഹം ക്ഷണിക്കുന്നു. പിന്നെ അയാൾ പറഞ്ഞു: "ആ പഴയ 'മാളിക പഞ്ചായത്ത്' സംസ്കാരം ഇപ്പോഴിപ്പോഴായി തീരെ ഇല്ലാതാവുന്നു എന്ന് പറയാം. എങ്കിലും ജീവിതഭാരം ഒരു മേല്ക്കൂര യ്ക്ക് കീഴിൽ നിരവധി അടുപ്പുകൾ–അടുക്കളകൾ സൃഷ്ടിക്കുന്നു. മനഃപൂർവ്വം അന്യരാവുന്നു. പണ്ട് ഒരു വീട്ടുകാരണവർ, അദ്ദേഹത്തിന്റെ കീഴിൽ വീട്ടിലെ പ്രജകൾ. ഒരു തറവാട്ടമ്മ, കാരണോത്തി, അവരുടെ കീഴിൽ തറവാട്ടിലെ സ്ത്രീകൾ–അതായിരുന്നു. ഇന്ന് ഒരു മേല്ക്കൂരയ്ക്ക്

കീഴിൽ പല ജീവിതങ്ങളുടെ പലയിനം തട്ടുകൾ. പലതരക്കാർ പരസ്പരം അറിയാത്തവർ."

അഹമ്മദ്കോയ അതുംപറഞ്ഞ് കഥാകൃത്തിന്റെ ശ്രദ്ധ പുതിയ ജീവിതമേഖലകൾ കണ്ടെത്തണമെന്ന ഉപദേശവും നല്കി മുന്നിൽ നടന്നുപോയി. മനസ്സിൽ ആ അപ്പവാണിഭ രാത്രി തന്നെ വീണ്ടും തേട്ടിവന്നു. എന്റെ സുഹൃത്തിന്റെ ഭാര്യവീട്ടിൽ ഞങ്ങൾ കയറിച്ചെന്നത് ഒരപരിചിത മേഖലയിലേക്ക് എന്ന പോലെയായിരുന്നു. എനിക്ക് മാത്രമല്ല ആ അപരിചിതത്വം. ഭാര്യ വീട്ടിലേക്ക് എന്റെ ചങ്ങാതിയും കടന്നുചെന്നത് ഒരു അന്യനെപ്പോലെയായിരുന്നു. കുട്ടികൾ ചുറ്റും കൂടി. അല്പം കഴിഞ്ഞപ്പോൾ അകത്തുനിന്നും അദ്ദേഹത്തിന്റെ മൂത്തമകൾ വന്നു.

"ഇപ്പാ, ഇതാരാ?"

സുഹൃത്ത് മകളോട് പറയുന്നു: "കേട്ടിട്ടില്ലേ നിങ്ങള്-ഇതാണ്...."

മകൾ താല്പര്യത്തോടെ കേൾക്കുന്നതായി ഭാവിച്ചു. ആ കുട്ടി ഞങ്ങളെ ഒരു മുറിയിൽ കൊണ്ടുവന്ന് ഇരുത്തി. സുഹൃത്ത് പറഞ്ഞു: "മോളെ അറയാണ്. പുയ്യാപ്ല രാത്രിയാ വരാ–"

"അപ്പോൾ താങ്കളുടെ അറയെവിടെ?"

തീരെ ഔചിത്യമില്ലാത്ത ചോദ്യമായിപ്പോയി എന്റേത് എന്ന് പിന്നീടാണ് ബോദ്ധ്യപ്പെട്ടത്. എന്റെ സുഹൃത്തിന്റെ ഭാര്യ രണ്ടുവർഷം മുമ്പ് മരണപ്പെട്ടുപോയിരുന്നു. അതിനാൽ സുഹൃത്തിന് ആ വീടുമായി ബന്ധമില്ല. സുഹൃത്തിന്റെ നാല് പെൺകുട്ടികൾ അവിടെയുണ്ട്. അവരെല്ലാം വിവാഹം കഴിച്ച് അവരവരുടെ അറകളിൽ തങ്ങിയിരിക്കുന്നു. അവരുടെ ഭർത്താക്കന്മാർ രാത്രി വളരെ വൈകുമ്പോൾ ഉറക്കക്ഷീണവുമായി കൂടണയുമായിരിക്കും. അവരുടെ കുട്ടികൾ കോലായിലെ വിശാലമായ വരാന്തയിൽ കളിക്കുന്നുണ്ടാവാം. എങ്കിലും ആ കുട്ടികൾ ആരൊക്കെയെന്ന് തിരിച്ചറിയുവാൻ സ്നേഹിതന് സാധിച്ചില്ല. അതായിരുന്നു എന്നെ നൊമ്പരപ്പെടുത്തിയത്.

രണ്ടുവർഷം മുമ്പ് എന്റെ സുഹൃത്ത് ആ വലിയ വീട്ടിലെ ഒരറയിലെ അന്തേവാസിയായിരുന്നു. ആ അറയിലെ ജീവിതത്തിൽനിന്നും അയാൾ നാല് പെൺമക്കളുടെ പിതാവായി. എന്നിട്ടും ഭാര്യയുടെ മരണശേഷം ആ വലിയ വീട്ടിലെ അറയിൽ അയാൾ ആരുമല്ലാതാവുന്നു. അയാൾ അയാളുടെ തറവാട്ടിലേക്ക് തന്നെ തിരിച്ചുപോരുന്നു. പിന്നീട് വല്ലപ്പോഴെങ്കിലും പെൺകുട്ടികളുടെ (മക്കളുടെ) ക്ഷേമമന്വേഷിച്ചെത്തുമ്പോൾ അയാളും ആ വീട്ടിൽ ഒരപരിചിതൻ മാത്രമാവുന്നു. അയാൾ ദാമ്പത്യം നയിച്ച അറയിൽ അയാളുടെ ഏതെങ്കിലുമൊരു പെൺകുട്ടിയും ഭർത്താവും. ഭർത്താവിന്റെ പ്രത്യേകമായ ലോകത്തിൽ മുഴുകിയിറങ്ങുന്ന പെൺകുട്ടി ബാപ്പയുടെ സാമീപ്യത്തിൽപോലും അന്യയായി മാറുന്നുവോ? ഞങ്ങൾ ആ വീട്ടിലിരുന്ന് ചായ കുടിച്ചു. മകൾ ബാപ്പയുടെ

ആരോഗ്യനിലയെക്കുറിച്ചാരാഞ്ഞു. അദ്ദേഹം ചിരിച്ചു. പിന്നെ ചോദിക്കുന്നതുകേട്ടു. "ഫൗസീ–നിന്റെ എളേമോന്റെ പേര് എന്താ? ഞാനത് മറന്നു!"

മകൾ ഏറ്റവും ഇളയമകനെ എളിയിൽ എടുത്തു. എന്നിട്ട് വല്ലിപ്പായേ ചൂണ്ടിപ്പറഞ്ഞു:

"മോനെ... മോന്റെ പേര് എന്താന്ന് പറഞ്ഞുകൊടുത്താണിം. വല്ലിപ്പാനോട് പറഞ്ഞുകൊടുത്താണിം കോയാ."

മകൾ ചിരിക്കുന്നു. ചങ്ങാതിയുടെ ചിരി ഞാൻ കൗതുകപൂർവ്വം നോക്കി. അകല്ചയുടെ ചിരികൾ. അപ്പോൾ അകത്തുനിന്നും ശബ്ദം ഉയർന്നു. അടുക്കളയിൽ, പലയടുപ്പുകൾ പല മട്ടിൽ വേവുന്ന അടുക്കളയിൽ ഓരോരുത്തരുടേയും കുട്ടികൾ അവരവരുടെ കഞ്ഞിക്ക് അവകാശപ്പെട്ടു കരയുകയാണ്.

ഞങ്ങൾ പുറത്തേക്കിറങ്ങി. ചങ്ങാതി മുന്നിലും പിന്നാലെ ഇവനും എന്നമട്ടിൽ നടന്നു. ഞാൻ മുകളിലേക്ക് നോക്കി. മാളികപ്പുറങ്ങൾ ഉണ്ടോ? ആ മാളികകൾക്ക് മുകളിൽ ഹാർമോണിയം മുഴങ്ങുന്നുവോ? ഈന്തുപിടിയുടെയും കൊച്ചീകുഴയുടെയും മജ പറയുന്നതിന്റെ ആഹ്ലാദം പൊങ്ങുന്നുവോ? ഞങ്ങൾ ഷെയ്ഖിന്റെ പള്ളിക്ക് സമീപം എത്തിയപ്പോൾ നേർച്ചവരവിന്റെ ആഘോഷ തിമർപ്പുകളിൽ തെക്കേപ്പുറത്തിന്റെ രാത്രി പകലായ ദൃശ്യം കാണുകയായിരുന്നു. അവിടം തിങ്ങിക്കൂടിയ പുരുഷാരം ആണും പെണ്ണും ആ ഉത്സവരാത്രി കുതൂഹലപൂർവ്വം കൊണ്ടാടുകയായിരുന്നു. ഷെയ്ക്കുള്ളാ ഷേ.... മാമൂ... എന്നാർക്കുകയായിരുന്നു.

പരംപൊരുൾ: ഒരു സ്നേഹിതനെ ഞാനോർക്കുന്നു. എന്നേരവും മുറുക്കിത്തുപ്പി നടക്കുന്ന ആ സ്നേഹിതൻ കുറേക്കാലം അന്യനാട്ടിലായിരുന്നു. ഭാര്യവീട്ടിൽ സ്ഥിരതാമസക്കാരനായിരുന്ന അദ്ദേഹം പെൺമക്കൾക്കെല്ലാം 'അറ'യൊരുക്കിയശേഷം ഹോട്ടലുകളിൽ മുറിയെടുത്ത് ജീവിതം തള്ളിനീക്കുന്നു. കാണുമ്പോൾ ചിരിച്ചുകൊണ്ട് പറയാറുണ്ട്: "ഹാപ്പി. നോ പ്രോബ്ലം. നോ പ്രോബ്ലം."

പുറമ്പോക്കുകളിലെ രോദനങ്ങൾ

കടൽക്കരയിലെ കൂറ്റൻ ആശുപത്രിക്കെട്ടിടത്തിനകത്ത് പടിഞ്ഞാറോട്ടഭിമുഖമായി നില്ക്കുന്ന വിശാലമായ ഹാളിന്റെ ഒരറ്റത്ത് കസേരയും മേശയും കുറേ ഫയലുകളും രോഗങ്ങളെ കുറിക്കുന്ന കേസ് റിക്കോർഡുകളുമൊക്കെയായി ഞാൻ ഇരുന്ന് ജോലിചെയ്യുന്നു. ആയുഷ്കാലത്തിന്റെ കുറേ ഭാഗങ്ങൾ നഗരത്തിന്റെ ഈ കെട്ടിടത്തിനകത്ത് പിന്നിട്ടിട്ടുണ്ട്. ഇതിനിടയിൽ പലതരം രോഗികൾ, രോഗികളെ ശുശ്രൂഷിക്കാൻ നില്ക്കുന്നവർ, രോഗം കാണാനും രോഗിയെ ആശ്വസിപ്പിക്കാനുമെത്തുന്നവർ, സ്നേഹിതന്മാർ, കുടുംബാംഗങ്ങൾ, കലാകാരന്മാർ, സാഹിത്യകാരന്മാർ അങ്ങനെ വിവിധ മേഖലകളിൽ കഴിഞ്ഞുപോകുന്ന പലരും കാണാനും കുശലം പറയുവാനും സൗഹൃദം പുതുക്കുവാനും സ്ഥാപിക്കുവാനും എത്താറുമുണ്ട്.

നാട്ടുമ്പുറത്തുനിന്ന് രോഗികളെയും കൊണ്ടുവരുന്നവർ നഗരത്തിൽ, തങ്ങളുടെ പരിചയവലയത്തിൽപ്പെട്ടവരായ ആൾക്കാരെ ഒത്താശകൾക്ക് സമീപിക്കുക സ്വാഭാവികമാണല്ലോ, അതും ഇവ്വിധത്തിൽ ഒരു ആതുരാലയത്തിലെ ജീവനക്കാരനായി കഴിയുന്ന നാട്ടുകാരൻ-ആ നിലയ്ക്ക് ഇരുന്ന്; ജോലി മുഴുമിക്കേണ്ട നേരങ്ങളിൽ പലപ്പോഴും ആശുപത്രിയുടെ നീണ്ട ഇടനാഴികൾക്കിടയിലൂടെ വാർഡുകളിലൂടെ ഡോക്ടർമാരെയും നഴ്സ്മാരെയും തേടി അങ്ങോട്ടുമിങ്ങോട്ടും മണ്ടിപ്പാഞ്ഞ് നടക്കേണ്ടി വരാറുമുണ്ട്. ഒരുനാൾ തമാശയായി തൃക്കോട്ടൂരുകാരി ആരോടോ പറയുകയും ചെയ്തിട്ടുണ്ട്. "വെറുതെയല്ല അന്നന്ന് ചെറുപ്പം വയ്ക്കുന്നത്. ഇങ്ങനെ നിത്യേന പത്ത് ചാൽ

അങ്ങോട്ടുമിങ്ങോട്ടും നടന്നാൽ തടിയും കുറയും വയറും കുറയും. നല്ല വ്യായാമം.”

ജോലിചെയ്യുന്ന മുറിയിൽ ഇരുന്നാൽ കടൽ കാണാം. കടൽക്കരയിലെ കാറ്റാടിമരങ്ങളും കാറ്റാടിമരങ്ങളുടെ ചുവട്ടിൽ രാപ്പകലൊരുപോലെയിരുന്ന് കഞ്ചാവ് തെറുത്ത് പുകയൂതി ലോകം മുച്ചൂടും മറക്കുന്ന യുവാക്കളെയും ചിലപ്പോൾ അവരുടെ കൂട്ടത്തിൽ ഒറ്റയും തറ്റയുമായി യുവതികളെയും കാണാം. എങ്ങുനിന്നോ വന്ന് പകലിന്റെ സമയം മുഴുക്കേ കടൽക്കര നിഴലുകളിൽ കെട്ടിമറിഞ്ഞ് ജീവിതം ധൂർത്തടിക്കുന്ന ചെറുപ്പക്കാരെയും ചെറുപ്പക്കാരികളേയും കാണാം. പിന്നെ പലതരം വൈകൃതങ്ങൾ കാണാം. മാംസത്തിന്റെ രുചിഭേദങ്ങൾക്കൊപ്പിച്ച് വട്ടമിട്ടു പറക്കുന്ന മാംസക്കൊതിയന്മാരായ കഴുകന്മാരുടെ വിളയാട്ടവും കാണാം. ഒരു സഹൃദയൻ ഈയിടെ എന്റെ താവളത്തിൽ വന്നിരുന്നു. അയാൾ പറഞ്ഞു: “തനിക്ക് പറ്റിയ ഇടം. അകത്ത് വേദനയുടെ ലോകം. വേദനയാൽ വിതുമ്പുന്നവരുടെ കഥകൾ. നൊമ്പരങ്ങൾ. പുറത്ത് മറ്റൊരു ലോകം. ചെറുപ്പം കരിഞ്ഞുണങ്ങി നീറി ദഹിക്കുന്ന ദാരുണകഥകൾ, ബീഭത്സമായ ഒരു ചളിക്കുണ്ടിലേക്ക് യുവാക്കൾ അറിഞ്ഞും അറിയാതെയും വീണു നുരഞ്ഞു പുളഞ്ഞ് നീന്തി നീന്തി ശ്വാസംമുട്ടി കൂടിച്ചുന്മത്തരായി നശിക്കുന്ന ലോകം. കടലിന്റെ നീലവിശാലത. ഇരുണ്ട അഗാധത. ജീവിതത്തിന്റെ പുറമ്പോക്കുകളിൽ അലഞ്ഞ് ആരുമല്ലാതായിത്തീരുന്ന തലമുറയുടെ പതനം. തരക്കേടില്ല. കഥകൾക്ക് നടുവിലാണല്ലോ തന്റെ താവളം–”

അങ്ങനെ എന്തെല്ലാമോ പറഞ്ഞ് സുഹൃത്ത് ചിരിച്ചു. പുതിയ പുതിയ കലാസൃഷ്ടികൾ ഈ അന്തരീക്ഷത്തിന്റെ വളക്കൂറുള്ള മണ്ണിൽ വിളയിച്ചെടുക്കാത്തതെന്ത് എന്ന് ചോദിക്കുകയും ചെയ്തു. ഞാൻ അവനെ വേറെ പലതും പറഞ്ഞ് സമാധാനിപ്പിച്ചു. ആശുപത്രിയുടെ വകയായുള്ള സ്റ്റാഫ് കാന്റീനിൽ കൂട്ടിക്കൊണ്ടുപോയി ചായയും പലഹാരവും വാങ്ങിക്കൊടുത്തു. അവിടെ നല്ല തിരക്കുണ്ടായിരുന്നു. വാർഡിൽ ജോലിചെയ്യുന്ന നഴ്സുമാരും ആശുപത്രി ജീവനക്കാരായ കുറേ ആൾക്കാരും ചായ കുടിക്കുവാൻ വന്ന സമയമായിരുന്നു. ആ തിരക്കിനിടയിൽ ഞങ്ങൾ രണ്ടുപേർക്കുമിരിക്കാനുള്ള ഇടം കണ്ടെത്തി. ചായയുതിക്കുടിക്കുന്നതിനിടയിൽ ചങ്ങാതി പറയുന്നുണ്ടായിരുന്നു. “വല്ലാത്ത ലോകം. എന്തെല്ലാം തരക്കാർ, എത്രയെത്ര രോഗികൾ. നിനക്ക് ധാരാളം എഴുതാമല്ലോ.” എഴുതാം. കണ്ടു ശീലിക്കുന്ന ജീവിതക്കാഴ്ചകളിൽനിന്ന് ചിലതെടുത്ത് എന്നെങ്കിലും എഴുതുമായിരിക്കാം. അനുഭവങ്ങളുടെ അടിക്കാടുകൾ ചിക്കിപ്പരത്തുമ്പോൾ കുമിയുന്ന ചൂടുള്ള ആവിയിലും നീറ്റലിലും എന്തെങ്കിലും ചിലത് എന്റെ കഥാഹൃദയത്തിൽ ഒരു പുതിയ

കാമ്പായി മുളപൊട്ടുമായിരിക്കാം. ഞാൻ ഒന്നും സംസാരിച്ചില്ല. എന്റെ മനനം കണ്ടിട്ടാവണം ചങ്ങാതി പിന്നീടതേക്കുറിച്ച് ചോദിച്ചുമില്ല.

ഞങ്ങൾ വീണ്ടും ആശുപത്രിയുടെ പടിഞ്ഞാറെ അതിരിലുള്ള എന്റെ മുറിയിലേക്ക് വന്നു. അവിടെ എന്നെയും കാത്ത് ഒരാൾ നില്പുണ്ടായിരുന്നു. ആശുപത്രിയിലെ ജീവനക്കാരൻ. എന്നെ സമീപിച്ച് അവൻ ആവശ്യപ്പെട്ടു. അവന് ലീവിനപേക്ഷിക്കാനുള്ള ഒരു ഫോറം കിട്ടണം. മേശതുറന്നു ഞാനവന് ഫോറം നീട്ടിയപ്പോൾ അവന്റെ കൈകൾ കണ്ടു. പഴുത്തളിഞ്ഞ വിരലുകൾ. പഴുപ്പിന്റെ മഞ്ഞപ്പ് വ്രണങ്ങളായി മാറിയ വൃത്തങ്ങൾ കൈത്തണ്ടയിലും ഉള്ളംകൈയിലും. ചുറ്റും ഉയർന്നമാംസത്തിന്റെ അടരുകൾക്ക് നടുവിലെ കുഴികളിൽ ചലം തളം കെട്ടിനില്ക്കുന്നു. അവൻ ദുഃസ്സഹമായ വേദനയനുഭവിക്കുന്നു എന്ന് കണ്ടാലറിയാം. അലമാരയിൽ അട്ടിവെച്ച ഫയലുകളിൽനിന്നും പുറത്തെ ട്രാക്കിൽ അട്ടിവെച്ച പഴയ കടലാസുകെട്ടുകളിൽനിന്നും വമിക്കുന്ന ഒരു പ്രത്യേക ഗന്ധം എന്റെ ശ്വാസനാളങ്ങളുടെ മണമാസ്വദിക്കാനുള്ള ശക്തിയെ തടസ്സപ്പെടുത്തിയിരുന്നു. എങ്കിലും എന്റെ സുഹൃത്ത് മൂക്ക് പൊത്തുന്നത് കണ്ടു. ഒരു നേരിയ ദുർഗ്ഗന്ധത്തിന്റെ ചൂര് ആ മുറിയിൽ വ്യാപിക്കുന്നുണ്ടോ? ലീവപേക്ഷ വാങ്ങിപ്പോകുന്ന സഹപ്രവർത്തകനോട് ചോദിച്ചു: "എന്ത് പറ്റി?"

"അലർജിയാന്നാ തോന്നുന്നത്." ജീവനക്കാരൻ സംശയം പ്രകടിപ്പിച്ചു. പിന്നെ പറഞ്ഞു: "ഡോക്ടറെ കാണിച്ചിട്ടുണ്ട്. സ്കിന്നിന്റെ ഡോക്ടറെ കാണിച്ചപ്പോൾ സാരമില്ലെന്ന് പറഞ്ഞു. മരുന്ന് കഴിക്കുന്നുണ്ട്. ഇഞ്ചക്ഷനും എടുത്തിട്ടുണ്ട്. അലർജിയാ. മൂന്നുദിവസം കൊണ്ടാ ഇങ്ങനെയായത്. കൈക്ക് മാത്രമേയുള്ളു." ജീവനക്കാരൻ സംഗതി വിശദീകരിക്കുകയായിരുന്നു.

ഞാൻ വീണ്ടും ചോദിച്ചു: "എങ്ങനാ ഇത് പറ്റിയത്?"

അതിന് ജീവനക്കാരൻ പറഞ്ഞ മറുപടി കേട്ട് എന്റെ ചങ്ങാതി ഞെട്ടിയോ ആവോ? പലതരം ജീവിതാനുഭവങ്ങളുടെ നടുവിലാണ് ഇരിപ്പെന്നും അതുകൊണ്ട് ധാരാളം കഥകൾ എഴുതാനുള്ള കോപ്പുകൾ ഉണ്ടല്ലോയെന്നും പറഞ്ഞ് പുതിയ പുതിയ കഥകൾ എഴുതാൻ എന്നെ പ്രേരിപ്പിച്ച ചങ്ങാതി, ജീവനക്കാരൻ പറയുന്നത് കേട്ട് മിണ്ടാതിരുന്നു. കൂടെക്കൂടെ എന്റെ മുഖത്ത് നോക്കി ഒടുവിൽ ചോദിച്ചു: "അങ്ങനെ സംഭവിക്കുമോ?"

"സംഭവിക്കാം." എന്നു ഞാൻ പറഞ്ഞു. ജീവനക്കാരൻ അവന്റെ ലീവപേക്ഷയും വാങ്ങി മുറിയിൽനിന്നും പോയിക്കഴിഞ്ഞിരുന്നു. ചങ്ങാതിയുടെ കഥയുടെ സംഭാവ്യതയെക്കുറിച്ച് വീണ്ടും ചോദിക്കുന്നതിനുമുമ്പ് ജീവനക്കാരൻ പറഞ്ഞ കാര്യങ്ങൾ മനസ്സിൽ നുരയുന്നു.

നഗരത്തിൽ അലഞ്ഞുതിരിഞ്ഞ് കളിക്കുന്ന പട്ടികളെ പിടിക്കുന്ന ഏതോ ഒരാൾ. അയാൾ പട്ടികളെ പിടിക്കാൻ കൈയിൽ വളയുമായി നിത്യേന നഗരവീഥികളിലൂടെ, നഗരത്തിന്റെ അഴുക്കുതൊഴുത്തുകളിലൂടെ കണ്ണിൽപ്പെടുന്ന പട്ടികളെ കുരുക്കിട്ടു വലിക്കുന്നു. കുരുക്കിൽ കുടുങ്ങിപ്പിടയുന്ന പട്ടികളുടെ തുടയിൽ ഇഞ്ചക്റ്റ് ചെയ്യുന്നു. അതോടെ പട്ടി ചത്ത് വിറങ്ങലിക്കുന്നു. ചത്ത് വിറങ്ങലിച്ച പട്ടികളെ ചപ്പുചവറു കുട്ടകൾക്കടുത്ത് കൂട്ടിയിടുന്നു. ഒടുവിൽ ബന്ധപ്പെട്ട ആൾക്കാർക്ക് എണ്ണം കൊടുത്ത് അന്നത്തെ കൂലി വാങ്ങി വീട്ടിലെ കുട്ടികൾക്കും കെട്ടിയവൾക്കും അന്നത്തിനുള്ള വക സമ്പാദിക്കുന്ന കുടുംബനാഥൻ. കുരുക്കിൽ പിടയുന്ന പട്ടികളുടെ ജീവനുവേണ്ടിയുള്ള രോദനം അയാളെ അലട്ടുന്നില്ല. വീട്ടിലെ കുട്ടികൾ വിശന്നു കരയുന്ന ദിവസങ്ങളാണല്ലോ അയാളുടെ മനസ്സ് നിറയെ. പട്ടിയുടെ തുടയിൽ ഇഞ്ചക്ഷൻ ചെയ്യുമ്പോൾ കൈകൾ വിറയ്ക്കുന്നില്ല. സിറിഞ്ചിൽ വിഷദ്രാവകം നിറയ്ക്കുമ്പോൾ കൈകൾ പതറുന്നില്ല. കാരണം അന്തിക്ക് വാങ്ങേണ്ട അരിയുടെ വിലയൊക്കാൻ ഇനിയും എത്രയെണ്ണത്തിന്റെ കഴുത്തിൽ കുരുക്കിടണ കണക്കാണല്ലോ മനസ്സ് നിറയെ. ആ മനുഷ്യൻ ഒരുനാൾ, പട്ടിയെ ഇഞ്ചക്ട് ചെയ്ത് കൊല്ലേണ്ട വിഷമത്രയും കുടിച്ചു. ദാഹം തീർക്കാനല്ല. ജീവിതത്തിന്റെ ഒടുവിലത്തെ തിരിനാളംപോലും ഊതിക്കെടുത്താൻ. പട്ടിയുടെ തുടകളിൽ കുത്തിവെക്കുന്ന ആ വിഷം മക്കൾക്കും ഭാര്യക്കും കൊടുത്തു. കുടിക്കാൻ കൊടുത്തത് സ്വമനസ്സോടെ അവർ കുടിച്ചിരിക്കുമോ? അല്ലെങ്കിൽ കഴുത്തിൽ കുരുക്കിട്ട് പട്ടികളെപ്പോലെ – ഏതായാലും ആ കുടുംബം ഒരു പ്രഭാതത്തിൽ നശിച്ചു. മൂന്നാംദിവസം നാറ്റം വമിച്ചപ്പോഴാണ് അയൽക്കാരറിയുന്നത്. ആ ശവങ്ങൾ പോസ്റ്റുമോർട്ടം ചെയ്തപ്പോൾ പതിവനുസരിച്ച് കൈയുറകൾ ധരിച്ചിരുന്നു. സ്റ്ററിലൈസ് ചെയ്ത കൈയുറകൾ ധരിച്ച് മുറപോലെ നടത്തിയ പോസ്റ്റുമോർട്ടം. ഡോക്ടർമാർ നിർദ്ദേശിച്ച പ്രകാരം പോസ്റ്റുമോർട്ടത്തിനായി ശവശരീരങ്ങളിൽ കത്തിവെച്ച ജീവനക്കാരൻ. എല്ലാം മുറപോലെയുള്ള ക്രിയകൾ. 'വിസ്രാ' റിപ്പോർട്ടുകൾക്കായി എല്ലാം ചിട്ടപ്പടി ചെയ്തുവെച്ച ജീവനക്കാരൻ. പക്ഷേ, മൂന്നാം ദിവസം മുതൽ പഴുപ്പിന്റെ കുമിളകൾ ഇരുകൈത്തലങ്ങളിലും. എന്താണെന്നറിയില്ല! ചൊറിച്ചിലും വേദനയും പഴുപ്പിന്റെ വ്രണങ്ങൾകുഴിച്ച കൈത്തലങ്ങളിൽനിന്നും കുമിഞ്ഞുയർന്ന ഗന്ധം എന്റെ സുഹൃത്ത് ശ്വസിച്ചിരുന്നു. സുഹൃത്ത് എന്തെങ്കിലും ചോദിക്കുമോ എന്ന് ഞാൻ ഭയന്നു. അവൻ ഒന്നും ചോദിച്ചില്ല. പറയുന്നത് കേട്ടു; "ഞാൻ പോകട്ടെ. ഇവിടെനിന്നാൽ തന്റെ ജോലി മുടങ്ങും. എനിക്കാണെങ്കിൽ..."

അവൻ നടന്നകന്നു. കടൽക്കരയിലെ ഫുട്പാത്തിനരികിലെ ബസ്

സ്റ്റോപ്പിൽ ചെന്ന് നിന്ന ചങ്ങാതിയെ ഞാൻ കാണുന്നു. അയാൾക്ക് പിന്നിൽ കാറ്റാടിമരങ്ങൾ. കടൽ. ജീവിതം പുകച്ചുതീർക്കുന്ന കടൽക്കരയിലെ നിത്യകാഴ്ചകൾ. ചെറുപ്പങ്ങൾ–ചെറുപ്പത്തിന്റെ വൈകൃതങ്ങൾ...

പരംപൊരുൾ: ജീവിതം ഒരു നാടകമാണെന്നും, മരണം രംഗബോധമില്ലാത്ത ഒരു കോമാളിയാണെന്നും പറഞ്ഞതാരാണ്? ഒരു ദിവസമെങ്കിലും രോഗശയ്യയിൽ കിടന്നുപിടയുന്ന–മരണം കാർന്നുകാർന്ന് തിന്നുന്ന–ഒരു രോഗിക്കരികെ ചെന്നുനിന്ന് ആരെങ്കിലും ഇതുവിധം ചോദിക്കുമോ?

www.ingramcontent.com/pod-product-compliance
Lightning Source LLC
LaVergne TN
LVHW100259051026
849517LV00006B/2140
* 9 7 8 9 3 9 4 7 5 3 3 3 4 *